வேரில் பழுத்த பலா

சாகித்திய அகாடமி பரிசு பெற்ற படைப்பு

சு. சமுத்திரம்

அறிவுப் பதிப்பகம் (பி) லிட்.,
16 (142), ஜானி ஜான் கான் சாலை,
இராயப்பேட்டை, சென்னை – 600 014.
☎ 044 - 28482441

Language : Tamil
Veril Pazhutha Pala
Author : S. Samuthiram
First Edition : September, 2008
Thirteenth Edition : July, 2021
Fourteenth Edition : September, 2022
Copyright : Publisher
No. of Pages : xvi + 186 = 202
Publisher:
Arivu Pathippagam (P) Ltd.,
16 (142), Jani Jhan Khan Road,
Royapettah, Chennai - 600 014.
Tamilnadu State, India.
Email: arivupathippagam@gmail.com
Online : www.ncbhpublisher.in

ISBN. 978 - 81 - 8804 - 888 - 5
Code No. AP 134
₹ 180/-

Distributors
Ambattur (H.O.) 044 - 26359906 Spenzer Plaza (Chennai) 044-28490027
Trichy 0431-2700885 Pudukkottai 04322- 227773 Thanjavur 04362-231371
Tirunelveli 0462-4210990, 2323990 Madurai 0452 2344106, 4374106
Dindigul 0451-2432172 Coimbatore 0422-2380554 Erode 0424-2256667
Salem 0427-2450817 Hosur 04344-245726 Krishnagiri 04343-234387
Ooty 0423 2441743 Vellore 0416-2234495 Villupuram 04146-227800
Pondicherry 0413-2280101 Nagercoil 04652-234990

வேரில் பழுத்த பலா
ஆசிரியர் : சு. சமுத்திரம்
முதல் பதிப்பு : செப்டம்பர், 2008
பதின்மூன்றாம் பதிப்பு : ஜூலை, 2021
பதினான்காம் பதிப்பு : செப்டம்பர், 2022

அச்சிட்டோர் : பாவை பிரிண்டர்ஸ் (பி) லிமிடெட்,
16 (142), ஜானி ஜான் கான் சாலை, இராயப்பேட்டை, சென்னை - 14
☎ : 044 - 28482441

All rights reserved. No part of this book may be reprinted or reproduced or utilised in any form or by any electronic, mechanical, or other means, now known or hereafter invented, including photocopying and recording, or in any information storage or retrieval system, without permission in writing from the publishers.

அடையாளங்கள்

தோழர் வலம்புரிஜான் எழுத்தாக...
("மெட்டி" இதழ் 1983 நவம்பர்)

கதைதான் ஒரு எழுத்தாளனை கவிழ்ந்து போகாமல் பார்த்துக் கொள்ளவேண்டும். பேர் வாய்ந்த எழுத்தாளராக இருந்தாலும், சீர் வாய்ந்த கதையாக இல்லாவிட்டால், ஒரு எழுத்து தன்னை எழுந்து நடக்கவிட்ட எழுத்தாளனுக்குப் பெருமை சேர்ப்பதாக இருக்காது. சு.சமுத்திரம் போன்ற சில எழுத்தாளர்கள், மக்களின் மன மண்டபங்களில் மகுடாதிபதிகளாக இருப்பதற்குக் காரணம், அவர்களின் எழுத்து மனிதனைத் தொடுகிறது. தொட்டு அவனைத் தூக்குகிறது என்பதுதான். அவரது மைக்கூட்டிற்குள் நீலம் பூத்து நிமிருகிறபோது, மண்ணுக்காகக் குரல் கொடுக்கிற அவரது மகத்துவம்தான் 'தாள் மேடைகளில்' தளிர்நடை போடுகிறது. எழுத்து வேள்வித்தீயில் எழுந்திடும் நீலப்பூவாக இருக்கிறவர் சு. சமுத்திரம் அவர்கள்.

நான் விரும்பி அடைந்த நண்பர்களில் அவர் முதல் வரிசை மனிதர். ஒரு கவிஞனுக்குரிய வெள்ளை மனமும், வேகப் பிளிறலும், ஒரு சமுதாய விஞ்ஞானிக்கு வாய்க்க வேண்டிய அடங்காத சினமும், ஆழமான அணுகலும், பாரம் சுமக்கிற மக்களுக்காகத் தனது எழுதுகோலைப் பகிர்ந்து கொள்கிற பக்குவமும், நீண்ட நாள் நிலைத்திருக்கப்போகிற தீர்க்க தரிசனமும் எழுத்தாளர் சு. சமுத்திரத்தின் அடையாளங்களாகும்.

அவரது எழுத்துக்கும் வாழ்க்கைக்கும் பெரிதான இடைவெளி ஒன்றும் இல்லை. கனமான நாவல்களுக்காகக் காலம் அவரைக் கௌரவப்படுத்தும்.

நுரைக்கிற சமுத்திரத்தின் நூதனமான கதை இது!

"கலைமகளின்" வாழ்த்தாக.... (1994-ஜனவரி)
"பழுத்த பலாவுக்குப் பரிசு"

இந்த ஆண்டு சாகித்திய அகாடமிப் பரிசு, 'வேரில் பழுத்த பலா'

என்ற தமிழ் நூலுக்குக் கிடைத்திருக்கிறது. பலாவுக்கே இனிப்பும் சுவையும் மிகுதி. அதுவும் வேரில் பழுத்தால் சுவைக்குக் கேட்க வேண்டுமா? இரண்டு குறுநாவல்கள் இணைந்த நூல் இது. இதனை எழுதியவர் அன்பர் திரு.சு.சமுத்திரம் அவர்கள். தொலைக்காட்சி, வானொலித்துறையில் பணியாற்றிய திரு.சு.சமுத்திரம் அவர்களின் எழுத்தில், சமூகத்தின் அடித்தள மக்கள், போராடியும், தங்கள் நியாயமான உரிமைகளைப் பெற முடியாமல் அவதிப்படும் நிலையைக் காணலாம். கிராமப்புற மக்களின் வஞ்சனையற்ற உழைப்பு, பேச்சு, செயல்களையும், நகர்ப்புற மக்களின் டாம்பீகப் போலித்தனத்தையும், இவர் எழுத்துக்கள் பிரதிபலிக்கும்.

ஆய்வு ஏடுகள் வழியாக...

வேரில் பழுத்த பலா

உயர்ந்த நாவலில் படைக்கப்படும் கதைமாந்தர், உண்மை மனிதர்போல் ஆகிவிடுகின்றனர். கற்பனை மாந்தர் இவ்வாறு உயிரும் உணர்ச்சிமிக்க வாழ்வும் பெறுமாறு செய்தல், படைப்பவரின் அரியதிறனே ஆகும்.

நயங்கள் :

"உடை என்பது உடலை உடைத்துக்காட்ட அல்ல... மறைத்துக்கொள்ளவே."

"நான் போட்டிப் பரிட்சை எழுதி வேலைக்கு வந்தேன். வேலைக்குன்னு பேனாவைத்தான் தொட்டேன். எவன் காலையும் தொடல."

நல்லதுக்கும் கூட, இன்னொருத்தன் அதிகாரத்தை எனக்காகப் பயன்படுத்தக்கூடாது."

படித்த அரிசனங்களோட திறமை, வெட்டி எடுக்கப்படாத தங்கம். தூசி படிந்த கண்ணாடி. தங்கத்தை வெட்டி எடுக்கும்போது, ஏதோ ஒரு பித்தளை இருக்குன்னு தங்கத்தைப் புதைச்சிடப்படாது. கண்ணாடியைத் துடைத்துப் பார்க்கணும். கைக்கண்ணாடி போதுமுன்னு அதை உடைச்சிடப்படாது."

"சம்பளம் சிகரெட்டுக்கு, கிம்பளம் வீட்டுக்குன்னு பேசறாங்க... நீ இன்னார் தம்பி என்று நியாயம் தவறாமல் நடக்கவேண்டும். நேர்மை வேற... கடவுள் வேற இல்ல... கடவுள் கைவிடமாட்டார்."

"கிராமத்துக்குச் சேரி குனிகிறது மாதிரி, இங்கே குனிந்தால்... (அலுவலகத்தில்) பூமியில் வந்துதான் முன்தலை இடிக்கும். சிரிக்கிறவங்களைப் பார்த்து சீறணும். சீறுறவங்களைப் பார்த்து அலட்சியமாய்ச் சிரிக்கணும்."

"என் வாழ்க்கையே ஒரு திறந்த புத்தகம். ஆனால், அதில் நான்தான் எழுதுவேன். யார் வேண்டுமானாலும் படிக்கலாம்."

"இந்த நாட்டில் இருந்து லாட்டரிகளும், கிரிக்கெட்டும் துரத்தப்பட்டால் ஒழிய, நாடு முன்னேறாது."

"என்றைக்கு ஐ.ஏ.எஸ், ஐ.பி.எஸ்., அரசியல்வாதி, கவிஞன், பத்திரிகை ஆசிரியன்னு ஒருவருக்குப் பட்டம் வருவதோ, அப்போ அவன் தன்னோட சாதிப் பட்டத்தைத் துறந்துடணும்."

"உண்மையான காதலுக்கு உட்படுகிறவங்க. ஒருத்தரை ஒருத்தர் காதலிக்கணுமுன்னு பழகமாட்டாங்க... அவங்களுக்குப் பழக்கத்துலதான் காதல் வரும். எப்படி காதலிக்கணும் என்கிறதைவிட, எப்படியெல்லாம் காதலிக்கக்கூடாது என்கிறதே முக்கியம்."

"அலுவலகம் என்ற மரத்தின் உச்சாணிக் கிளையில், அணில் கடித்த பழங்களையும், பிஞ்சுப் பழங்களையும் பிடுங்காமல் பார்த்த சரவணனுக்கு, 'வேரில் பழுத்த பலா'வாகிய அன்னம் (ஆரம்பத்தில்) பார்வையில் படாமல் போய்விட்டது."

க. ரேவதி – இராணிமேரி கல்லூரி, சென்னை – 4. (ஏப்ரல் 1992)

ஒரு நாள் போதுமா?

அந்நியர்களிடமிருந்து விடுதலை பெற்றாலும், அதிகார வர்க்கத்தினரால் அடிமைகளாக நடத்தப்பட்டு, உரிமைகளையும், அடிப்படைச் சுதந்திரத்தையும் இழந்த மக்களின் ஒன்றுபட்ட போராட்டத்தைச் சித்திரிக்கின்ற நாவல்கள், சு. சமுத்திரம் அவர்களின் நாவல்கள், சிறப்பிடம் பெறுகின்றன.

“சிப்ஸ் போட்டு மேல்தளம் பூசணும். அஞ்சு பெரியாள், அஞ்சு சித்தாள் வேணும். ஐந்தல்ல ஐந்தைந்து இருபத்தைந்து பேருக்கும் அதிகமாக அவரைச் சூழ்ந்து கொண்டார்கள்.” என்ற காட்சி - விளக்கம் மூலம், கட்டிடத் தொழிலாளர்களின் நிரந்தரமில்லா வேலை நிலைமைகளையும், அவர்களின் பொருளில்லா வாழ்வின் அவல நிலைமையையும் காட்டுகின்றார். கட்டிடத் தொழிலில் நாற்பது வருட அனுபவம் இருந்தாலும் கூட, நோய் நொடியோடு வயதாகிப்போன தொழிலாளர்களைக் கழித்துவிட்டு, திடகாத்திரமான தொழிலாளர்களை எடுக்கும் நிலையை, இங்குச் சுட்டிக்காட்டுகின்றார்.

“நீ அந்தாண்ட போ... போன வாரம் ஒண்ணுக்கு போற சாக்குல, ஒரு மணி நேரத்த வேஸ்ட் பண்ணுன...”

பெண் கட்டிடத் தொழிலாளர்கள், மேற்பார்வையாளர்கள், மேஸ்திரிகள், காண்டிராக்டர்கள் ஆகியோர்களின் காம கண்ணோட்டத்திற்கும், இரட்டை அர்த்தப் பேச்சுக்களுக்கும், மறைமுக அழைப்புகளுக்கும் ஆளாகின்றனர்.

“ஆமா... நீ எருது, நான் உன்மேல உட்காரப் போற காக்கா...”

கட்டிடத் தொழிலாளர்கள் அன்றைய தினம் உழைத்த பின்பே அவர்களுக்கும் கால்வயிறு கஞ்சியாவது கிடைக்கும் என்ற நிலையில் உள்ளனர். எனவே அத்தொழிலாளர்களின் பகல் நேர உணவு எத்தகையது என்பது,

“வெற்றிலை சப்பாத்தியாம்... கொட்டைப்பாக்கு உருளைக்கிழங்காம்... உமிழ்நீர் சாம்பாராம்... வாயே வயிறாம்.”

முந்நூறு குடிசைகள் உள்ள பகுதியில் கூலித்தொழிலாளர்கள் வசிக்கின்றனர். ஆனால் அங்கோ, அதற்கேற்ப எந்தவித அடிப்படை வசதியும் இல்லாமல் வாழ்கின்ற அவல நிலையினை சு. சமுத்திரம் அவர்களின் வருணணைத்திறம் காட்டுறது.

"குழாயல்ல, கார்ப்பரேஷன் ஒரு கழிசடை என்பதற்கான அடையாளம். அருகிலேயே கக்கூஸ். அங்கே கார்ப்பரேஷன் குழாய் நீ, வெட்கப்பட்டு, நுழைய மறுத்ததுபோல் வாசனை, வெளியே ஒவ்வொருவருடைய மூக்கிலும் நுழைந்து கொண்டிருந்தது. மொத்தம் முந்நூறு குடிசைகள் உள்ள அந்தப் பகுதியில் இரண்டே இரண்டு தண்ணீர்க் குழாய்கள்."

பணிச்சுமையின் காரணமாக உயிரிழந்த வேலு என்ற கட்டிடத் தொழிலாளியின் குடும்பத்திற்குத் தகுந்த இழப்பீட்டுத்தொகை கொடுக்காமல், குறைந்த தொகையைக் கொடுத்து மூடி மறைத்திட நினைக்கும் முதலாளிகள் நயவஞ்சகத் தன்மையை எதிர்த்துப் போராடத் தயாராகிறார்கள் என்பதை, "நாங்களே காண்டிராக்டரை மிரட்டி உருட்டி நஷ்ட ஈடு வாங்கித் தந்துடலாம். அது பெரிய காரியமல்ல. ஆனால் இது ஒரு முன்னுதாரண கேஸாய் இருக்கதுனால... லேபர் கோர்ட்ல போடலாமுன்னு இருக்கோம். கேஸ் தோற்றுப்போய்ட்டால் மேலும் பலமா போராடலாம்... விடப்போறதில்லை." என்று பெயிண்டர் பெருமாள் என்ற பாத்திரத்தின் மூலம் போராட்டமே இதற்கு ஒரே தீர்வு என்பதை உணர்த்துகிறார்.

சு. சமுத்திரம், தம் நாவல்களில் தொழிலாளர்களின் இன்னல்களுக்கெலாம் தீர்வாகப் போராட்டங்களைக் கருவியாக்கி, திரண்டெழும் மக்கள் சக்தியின் ஆற்றலை வெளிப்படுத்தி உள்ளார். நாவல்களில், சமுதாயத்தின் அவலநிலையைச் சித்திரிப்பது மட்டும் படைப்பாகாது. அதற்கான காரணங்களையும், நிரந்தர தீர்வுகளையும் தருவதே ஒரு ஒப்பற்ற எழுத்தாளனின் கடமையாகும். அவ்வகையில், சு. சமுத்திரம் அவர்கள், சிக்கலுக்கான தீர்வைக் கூறுவதோடு, நம்மைச் சிந்திக்கவும் வைக்கின்றார்.

ப.தேன்மொழி – செல்லம்மாள் மகளிர் கல்லூரி, சென்னை – 32

(டிசம்பர் 2001)

****

வாசகக் கடிதங்களில் சில...

(1983-ஆம் ஆண்டு டிசம்பர் மாதம் 'மெட்டி' இதழில் வெளியானவை)

பொய், பித்தலாட்டங்களிடையே உண்மை எதிர்நீச்சல் போட்டு வெற்றி காணப்புறப்படுவதாக, சரவணனை மனம் தளர்ந்து விடாமல் கதையை முடித்திருந்த விதம் நிறைவாக இருந்தது.

– எஸ். கணேசன், திருநெல்வேலி – 627 001.

சமுத்திரம் பொங்கியதால், சமுதாய சக்திகள் அப்புறப்படுத்தப்பட்டுள்ளது.

– வடுகை. மணிசேகரன், ப. வடுகபாளையம்.

சு. சமுத்திரம் அவர்களின் "வேரில் பழுத்த பலா", சமுதாயச் சீர்கேடுகளையும், நாகரிகமான காதலையும், அழகாக, மிக அழுத்தமாக வெளிப்படுத்துகிறது.

– எஸ்.சுப்பிரமணியன், சென்னை – 12

சமுதாயப் பிரக்ஞை உள்ள இதுமாதிரிக் கதைகள் மேன்மேலும் வந்தால்தான் நம் இளைஞர்கள், "இந்த உலகம் - உலகமல்ல. ஒரு கோலிக்குண்டைப்போல உங்கள் உள்ளங்கையிலே நீங்கள் உருட்டி விளையாடுகிற காலம் வரும்" என்ற தங்களது கனவை நனவாக்குவார்கள்.

– ஆர். நஜீர் அகமத், கோவில்பட்டி.

பெண்களின் கதைகளைக் கருவாகக் கொண்டு எழுதும் எழுத்தாளர்கள் மத்தியில் சு. சமுத்திரம் ஒரு வித்தியாசமான எழுத்தாளர்தான். அவரது 'வேரில் பழுத்த பலா' எங்கள் உள்ளத்தின் உள்ளுணர்வுகளைத் தொட்டது.

– ஸ்ரீ ரங்கம் வைத்தியநாதன், கி.பி. செல்வராசு, சென்னை – 34.

வருஷத்திற்கு இரண்டு நாவல்களாவது 'வேரில் பழுத்த பலா' மாதிரி கொடுங்கள். ஒரு சராசரி நேர்மையான மனிதனுக்கு ஏற்படும் சோதனைகளை சு. சமுத்திரம் அழகாக, அருமையாக விளக்கி இருக்கிறார்.

– கே. குமார், சென்னை – 21.

என்னுரை (ஏப்ரல் 1989)

காலப் பதிவுகள்

என்னுரை (ஏப்ரல் 1989)

சக்தியுள்ள படைப்புக்களாகக் கருதப்படுபவைகளுக்கு சாகித்ய அகாதமிப் பரிசுகள் கொடுக்கப்படுவது வழக்கம். இந்த நாவலுக்கு பரிசு கிடைத்த பிறகுதான், எனது 'சக்தியும்', இந்த நாவலின் சக்தியும் எனக்கே புரிந்தன. இந்தப் பரிசு கிடைத்ததும், ஒரு கோவிலில், எல்லா வேளைப் பூஜைகளும் ஒரே சமயத்தில் ஒட்டு மொத்தமாக நடப்பது போல - அப்படித் தொடர்ந்து மூன்று மணிநேரம் ஒலித்துக்கொண்டே இருந்தது. இடையிடையே மந்திரம் போல் 'உங்களின் அன்பு - ஆசீர்வாதம்' என்று நான் சொல்லி முடிக்கவும், ஆலயமணிபோல் டெலிபோன் மணி மீண்டும் ஒலிக்கும். அதோடு, தமிழகத்தில் இருந்தும் பிற மாநிலங்களிலிருந்தும் ஏராளமான வாழ்த்துக் கடிதங்களும், நான் இன்னும் சிறப்பாக எழுத வேண்டுமென்ற விமர்சனக் கடிதங்களும் குவிந்தன. தமிழ்நாடு முற்போக்கு எழுத்தாளர் சங்கம், தமிழ்நாடு கலை இலக்கியப் பெருமன்றம், இலக்கிய வீதி உட்பட பல இலக்கிய அமைப்புகள், பல்வேறு பாராட்டுக் கூட்டங்களை நடத்தி, என்னைக் கௌரவித்தன. புது தில்லியில், தில்லித் தமிழ்ச் சங்கம். பாவேந்தர் பாசறை உட்பட பல அமைப்புகள் பல்வேறு வரவேற்பு நிகழ்ச்சிகள் நல்கின. தமிழில் சாகித்திய அகாதமிப் பரிசு பெற்ற எந்த எழுத்தாளருக்கும் இல்லாத அளவிற்கு, எனக்குப் பாராட்டு நிகழ்ச்சிகள் கொடுக்கப்பட்டன.

இந்தப் பாராட்டுகளுக்குக் காரணம், இந்த நாவலின் இயல்பு மட்டுமல்ல; இதில் உள்ள இலக்கிய நயங்களுக்காகவும் அல்ல; மாறாக, தாழ்வுற்று, வறுமைப்பட்டு, பிற்படுத்தப்பட்டு, அவலமுறும் அடித்தள மக்களைப்பற்றி எழுதுகிற ஒருவனுக்கு, ஒரு அங்கீகாரம் கிடைத்திருக்கிறது என்றுதான், அதனைத் தோழர்களும், இந்தப் பரிசு தங்களுக்குக் கிடைத்தது போல் மகிழ்ச்சியுற்றனர். என்றாலும் இந்த எழுத்துக்குக் கிடைத்த வெற்றி, இந்த எழுத்தில் வரும் ஏழைகளுக்கு வெற்றியாக மாறும்போதுதான் எனது படைப்புகள் பரிபூரணமாகும் என்று எண்ணுகிறேன்.

புதுதில்லி வரவேற்பு நிகழ்ச்சி ஒன்றில், சிறந்த எழுத்தாளரும், தில்லி தொலைக்காட்சி செய்திப் பிரிவின் தலைமைச் செய்தி ஆசிரியருமான பிரபு செல்வராஜ். நான், இலக்கியத்திற்கு என்று

வைத்துள்ள இலக்கணங்களை உடைத்துவிட்டு, புது இலக்கணத்தை உருவாக்கி இருப்பதாகக் குறிப்பிட்டார். உண்மைதான் 'எழுத்து வியாபாரிகளிடம் இருந்தும்' இலக்கியத் 'தான்தோன்றிகளிடம் இருந்தும்' மாறுபட்டு, எழுதுவதாகவே நினைக்கிறேன். நமது மக்களின் ஆசைகளையும், நிராசைகளையும், யதார்த்தக் கண்ணோட்டத்தோடு படைக்கிறேன்.

எனது அரசு அனுபவம் 'வேரில் பழுத்த பலா' என்ற குறுநாவலாகவும், நான், சென்னை நகரில் கண்ட கட்டிடத் தொழிலாளர்களின் துன்பங்கள், துயரங்கள், 'ஒருநாள் போதுமா' என்ற குறுநாவலாகவும், இந்தப் படைப்பில் உள்ளடங்கி உள்ளன. எனக்குத் தெரிந்தமட்டில், "சாகித்திய அகாடமி" பரிசு பெற்ற நாவல்களில், இது ஒன்றுதான், எந்த இடத்திலும் யதார்த்தக் குறைவு இல்லாமல் வந்துள்ள படைப்பு என்று எண்ணுகிறேன். இதனாலேயே 'திருஷ்டி' பரிகாரம் போல, பாராட்டுகளுக்கு மத்தியில், சில "இலக்கிய" வெத்துவேட்டுச் சத்தங்களும் ஒலித்தன.

என்றாலும் ஒரு படைப்பில் ஒருத்தியைக் கொண்டு வந்து, அவள் கற்பு எப்போது வேண்டுமானாலும் பறிக்கப்படலாம் என்று பிரச்சினையைச் சொல்லிக் கொண்டே போவது எனது வேலை அல்ல. இதனால் எந்த மக்களைப் பற்றிச் சித்திரிக்கிறோமோ, அவர்கள் பக்கம் கவனம் போகாது. ஆகையால்தான் எனது படைப்புக்கள் எதிலும், செக்ஸ் உப்பைக் கரைப்பதில்லை. இந்த ஒரு தனித்துவமும், இந்த சமூகத்தை மனதார நேசிக்கும் நேயமும், என் படைப்புகளுக்கு ஒரு அங்கீகாரத்தைக் கொடுக்கிறது என்று நம்புகிறேன்.

அலுவலகங்களில் அவமானப்பட்டு, ஆயாசப்பட்டு, திறமையை முளையிலேயே கிள்ளி எறிய விட்டுவிட்டு, தவிக்கும் அன்னம் போன்ற படித்த ஏழைப் பெண்களைப் பற்றி எழுதப்பட்ட நாவல் இது. அரசு அலுவலகங்களில் பிற்படுத்தப்பட்டோருக்கும், முற்படுத்தப்பட்டோருக்கும் இடையே இலை மறைவு காய் மறைவாக நடக்கும் போராட்டத்தைச் சித்திரிக்கும் படைப்பு இது.

இந்த நாவல் ஒரு சில கல்லூரிகளில் பாட நூலாக வைக்கப்பட்டிருப்பதாக அறிகிறேன். எனது பல படைப்புகள் பல்கலைக் கழகங்களில் பாட நூல்களாக இருந்தாலும், இந்தப் படைப்பு பாடநூலாக இருப்பதில் அதிக மகிழ்ச்சி ஏற்படுகிறது. காரணம், நாளை, அரசு ஊழியர்களாகவும் அதிகாரிகளாகவும் விளங்கப் போகிற மாணவ சமுதாயம், அரசு அலுவலகங்களிலுள்ள 'நல்லது

கெட்டதுகளை' சிந்தித்து, சீர்தூக்கி, இந்தச் சமுதாயத்திற்கு நலன் விளைவிக்கும் என்ற வகையில், தங்களைத் தாங்களே இப்போதே தயார்படுத்திக் கொள்ள, இந்த நாவல் உதவும்.

'வேரில் பழுத்த பலா'வை மாத நாவலாக வெளியிட்டு "கனமான நாவல்களுக்காக காலம் அவரை கௌரவப்படுத்தும்" என்று தீர்க்க தரிசனமாக எழுதிய என் இனிய நண்பரும், வார்த்தைச் சித்தருமான வலம்புரி ஜான் அவர்களுக்கு என் நன்றி.

பிற்சேர்க்கை (டிச 2003)

நான் எழுதிய முன்னுரையை நானே ஒரு வாசகன் போல் படித்தபோது நல்லதும் கெட்டதுமான நினைவுகள் மேலோங்கிப் பொங்குகின்றன.

நாளையும், கிழமையையும் துல்லியமாகக் குறிப்பிட முடியாவிட்டாலும், இன்னும் எனக்கு நன்றாகவே நினைவு இருக்கிறது. 1992-ஆம் ஆண்டு - டிசம்பர் மாதம் 15-ஆம் தேதிக்குள் இருந்து இருபதுக்குள் இருக்கும்.

அந்தக் காலத்தில், சென்னை வானொலி நிலையத்தின் செய்தி ஆசிரியராகப் பணியாற்றிய நான், சைதாப்பேட்டையில் மாலையில் நடைபெற்ற நரிக்குறவர்கள் சந்திப்பில் பங்கேற்றுவிட்டு, அவசர அவசரமாக வானொலி நிலையத்திற்குத் திரும்பினேன். அப்போது, எனது அலுவலக சகாக்கள் 'கங்ராஜு லேஷன் சார்' என்றார்கள். அந்தச் சமயத்தில் எனக்குப் பதவி உயர்வு வரப்போவதாக ஒரு பேச்சு அடிபட்டது. உடனே அவர்களிடம் 'எந்த இடத்துலப்பா என்னப் போட்டிருக்காங்க' என்று கேட்டேன். உடனே சகாக்கள், எனக்கு 'வேரில் பழுத்த பலா' என்ற நாவலுக்காக சாகித்திய அகாடமி பரிசு கிடைத்து இருப்பதாகக் கூறி, செய்தி நிறுவனங்களான யு.என்.ஐ., பி.டி.ஐ., 'கட்டுகளை'க் காண்பித்தார்கள்.

விருதுக்கு முன்னே

இந்த விருது பற்றிய அறிவிப்பு வெளியாவதற்கு ஒரு மாதத்திற்கு முன்பு, எனது இனிய நண்பரும், சிறந்த எழுத்தாளரும், சென்னைத் தொலைக்காட்சி நிலையத்தின் முன்னாள் இயக்குநருமான ஏ. நடராசன் அவர்கள், எனக்கு இந்த விருது கிடைக்கலாம் என்றார். உடனே நான் 'நம்பள மாதிரி ஆட்களுக்கு எல்லாம் கொடுக்க மாட்டாங்க அண்ணாச்சி' என்றேன். சில நாட்களுக்குப் பிறகு எழுத்தாளர் மாலன் அவர்கள், "சாகித்திய அகாடமி"யின் பரிசுப் பட்டியல் நாவல்களில் ஒன்றான 'வேரில் பழுத்த பலா' தன்னுடைய பரிந்துரைக்கு

வந்திருப்பதாகத் தெரிவித்தனர் அப்போதும், அவர் சொன்னதைக் கேட்டுக் கொண்டேனே தவிர, "நீங்கதான் பார்த்துச் செய்யணும்" என்று ஒரு வார்த்தைகூடக் கேட்டதில்லை.

விருதுக்குப் பின்னே...

இப்படிப்பட்ட சூழலில், நானோ, எனது நாவலோ பரிசுக்குரியதல்ல என்று சில சிற்றிதழ்கள் எழுதியதைப் பற்றி நான் கவலைப்படவில்லை காரணம், என்னைப் பற்றியும் என் எழுத்தைப் பற்றியும் எனக்கு நன்றாகவே தெரியும். அதே சமயம் நானே விருதை சாமர்த்தியமாக வாங்கிக்கொண்டதாக, அப்போதைய ஆரம்ப கால எழுத்தாளரும், இப்போதைய சிறந்த படைப்பாளியுமான ஜெயமோகன் 'இந்தியா டுடே' பத்திரிகையில் எழுதியபோது, நான் துடித்துப்போனேன்.

இதுபோதாது என்பதுபோல், "கணையாழி", எனக்கு வழங்கியதை, "இலக்கியத்தில் இடஒதுக்கீடு வந்துவிட்டது" என்று வர்ணித்தது. (இந்தக் "கணையாழி"யின் ஆசிரியரான கஸ்தூரிரங்கன், தன்னை ஆசிரியராகக் கொண்ட "தினமணிக் கதிரில்", 'ஒரு சிறந்த இலக்கியவாதிக்குப் பரிசு கிடைத்து இருக்கிறது' என்று கேள்வி பதிலில் குறிப்பிட்டார்.) இந்த "கணையாழி" வர்ணனை, மிகப் பெரிய இலக்கியப் பரபரப்பை ஏற்படுத்தி, என்னையும், நான் சார்ந்திருக்கும் முற்போக்கு மற்றும் தேசிய முழக்க இயக்கங்களையும் ஆவேசப்படுத்தியது. மனிதநேயத் தலைவர் ஜி.கே. மூப்பனார் அவர்கள் கூட, இந்த வர்ணனையால் மிகவும் வருந்தினார். இதற்காகவே ஒரு பாராட்டுக் கூட்டம் நடத்தினார். தமிழ்நாடு முற்போக்கு எழுத்தாளர் சங்கம், தமிழ்நாடு கலை இலக்கியப் பெருமன்றம், 1960-களில் நான் எழுதிவந்த தேசிய முழக்கப் பத்திரிகை சகாக்கள் தில்லித் தமிழ்ச் சங்கம், அகில இந்திய எழுத்தாளர் சங்கம் போன்ற அமைப்புக்கள் என்னைப் பாராட்டி மகிழ்ந்தன. மகிழ்வித்தன.

விசித்திரங்கள்...

இந்த விருது பற்றிய விவகாரங்களில் பல விசித்திரங்கள் அடங்கியுள்ளன. முதலாவதாக, அரசு அலுவலகங்களில் இடஒதுக்கீட்டால் ஏற்பட்டிருக்கும் மாறுதல்களை மையமாகக் கொண்ட இந்த நாவலுக்கான விருதினை, "இட ஒதுக்கீடு" என்று வர்ணித்ததுதான். இதில் உள்ளடங்கிய "ஒருநாள் போதுமா?" என்ற குறுநாவல் விமர்சிக்கப்படாதது, இந்த விசித்திரத்தில் ஒரு துணை விசித்திரம்.

இரண்டாவது விசித்திரமாக, இந்த நாவலுக்கான விருதைக் கண்டித்து, "சாகித்திய அகாடமி"க்குத் தந்தி கொடுக்க வேண்டுமென்று புலம்பிய நெல்லைக் கல்லூரிப் பேராசிரியர் ஒருவரை, புதுவையில் ஒரு கருத்தரங்கில் சந்தித்தேன். இந்தப் படைப்பு இரண்டு குறுநாவல்களைக் கொண்டது என்பதுகூட, அந்தப் பேராசிரியப் புலிக்குத் தெரியாது. பிற்படுத்தப்பட்ட எழுத்தாளர்களைச் சாடினால்தான் இலக்கிய மேட்டுக்குடியின் அங்கீகாரம் கிடைக்குமென்று தப்பாகவோ, சரியாகவோ நினைத்த அந்த அப்பாவிக்காக நான் அனுதாபப்பட்டேன்.

மூன்றாவது விசித்திரமாக, "சாகித்திய அகாடமி"யின் இலக்கிய இதழான 'லிட்ரேச்சர்' என்ற ஆங்கிலப் பத்திரிகையில், நானே கூசும் அளவிற்கு வானளாவப் புகழ்ந்து தள்ளிய ஒரு கூலிக்காரத் திறனாய்வாளர் தமிழ் இதழ்களில் இந்த நாவலைக் கடுமையாகக் கண்டித்தார். ''கணையாழி''யிலும் கண்டித்தார். நானே அவர் எழுதியதைக் "கணையாழி"யில் வெளியிட்டு இவரது முகமே ஒரு மூடி என்பதை நிரூபித்துக் காட்ட வேண்டியதாயிற்று.

நான்காவதாக, எந்த தலித் மக்களுக்காக நான் எழுதினேனோ, அவர்களில் ஒரு சிறுபான்மையினர் நடத்திய பத்திரிகை ஒன்று, என்னைத் தாறுமாறாக விமர்சித்தது. என்றாலும் "கணையாழி'யின் இந்த வர்ணனைதான், "தலித் இலக்கியம் தமிழகத்தில் தனித்து இயங்குவதற்கு ஒரு காரணம்" என்று மனித நேயக் கவிஞர் பழமலய் அவர்கள், என்னிடம் தெரிவித்தது ஆறுதலாக இருந்தது.

விசித்திராதி விசித்திரம்

என்றாலும், இந்த விசித்திரங்களை எல்லாம் மூடி மறைக்கும் அளவிற்கு ஒரு பெரிய இலக்கிய விசித்திரம், இந்தப் பத்தாண்டு கால இடைவேளையில் என்னைப் பொறுத்த அளவில் நிகழ்ந்திருக்கிறது. 'சுபமங்களா' பத்திரிகைக்கு வழங்கிய நேர்காணலில் 'சமுத்திரத்தின் மீதும், சமுத்திரத்தின் இலக்கிய முயற்சிகள் மீதும் எனக்கு மரியாதை உண்டு" என்று கஸ்தூரிரங்கன் தெரிவித்தார். நாளடைவில், இதே "கணையாழி" என்னை, சிறுகதை அனுப்பும்படி கேட்டுக்கொண்டது. ஓரிரு கதைகளும் வெளியாயின. இப்போது, எனது படைப்புக்களை இலக்கியத்தரமாகக் கருதி விமர்சிக்கிறது.

இதேபோல் என்னைச் சாடிய எழுத்தாளர் ஜெயமோகனை, நான்கு ஆண்டுகளுக்கு முன்பு, கோவையில் விஜயா பதிப்பக வேலாயுதம் அவர்கள் எனக்கு அறிமுகம் செய்து வைத்தார். நான் எடுத்த

எடுப்பிலேயே, அவர் என்னை சாகித்திய அகாடமி விருதை "வாங்கியதாக" எழுதியதைச் சுட்டிக்காட்டினேன். எவரையும், எதற்கும் வேண்டுவது எனது ரத்தத்தில் இல்லாதது என்றும், அவருக்குச் சுருங்கக் கூறி விளங்க வைத்தேன். உடனே, எந்தத் தயக்கமும் இல்லாமல் அந்த இளைஞரும் மன்னிப்புக் கேட்டுக் கொண்டார். அப்படி எழுதும்படி சிலர் தூண்டிவிட்டதாகவும், அதற்குப்பிறகு, என் இயல்பைப் பற்றி நன்றாகத் தெரிந்து கொண்டதாகவும், மீண்டும் பெருந்தன்மையாக வருத்தம் தெரிவித்தார்.

ஜெயமோகனின் வருத்தம், எனக்கு மகிழ்ச்சியைக் கொடுத்தது. இதோடு விடாமல், ஜெயமோகன், என்னிடம் வருத்தம் தெரிவித்து ஒரு நீண்ட கடிதம் எழுதினார். 'முயலுக்கு மூன்றே கால்' என்ற வீம்புத்தனம் இல்லாமலும், சிலரைப் போல் தான் எழுதியது சரிதான் என்பது மாதிரி வேசித்தனமாகப் புன்னகைக்காமலும் ஜெயமோகன் நேர்மையாக நடந்து கொண்டார். இதனால்தான் இப்போது ஜெயமோகனின் இலக்கிய வளர்ச்சி நாம் நிமிர்ந்து பார்க்கும் அளவிற்குப் போகிறது.

அப்போது 'வெந்த புண்ணில் வேல் பாய்ச்சிய' அந்த தலித் பத்திரிகை, இரண்டு ஆண்டுகளுக்கு முன்பு, சென்னையில் நடந்த உலகளாவிய தமிழ்ப் படைப்பாளிகள் மாநாட்டிற்கு, கோணங்கி, சு. சமுத்திரம் போன்றவர்களை ஏன் கூப்பிடவில்லை என்று மாநாட்டு அமைப்பாளர்களிடம் துண்டுப் பிரசுரம் மூலமாகக் குற்றம் கண்டது. ஆக, வெந்த புண்ணில் பாய்ந்த வேலே, பழம் நழுவிப் பாலில் விழுந்தாற்போல் ஆயிற்று.

ஆக மொத்தத்தில் 'நல்லவன் செய்வதை விட நாள் செய்யும்' என்ற பழமொழி என்வரையில் உண்மையாகி, எனக்கும் ஒரு இலக்கிய முதிர்ச்சியைக் கொடுத்திருக்கிறது.

'வேரில் பழுத்த பலா'வையும், 'ஒருநாள் போதுமா'வையும் ஆய்வேடுகள் மூலம் அருமையாக அடையாளம் காட்டிய க. ரேவதி, ப. தேன்மொழி அவர்களுக்கும் எனது நன்றி. அந்தக் காலத்தில் இந்தப் படைப்பைப் படித்துவிட்டு உடனடியாகக் கடிதம் எழுதிய வாசகர்களுக்கும் என் நன்றி உரித்தாகும்.

– சு. சமுத்திரம்.

1

வேரில் பழுத்த பலா

'உடை என்பது. உடம்பை 'உடைத்துக்' காட்ட அல்ல; மறைத்துக் கொள்ளவே,' என்பதை, சரவணன் கொள்கையாகக் கொண்டிருப்பானோ என்ற சந்தேகம், எவருக்கும் வரலாம். இதை உறுதிப்படுத்துவதுபோல், ஒன்பதே ஒன்பது நிமிடங்களில், லுங்கி சுற்றிய உடம்பில், பாடாதி பளுப்பு பேண்டை ஏற்றி, பனியனுக்குமேல், கலர் ஜோடி இல்லாத ஒரு வெளுத்த சட்டையைப் போட்டுக்கொண்டு, அலுவலகத்திற்குத் தயாராகி, வாசலுக்கு வந்துவிட்டான்.

சரவணன், யோகாசனங்கள் போட்டவனுமல்ல, போடப் போகிறவனுமல்ல. யோக முறைகளைச் செய்வபவனும் அல்ல. செய்யவேண்டும் என்று நினைப்பவனுமல்ல. ஆனாலும், அவற்றின் பலாபலன்கள் கைவரப் பெற்றவன் போல், அவை, அவன் முகத்தில் ரூபமற்ற ஒளியாகவும், அங்கங்களை அழகோடும், அளவோடும்

வைத்திருக்கும் ரூபங்களாகவும் காட்டின. பள்ளிக்கூடக் காலத்தில் அடிக்கடியும், கல்லூரிக் காலத்தில் அவ்வப்போதும், கொஞ்ச நஞ்சமிருந்த வயலை விளைவிக்க, குளத்து மடையின் மதகைத் திறந்துவிட, முன்புறமாய்ப்படுத்து, தலையைப் பின்புறமாய் திருப்பி, புஜங்காசனம் போடுவதுபோல் செயல்பட்டிருக்கிறான். வயல்களில் 'பாத்திகள்' போட, கால்களைச் சுருக்காமலே, குனிந்து குனிந்து எழுந்து இன்னொரு யோகாசனம் போடுவது போல் பாடுபட்டிருக்கிறான். அவன் பயின்ற கல்லூரியில் தனக்குரிய பாடங்களை, எழுத்தெண்ணிப் படித்ததோடு, கருத்தெண்ணியும் படித்திருக்கிறான். சிந்தனையை ஒருமுனைப் படுத்தியிருக்கிறான். ஆகையால், ஒருவேளை, அவனுக்கு உழைப்பே ஆசனங்களாகவும், படிப்பே யோக முறைகளாகவும் வலிய வந்திருக்கலாம். சுருட்டை முடிக்காரன், சொந்த நிறக்காரன். அதாவது மாநிறம். நிறமா என்றுதான் நினைக்கத் தோன்றும். ஆனால் அதில் மின்னிய மினுக்கம் சிவப்பையும் சிதறடிக்கும்.

அலுவலகத்திற்குப் போகும் ஆண்களில், அதிகார தோரணை தென்படும்படி நடக்கும் சிலர் கையில் ஒரு பெட்டி வைத்திருப்பார்களே. அப்படிப்பட்ட பெட்டியைத் தூக்கிக்கொண்டு புறப்பட்டான். இந்தப் பெட்டி. முதலில் அவனுக்கு ஒரு 'பெட்டி' பூஷ்வாத் தனமாகத்தான் தெரிந்தது. ஆனாலும் பைல்களையும், சாப்பாட்டுப் பார்சலையும், அதில் வசதியாக வைத்துக் கொள்ள முடிந்ததால், அலுவலகம் கொடுத்த அந்தப் பெட்டியை ஏற்றுக் கொண்டான்.

அலுவலக வராண்டாவாகவும், வரவேற்பறையாகவும் உள்ள முன்னறையில், ஜன்னலோரமாக நாற்காலியில் உட்கார்ந்து, சிறிது இடைவெளியில் கிடந்த விசாலமான மேஜையில், அதுவும் அதன்மேல் வைக்கப்பட்ட டெலிபோனில், இரண்டு கால்களையும் தூக்கி விரித்துப் போட்டு, ஏதோ ஒரு நாவலையோ, கிசுகிசுவையோ படித்துக் கொண்டிருந்த தங்கை வசந்தா, காலடிச் சத்தம் கேட்டு, அண்ணனை நிமிர்ந்து பார்க்கும் தைரியம் இல்லாமல், கால்களை அவசர அவசரமாய்க் கீழே போட்டுக் கொண்டு, கீழே கிடந்த ஒரு துணியை எடுத்தாள். நாற்காலியையும், 'டீபாயையும்', துடைக்கப் போகிறாளாம்.

சமயலறையில் இருந்து வெளியே வந்த முத்தம்மா, மகன், அதற்குள் புறப்பட்டுவிட்டதை எதிர்பாராதது போல், சிறிது பின்வாங்கி, முன்வாங்கினாள். ஏதோ பேசப்போனவள் அவனை, அபசகுனமாய் வழிமறிக்க வேண்டாம் என்பது போல், நிர்மலமாகப் பார்த்தாள்.

"என்னம்மா விஷயம்?"

"ஒண்ணுமில்லப்பா..."

"ஏதோ சொல்ல வந்தது மாதிரி தெரியுது."

முத்தம்மா. மூக்கின் மேல் விரல் வைத்தாள். 'இவனும்... இவன் அப்பனை மாதிரிதான்... வாயால் சொன்னால் புரியுமோ புரியாதோ... ஆனால், மனசுக்கும், வாய்க்கும் இடையே வெளவால் மாதிரி வார வார்த்தைகளைப் புரிஞ்சுக்குவான்... அந்த 'மனிஷனும்', நான் வாசலுலேயே நின்னால், 'என்ன... அரிசி வாங்கக் காசில்லாயா'ன்னு கேட்பார். தூசு விழுவது மாதிரி கண்களைத் துடைத்தால் 'ஒன் அம்மா வீட்டுக்கு போகணுமா' என்பார். டங்குன்னு சாப்பிட்டுத் தட்டை வச்சால் 'எங்க அம்மா குணந்தான் தெரியுமே... நான் திட்டினால்தானே நீ வருத்தப்படணும்?' என்பார். 'சீக்கிரமா வரப்படாதா' என்று சிணுங்கிச் சொல்வேனோ, சிரிச்சுச் சொல்வேனோ... 'இன்னைக்கு பெரிய பயல.... அம்மாகிட்ட தூங்க வைம்'பார். அவர் மாதிரியே தான் இவனும்... இப்போ இந்த நிலைமையில பார்க்க அவரும் இல்லை. 'பெரிய பயலும்' இல்லை. முத்தம்மா, சிந்தனையை உள்முகமாய் விட்டபோது, சரவணன், வெளி முகமாகக் கேட்டான்.

'எக்ஸ்பிரஸ் பஸ்ஸுக்கு நேரமாகுது... சீக்கிரமாச் சொல்லும்மா"

"ஒண்ணுமில்லப்பா... போய் வா..."

"போனால் வரணும்... வந்தால் போகணும்... இது எனக்குத் தெரியாதா.... எரிந்து விழாமல் கேட்கிறேன். சும்மாச் சொல்லு..."

"நாங்க வந்து மூணு மாசமாகுது... ஒன் தங்கச்சிக்கு இன்னும் ஒரு வேலை வாங்கி..."

சரவணன், அம்மாவைப் பார்க்காமல், மேஜையைத் துடைத்த வசந்தாவைப் பார்த்தான்.

“வசந்தா... நேற்று பேப்பர்ல... ஒன்னைப் பொறுத்த அளவுல ஒரு முக்கியமான விஷயம் வந்தது... என்னன்னு சொல்லு பார்க்கலாம்...”

“வந்து... வந்து... கமலஹாசன் இந்திப் படத்துல... ஸாரி... இன்சாட் பி...”

“இன்சார் - பீன்னா என்ன...? ஹாசன் நிலையமுன்னா என்ன...? சொல்லு பார்க்கலாம்.”

வசந்தா, அண்ணனைப் பார்க்க முடியாமல், அம்மாவைப் பார்த்தாள். அவன் கத்தினான் :

“தமிழ்நாடு சர்வீஸ் கமிஷன் விளம்பரம் பார்க்கல...? அப்புறம் மத்திய அரசோட ஸ்டாப் செலக்ஷன் கமிஷன் ஒரு அட்வர்டைஸ்மென்ட் போனவாரம் போட்டாங்க... யூனியன் சர்வீஸ் கமிஷன்ல. செகரட்டேரியட் அஸிஸ்டெண்ட்ஸ் பரீட்சைக்கு விளம்பரம் போட்டிருந்தாங்க. இரண்டையும் கத்தரிச்சு ஒன்கிட்டே கொடுத்தேன். அப்ளை பண்ணிட்டியா?”

வசந்தா, அண்ணனுக்கு ‘நெருக்கமாக’ப் பதில் சொல்வது போல் வந்து, தன்னையறியாமலே அம்மாவின் முதுகுப் பக்கம் போய் நின்று கொண்டாள். அம்மாக்காரிதான் சமாளித்தாள்.

“வசந்தாவுக்குப் பரீட்சை எழுதவே பிடிக்கலியாம்... நீ நினைச்சால்.”

“இவள் பரீட்சை எழுதிப் பாஸாகணும்... உழைப்பால் வேலை வாங்கணும்... அப்படித்தான் முடியும் வேற வழியும் கிடையாது. சிபாரிசுல கிடைக்கிற வேலைங்க ரொம்பக் ரொம்பக் குறைவு... அதுவும் டெம்பரரியாய்தான் கிடைக்கும். அதுக்காக... கண்டவன் கிட்டலாம் என்னால பல்லைக் காட்ட முடியாது.”

“இருந்தாலும்... நீ... நினைச்சால்...”

“என்னம்மா உளறுறே.... என் தங்கைக்கு நல்ல வேலையா கிடைக்கக் கூடாதுன்னு நான் நினைப்பேனா? போனவாரம் பேங்க் இன்டர்வியூவிற்குப் போயிருந்தாள். இவள் படித்த,

பாடத்துலயே... ஐ.எம்.எப். லோன் பற்றிக் கேள்வி கேட்டாங்களாம். இவள் கடன்காரி மாதிரி விழிச்சாளாம். ஏய் வசந்தா... இங்கே வா.... ஒனக்கு... காம்பெட்டிஷன் மாஸ்டர் வாங்கித் தந்தேன்.... அதைப் படிக்காட்டாலும், புரட்டியாவது பார்த்தியா? பதில் சொல்லு."

"இன்னும் படி..."

நான் இன்னும் படிக்கத்தான் போறேன். கல்லூரிக் கல்வி, அறிவுலகத்தை மூடியிருக்கும் கதவின் சாவிதான்னு எனக்குத் தெரியும். தெரியுறதாலதான், இப்பவும் இரவில் பல பொது அறிவுப் புத்தகங்களை, இலக்கியங்களைப் படிக்கிறேன். இப்போ முக்கியம் நானல்ல... நீதான்... இன்னும் நீ ஏன் படிக்கல...? பாத்தியாம்மா ஒன் மகளோட லட்சணத்தை? இவள் படிச்சால், அறிவு வளர்ந்திருமேன்னு பயப்படுகிறாள்... இவள் பி.காம். படிப்புன்னு பேரு.... கோல்ட் ஸ்டாண்டர்டைப் பற்றிக் கேட்டால் தெரியாது... சினிமா நடிகர் நடிகைகளோட லேட்டஸ்ட் காதல் ஸ்டாண்டர்டுகளைப் பற்றிக் கேட்டால் பட்டுப்பட்டுன்னு பதில் சொல்வாள்.... நான் ஒருத்தன்... ஒனக்கு நான் சொல்றதுல்லாம் புரியும் என்கிறது மாதிரி பேசுறேன் பாரு..."

"ஆமாம்... ஒனக்கும் நான் இளக்காரமாப் போயிட்டேன்..."

"ஒனக்கு ரோஷத்துக்கு மட்டும் குறைச்சல் இல்ல... 'அண்ணன் சொல்றதை ஏன் கேட்க மாட்டேக்கே'ன்னு ஒன் செல்ல மகளைக் கேட்கறியா? சரிதான். ஓங்க மேலெ இளக்காரமாய் நான் இருந்திருந்தால், கிராமத்துலயே வயலுல புரள்றதுக்கு விட்டிருப்பேனே... எதுக்காக இங்கே மெட்ராஸுக்கு கொண்டு வரணும்? இவள் என் மேற்பார்வையில் இருக்கணும்... நீயும், அண்ணியும், இனிமேலும் வயல் வேலைக்குப் போகப்படாதுன்னுதானே. நான், போட்டிப் பரீட்சை எழுதித் தேறி.... வேலைக்கு வந்தேன். வேலைக்குன்னு பேனாவைத்தான் தொட்டேன். எவன் காலையும் தொடல... இவளுக்கும் தொடமாட்டேன். இவளுக்கு நான் வழிதான் காட்டமுடியும்... கூடவே நடக்க முடியுமா?"

முத்தம்மாவுக்கு, மகனின் அக்கறை அரைகுறையாகப் புரிந்தது. கண்களை மூடி மூடித் திறந்தாள். பிறகு 'நீ எரிந்து

விழாமல் கேட்பே'ன்னு சொன்னதாலதான் கேட்டேன்'' என்றாள்.

"நான் இப்போ என்ன எரிந்தா விழுறேன்? இவள் தன்னையே எரிச்சுக்கப்படாதேன்னுதான் பேசுறேன். நான் படிக்கும்போது, இப்போ அவளுக்கு இருக்கிற வசதியும் வழி காட்டுறதுக்கும் ஒரு ஆள் எனக்கு இருந்திருந்தால்... இந்நேரம் ஐ.ஏ.எஸ். அதிகாரிகாய் இருப்பேன். சரி... நான் போறேன்..."

"எப்பவும் 'போயிட்டு வாரேன்'னு சொல்லுப்பா"

சரவணன், அம்மாவையும், அவள் பின்னால் நின்ற தங்கை வசந்தாவையும் ஒரு சேரப் பார்த்தான். சரஸ்வதிதேவிக்கு வயதானால் எப்படி இருப்பாளோ அப்படிப்பட்ட தோற்றம். வெள்ளைப் புடவையில், கூன்போடாத, பாடவும் தெரியாத, இசைமேந்தை கே.பி. சுந்தராம்பாள் போன்ற தோரணை. இந்த அறுபதிலும், ஒரு பல்கூட விழவில்லை. ஆடவில்லை. அம்மாவின் தோளில் தலை வைத்த வசந்தா, மாதா என்ற முதுமை மரத்தின் இளமைக்கிளையைப் போலவே இருந்தாள். ஈரப்பசை உதடுகள், குளுமை பொங்கும் கண்கள், கிராமிய உடம்பும், கல்லூரி லாவகமும் கொண்ட ஒய்யாரம்.

அண்ணன், தன்னைப் பார்ப்பதை அப்போதுதான் பார்த்த வசந்தா, எதிர்த்திசையில் இரண்டாவது மாடி ஜன்னலில் இருந்து பார்வையை விடுவித்தாள். "அண்ணன் போகட்டும். அப்புறம் நானும் நீயுந்தானே..." என்று 'அவனுக்கு' மானசீகமாய் சொல்லிக்கொண்டாள். சரவணன், தங்கையை அதிகமாய் மிரட்டியதற்கு பிராயச்சித்தமாய், அவளை அன்பு ததும்பப் பார்த்தபடி, கதவைத் திறக்கப் போனான். வசந்தாவே ஓடிப்போய்க் கதவைத் திறந்து விட்டாள். அப்போது, படியேறி, வாசலுக்குள் நுழையப்போன அண்ணி தங்கம்மா, அவனைப் பார்த்து, முதல் மாடிப்படி முடிந்த தளத்தில், சற்று ஒதுங்கி நின்றாள். முத்தம்மா கடுப்பாய்ப் பேசினாள் :

"இந்தப்பா... வீட்டுக்குள்ள வந்து கொஞ்ச நேரம் இருந்துட்டு, தண்ணி குடிச்சுட்டுப் போ.... 'நாமதான் கறுப்புச் சேலை கட்டுறோமே.... ஆபீசுக்கு போற நேரத்துல... ஒண்ணு உள்ள மொடங்கிக் கிடக்கணும்... இல்லன்னா வெளில தள்ளி நிக்கணுமுன்'னு சொல்லியா கொடுக்கமுடியும்? நீ வா...

நான்கூட எப்போவாவது நீ புறப்படும்போது.... நேருக்கு நேர் நிற்கேனா? தானாத் தெரியுறதைப் பார்த்துத் தெளியணும்...”

சரவணன், அண்ணியை நோக்கினான். நாற்பத்திரண்டு வயதிருக்கலாம். அண்ணியின் கழுத்தில் ஆரம் போன்ற வட்டம். வெள்ளைக்கரை போட்ட கறுப்புப் புடவை. அண்ணியின் சிவந்த உடம்பு. செம்மைப்படுத்தி, செழுமைப்படுத்தியது. அவனை நேருக்கு நேராய்ப் பார்க்க முடியாமல், அவள் ஒதுங்கி ஒதுங்கிப் போனாள். அவனை, இடுப்பிலும் தோளிலும் எடுத்து வளர்த்தவள். பிறந்தகத்திற்கு, அவனையும் கூட்டிக் கொண்டு போனவள். தலையைத் தாழ்த்திக் கொண்ட அவள் கண்களில் இருந்து, நீர் காலில் கொட்டியது. அவனுக்குத் தெரியாமலே, கால்களால் அதைத் தேய்த்துக் கொண்டாள். அவள் உதடுகள் துடித்தன. ‘ஊர்ல இருக்கும்போது, ஒங்க அம்மா... இப்டி என்னைப் பேசினதில்லப்பா... இப்போ மெட்ராசுக்கு வந்த பிறகுதான் அவங்களோட போக்கே மாறிட்டு... நான் இங்கே ‘வந்தட்டி’ன்னு நினைக்காங்க... நான் இந்த வீட்ல வேலைக்காரி மாதிரிதான் இருக்கணுமுன்னு நினைக்காங்க... அவங்க மட்டுமா நினைக்காங்க... ஏதோ ஒன் முகத்துக்காக, என் முகத்தை அப்பப்போ துடைச்சிட்டு இருக்கேன்...’ என்று எப்படி சொல்வது?

ஈரம்பட்ட இதயமே கண்ணிற்கு வந்தபடி, படபடத்து, முன்புறமாய் நின்ற சரவணன், பின்புறமாய்த் திரும்பிச் சீறினான்.

“ஒனக்கு மூளை இருக்குதா அம்மா... இதே அண்ணி, நான் காலேஜுக்கு போறதுக்காக, வீட்டில் இருந்து புறப்படும்போது எதிர்ல வந்து ‘இந்தா என் பங்கு... அம்பது ரூபாய்’ன்னு தருவாங்களே - அப்போ மட்டும் ஒன் கண்ணு குருடாய் இருந்ததா? ஒரு காலத்துல... ஒருத்தனுக்கு ஒருத்தின்னு இல்லாமல், ஒருத்திக்கு ஒருத்தன்தான்னு நினைச்சாங்க... இதுக்காக, அதாவது தொண்ணூறு குடும்பம் சிதறாமல் இருக்கதுக்காக பத்து குடும்பத்துல புருஷனை இழந்தவங்களுக்கு, வெள்ளைச் சேலை கொடுத்தாங்க... ஒரு போர்ல, வீரர்களையும் பலி கொடுத்து ஜெயிச்சாங்களே அது மாதிரி, குடும்ப முறையோட வெற்றிக்காக இவங்கள மாதிரி... ஒன்னை மாதிரி பெண்களைப் பலி கொடுத்தாங்க...

வேரில் பழுத்த பலா

நீங்களும் குடும்பக்கட்டு குலையாமல் இருக்கிறதுக்காக, மனக்கட்டை விடாமல் பிடிச்சிங்க... போர் வெற்றிக்காக சாகிறவங்களுக்கு நடுகல்னு வச்ச சமூகம் குடும்பக் கட்டோட வெற்றிக்குச் சாகாமல் செத்தவங்களை, சாகாமல் சாகடிச்சாங்க... இது என்ன நியாயம்? அப்போ வெள்ளைப் புடவை இப்போ கறுப்புப் புடவையாய் மாறிட்டு... சில இடத்துல கலர் புடைவையாயும் ஆகுது... நீ இன்னும் பழைய காலத்துலயே இருக்கிறே... நான் ஒருத்தன்... இதையெல்லாம் தெரியாத ஒன்கிட்ட போய் பேசுறேன் பாரு... வசந்தா!.... நான் சொன்னது அம்மாவுக்குப் புரியாது.... ஒனக்குப் புரியுமுன்னு நினைக்கேன்... அண்ணி... இப்படி வாங்க... அட..."

சரவணன், அண்ணியின் கையைப் பிடித்து இழுத்து - பிறகு அவற்றைத் தன் கண்களில் ஒற்றிக் கொண்டான். அம்மாவை, மீண்டும் கோபமாய் முறைத்தபடியே வெளியேறினான்.

2

சரவணனுக்கு, ஸ்கூட்டரை ஸ்டார்ட் செய்த சத்தத்தில், வீட்டுக்குள் ஏற்பட்ட சத்தம் கேட்கவில்லை. வீட்டில் ஏற்பட்ட சில்லறை ரகளையில், எக்ஸ்பிரஸ் பஸ் இந்நேரம் அலுவலகமே போயிருக்கும். இந்த மாதிரி சமயத்தில்தான், அவன் ஸ்கூட்டரை எடுப்பான். அலுவலகத்திற்கு, தாமதமாய்ப் போனாலும், அவனை யாரும் தட்டிக் கேட்கப் போவதில்லை. அவன், அதன் மகுடதாரி. அட்மினிஸ்டிரேவ் ஆபீஸர் எனப்படும் நிர்வாக அதிகாரிகூட, ஓரிரு தடவை "சார் நீங்க... கெஜட்டட் ஆபீஸர்... உங்க அந்தஸ்துல இருக்குற அதிகாரிங்களுக்குக் குறிப்பிட்ட நேரத்துல வரணுமுன்னு ஆபீஸ் விதி கிடையாதுன்னு ரூல்ஸ்ல சொல்றது எதுக்குன்னா, அவங்க ஆபீஸ் நேரத்துக்கு முன்னாலயும், பின்னாலயும்கூட வேலை பார்க்கணுமுன்னு அர்த்தப்படுத்திக்கணுமே தவிர, இதுக்கு இடையில், எப்போது

வேணுமுன்னாலும் வரலாமுன்னு அர்த்தப் படுத்திக்கக் கூடாது...." என்று சுவையாகவும், சுடச்சுடவும் சொன்னவன்.

எப்படியாவது, வழக்கம் போல் பத்து மணிக்கு முன்பாகவே அலுவலகம் போய்விட வேண்டும் என்ற அவசர ஆவலில், அவன் ஆக்ஸிலேட்டரை அழுத்த, ஸ்கூட்டர் ஆவேசமாகியது. அவன் மனமும் அதே மாதிரிதான்.

அவனைப் பொறுத்த அளவில், எட்டு ஆண்டுகளுக்கு முன்பு காலமான அண்ணன், அவனுக்குத் தந்தை. அண்ணி தங்கம்மா இரண்டாவது தாய். அம்மா, அண்ணியைச் சாடியது, அவளை இரண்டாந்தரத் தாயாக அவனுக்குக் காட்டியது. இப்படிப் பேச எப்படி மனம் வரும்? இவளா என்னைப் பெற்றாள்? அப்பா அவன் நினைவுக்கு வராத வயதிலேயே காலமாகிவிட்டாராம். ஊரில், வயதான கிழடுகளை 'வழியனுப்ப'ப் 'பாரதம்' படித்தும், கல்யாண வீடுகளில் 'கொழுந்தி கொழுந்தி - நாவல் கொழிந்தியபடி' என்று வாழ்த்துப் பாடியும், அம்மன் கொடைகளில் 'வரி' பிரித்து, அவற்றை நடத்திக் காட்டியும், அக்கம் பக்கத்து அடிதடி சண்டைகளில் நடுநிலை மாறாத வழக்காளியாகவும் இருந்தவர் அண்ணன். அவரது பாட்டைக் கேட்டுத்தான், அவனுக்குத் தமிழில் ஆர்வம் ஏற்பட்டது. அவர் 'வழக்கு'ப் பேசும் நேர்மையைக் கண்டுதான் அவனுக்குள் தர்மம் உதித்தது. சின்ன வயதில், யாரிடமோ சின்னப் பொய் சொன்னதற்காக, ஒருவர். "வழக்காளி... மணிமுத்தோட தம்பியாடா நீ? ஒனக்காடா வாயில பொய் வருது?'' என்று கண்டித்தது நினைவுக்கு வந்தது.

அப்படிப்பட்ட அண்ணன்தான், கொஞ்ச நஞ்சமிருந்த நிலத்தில் அன்றாடம் படாத பாடுபட்டு, குடும்பத்தைக் காப்பாற்றினார். கல்யாணமாகி ஏழெட்டு வருடமாகியும், குழந்தை பிறக்காதபோது, அம்மா உட்பட, அண்ணியின் மெளன சம்மதத்தோடு, பலர் அவரை இரண்டாவது திருமணம் செய்து கொள்ளச் சொன்னபோது, "எனக்கு... ரெண்டு தாய் இருக்காங்க... ஒரு மகனும் மகளும் இருக்காங்க... யாருவே... எனக்கு குழந்தையில்லைன்னு சொல்றது" என்று எதிர்வாதம் பேசி, சீதையைக் காட்டுக்கு அனுப்பாத ராமபிரான்.

அண்ணி மட்டும் என்னவாம்... அண்ணனுடைய 'பாரதப்' படிப்பிற்காகவும், 'வழக்காளி' என்ற செல்வாக்கிற்காகவும்,

வசதியான குடும்பம் வலியக் கொடுக்க, வந்தவள். அவளோட அம்மா, அப்பா, எவ்வளவோ தூண்டிப் பார்த்ததும், தனிக்குடித்தனத்திற்கு இணங்காதவள். அதற்காகவே, தாய் வீட்டிற்குப் போவதைக் குறைத்துக் கொண்டவள். அண்ணியோடு, அவன் 'அவர்கள்' வீட்டுக்குப் போகும்போது, அந்த அத்தை, அண்ணியிடம், "புருஷனைக் கூட்டிக்கிட்டு இங்கே வாடி.... அந்த சனியங்க வாடை வேண்டாம். நாங்க. ஒனக்கு தனியாய் வீடுகட்டி, ஒன் புருஷனுக்கு பலசரக்குக் கடையும் வச்சுக் கொடுக்கோம்" என்று சரவணன் காதுபடவே பல தடவை சொல்லியிருக்காள். ஒருவேளை சரவணன் தன் அம்மாவிடம் சொல்லி, அப்படியாவது வீடு இரண்டுபடட்டும் என்பது போல் நினைத்தார்களோ என்னவோ... அப்போதெல்லாம் அண்ணி, தன் அம்மாவுக்குக் காது கொடுக்க மறுத்தாள். சரவணனும், தன் அம்மாவிடம், அண்ணியின் தாய் வீட்டில் அங்கே தின்ற விதங்களைத்தான் சொல்லியிருக்கிறானே தவிர, திட்டிய விதங்களைச் சொன்னதில்லை. அது மட்டுமா?...

பட்டறைச் சட்டம் போல் இருந்த அண்ணன், பாரதம் படிக்கத் தேவையில்லாமல், எட்டாண்டுகளுக்கு முன்பு, பனைமரத்தில் நொங்கு வெட்ட - அதுவும் தனக்காகப் பனையில் ஏறி, அவன் கண்முன்னாலேயே கீழே விழுந்து, துள்ளத் துடிக்கச் செத்தார். அப்போது அம்மாகூட அவனை "பாவிப்பய மவனே... நீ ஏன் என் கண்மணி கிட்டே நொங்கு கேட்டே? நீ நொங்கு சாப்புடுறதுக்காகப் போனவனைச் சாவு சாப்பிட்டுட்டே"ன்னு மூன்று நாள் சேர்ந்தாற் போல். விளக்குமாறு, செருப்பு, கை போன்ற பல்வேறு ஆயுதங்களால் அவனை அடித்தாள். அப்போதெல்லாம், அம்மாவைத் தடுத்து "தோளுக்கு மேலே வளர்ந்த பிள்ளையை அடிக்கப்படாது" என்று அந்த ஆற்றாமையிலும், அவனுக்கு ஆறுதலாக வந்தவள் அண்ணி.

ஒரு மாதம் கழித்து "ஒனக்கு... பிள்ளையா குட்டியா? இந்த சொத்துகூட நமக்கு வேண்டாம். நம்ம வீட்டுக்கு வா" என்று பெற்றோர் சொன்னபோது, அவர்களைப் பிரிந்தோராய்க் கருதியவள் அண்ணி, எஸ்.எஸ்.எல்.ஸியுடன், தனது படிப்பை 'ஏர்க் கட்டிவிட்டு', அவள், அண்ணனுக்குப் பதிலாய் ஏரைப் பிடிக்கப் போனபோது, அதை அம்மா

அங்கீகரித்தபோது, தடுத்தவள், அவன் கல்லூரியில் படிப்பதற்காக, தனது தங்க நகைகளை விற்றவள்... அவனை மட்டுமல்ல... இப்போ 'கிசு கிசு' படிக்கும் இந்த பி.காம். காரியை, அம்மா வயல் வேலைக்குத் துரத்தியபோது, அவளைப் பள்ளிக்குத் துரத்திவிட்டு, ஆண்பிள்ளை போல், வயல்வேலைகளைப் பார்த்தவள், ஆண்பிள்ளை இல்லாத நிலத்தை ஆக்கிரமிக்க, சில வீராதி வீரர்கள், வில்லங்க ஆயுதங்களோடு வந்தபோது, அவர்களை நேருக்கு நேராய் நின்று வாதாடி, ஊரில் வாதிட்டு, நிலத்தின் எல்லைக்ளைக் காத்தவள்.

இந்த சரவணனுக்கு, யூனியன் பப்ளிக் சர்வீஸ் கமிஷன் மூலம், எடுத்த எடுப்பிலேயே கிளாஸ் ஒன் ஆபீஸர் வேலை கிடைத்தபோது "இந்தா பாருப்பா சரவணா... ஆபீஸருங்களுக்கு சம்பளம், சிகரெட்டுக்கு... கிம்பளம், வீட்டுக்குன்னு ஆகிப் போயிட்டதாப் பேசுறாங்க. நீ இன்னார் தம்பி... நியாயம் தவறமாட்டார்னு பேர் வாங்கணும்... சப்-ரிஜிஸ்டார். பத்திரத்துக்கு நூறு ரூபாய் வாங்குறது மாதிரியோ... சப் இன்ஸ்பெக்டர் கொலைக்கு ஆயிரம் ரூபாய் வாங்குறது மாதிரியோ வாங்கப்படாது... அப்படி எப்பவாவது ஒனக்கு சலனம் வந்தால், ஆயிரம் வழக்குலயும், அரை டம்ளர் டீ கூடக் குடிக்காத அண்ணனோட கையும் அந்தக் கையால் அண்ணிக்கு அவர் கட்டுன தாலியும் இந்த படிப்புலயும், வேலையிலயும் விழுந்திருக்குமுன்னு நினைக்கணும். அப்போதான் நீ கீழே விழமாட்டே'' என்று 'ஒன்னை படிக்க வச்சேன் பார்' மார்தட்டும் பாணியில் சொல்லாமல், 'ஒன் அண்ணன் மூலம் எனக்கு ஒரு குழந்தை இருந்தால் எப்படி இருக்குமோ, அந்தக் குழந்தையாய் ஒன்னைப் பார்க்கேன்' என்று சொல்லாமல் சொன்னவள்.

அந்த அண்ணியின் முகதரிசனம் முழுமையாய் கிடைக்கவேண்டும் என்ற பாசத்தோடு, குடும்பப் பொறுப்போடும், டில்லியில் இருந்து, பதவியுயர்வு மாற்றலாகி வந்த மறுமாதமே, அதாவது மூன்று மாதங்களுக்கு முன்பு, தனியாக வீடு எடுத்து, அவர்களைக் கொண்டு வந்திருக்கிறான். அந்த அண்ணியை, வேண்டாத விருந்தாளியாக அல்ல... வேண்டப்படாத வேலைக்காரியாக அம்மா நினைக்கிறாளோ? இந்த அண்ணியும் என்கிட்ட சொல்லித் தொலைச்சால் என்ன? எப்படிச்

சொல்லுவாங்க.... நான் எப்போ கேட்டேன்...? இன்னைக்கு சாயங்காலம். வீட்டுக்குப் போனதும், முதல் வேலை... இதுதான்.

உரத்த சிந்தனையோடும், பலத்த வேகத்தோடும், ஒரு சாலையின் முனைக்கு வந்து, இன்னொரு சாலைக்கு, வலப்புறமாய்த் திரும்பினான். நேராகப் போகிற வண்டிகளுக்கு வழிவிட்டுத்தான், குறுக்கே திரும்பும் வண்டிகள் நின்று நிதானித்துப் போகவேண்டும் என்பது சாலை விதிகளில் ஒன்று. இதுவே மனித நடைமுறையாக இருந்தால், நாடு எப்போதோ முன்னேறியிருக்கும். எங்கே முன்னேற?

அதோ லாட்டரிக்கடை.... ஒவ்வொருவரும் கோடீஸ்வரராக ஆகும் உழைப்பில்லா முயற்சிக்கும் உழைக்கும் பணத்தை வீணாக்குகிறார்கள்.... ராஜஸ்தான் பம்பர் குலுக்கலாம்... பூடான் கோடி குலுக்கலாம்... ஒரு காலத்தில் ஒரு ரூபாய் - ஒரு சீட்டு - ஒரு லட்சம் என்று இருந்தது. ஆக்கப் பணிகளுக்கு ஒரு ஏழையின் ஒரு ரூபாய் போவதில் தப்பில்லை. ஆனால், இப்போது, உழைப்பிற்குப் பதிலாய் ஊதாரித்தனந்தான் முன்னேறியிருக்கிறது... என்னமாய் ஏழை மக்கள்.... துள்ளித் துள்ளி லாட்டரி அடிக்கும் லாட்டரி பையனை எதிர்பார்க்கிறார்கள்.

இது போதாது என்று பார்த்தால், டிரான்ஸிஸ்டர் செட்டில் கிரிக்கெட் வர்ணனை.... ஒவ்வொருவரும், தனக்கு கிரிக்கெட் தெரியும் என்று மற்றவர்கள் நினைக்க வேண்டுமாம்... 'எத்தன ஓவர்... எவ்வளவு ரன்... கபில்தேவ் பரவாயில்லயா... ஆமாம் கவாஸ்கருந்தான்.' "உழைப்புக்கு ஈடு இணை இல்லை" என்று பஸ்ஸில் ஒரு விளம்பரம்.... அதன் அடுத்த முனையில் லாட்டரி விளம்பரம்... என்ன நாடோ... என்ன மக்களோ.... இந்த நாட்டில் இருந்து, லாட்டரிகளும், கிரிக்கெட்டும் துரத்தப்பட்டாலொழிய நாடு முன்னேறாது... ஆபீஸ்ல ஒவ்வொருவரும் பைலைப் பார்க்காமல், லாட்டரி ரிசல்டைப் பார்க்கான்... அல்லது ஏழை மக்கள், தாமாய் வந்து சொல்வதைக் காதில் போடாமல், கமெண்டரியை போடுறான். ஒரு வருஷத்துல எத்தனை நாளைக்குப்பா கிரிக்கெட் சண்டை? ஆமாம்.... இது விளையாட்டுப் போட்டியல்ல... ஏதோ பாகிஸ்தானும், பாரதமும் மீண்டும் போருக்கு போய்விட்டது என்ற வினையான போட்டி...

வேரில் பழுத்த பலா

சரவணன், பதட்டப்படாமல், நல்லது கெட்டது என்று நாலையும் சிந்தித்தபடி, இடது காலைத் தரையில் ஊன்றி, ஒரு 'பல்லவன் போவதற்காகக் காத்திருந்தான். அப்போது விசில் சத்தம் கேட்டது. திரும்பிப் பார்த்தான். போக்குவரத்துக் காவலர் அவனை சைகை செய்து வரச் சொன்னார். சரவணன் வண்டியை விட்டு இறங்கி, அவர் பக்கமா அதை உருட்டிக் கொண்டு போய், அவரைப் பார்த்தான்.

'யெல்லோ லைனை எதுக்கு ஸார் கிராஸ் செய்தீங்க?'

சரவணன், அப்போதுதான் அந்த லைனைப் பார்த்தான். யெல்லோதான். ஆனாலும், அந்த மஞ்சள் நிறம், அம்மா, அண்ணி முகங்களில் ஒரு காலத்தில் இருந்தது, இப்போது இல்லாததுபோல் ஆனது. வழக்கமாக, அந்த டிரம்மைச் சுற்றி வராமல், அவன் வருவது புரிந்தது. அவன் மட்டுமல்ல, எல்லோருமே.... எல்லோரும் ஒரு தப்பைச் செய்தால், அது ஜனநாயகமாய் இருக்கலாம். ஆனால் சட்டநியாயமாய் இருக்க முடியாது. தப்புத்தான். இதுல 'மஞ்சள் கோடு எங்கேய்யா இருக்குது'ன்னு கேட்பது விதண்டாவாதம். ஒருவேளை.... இப்படி எல்லா வண்டிகளும் திரும்பித் திரும்பியே அது அழிபட்டிருக்கலாம்.

சரவணன், ஸ்கூட்டரை 'ஸ்டாண்ட்' போட்டுவிட்டு அவரை நெருங்கப் போனான். அதற்குள் ஒரு கார், அவன் திரும்பிய அதே இடத்தில் திரும்பியது. கான்ஸ்டபிள் கோபத்தோடு பின்னால் ஓடினார். பிறகு அந்தக் கார்காரரிடம் கெட்ட வார்த்தைகளை வாங்கிக் கொண்டவர்போல் நிமிர்ந்தார். விறைப்பாக ஒரு 'சல்யூட்' அடித்துவிட்டு, பின்புறமாய் நடந்தார். ஐ.ஏ.எஸ்ஸோ... ஐ.பி.எஸ்ஸோ, வேறு யாரோ... இதற்குள், இரண்டு சைக்கிள்கள் எதிர்த்திசையில் வந்தன. அவர் விசிலடித்தார். ஒருவழிப் பாதை சைக்கிள்காரர்கள், கீழே துள்ளிக் குதித்து, மடித்துக் கட்டிய வேட்டிகளைப் பருவப் பெண்கள் போல் நாணி கோணி பாதம் வரைக்கும் இழுத்துப்போட்டபடி வந்தார்கள். அவர் தொப்பிக்கு மரியாதை கொடுக்கிறார்களாம்! போலீஸ்காரர், அவர்களிடம், காருக்கார டிரைவர் அவர்களோ, அவர் ஏதோ தங்களைப் பாராட்டுவதுபோல், அதற்குத் தாங்கள் தகுதிப்பட்டாலும், புகழில் அடக்கம் வேண்டும் என்று அதற்கு அடங்கி நிற்பது

போல், - மேடையில், பாராட்டுக்குரியவர் பௌவியமாய் பார்ப்பதுபோல் பார்த்தார்கள்.

அந்தக் கான்ஸ்டபிள், தனது டயரியை எடுத்தார். காகிதங்களைப் புரட்டிப் பார்த்தார். பென்ஸிலை எடுத்தார். அதற்குள் அவர்கள், அண்டிராயர்களுக்குள் கைவிட்டு, ஆளுக்கு இரண்டு காகிதங்களை நீட்டுவது தெரியாமல் நீட்டினார்கள். எந்தக் காகிதம் ஜெயிக்கும் என்று சரவணன் வேடிக்கை பார்த்தான். டயரிக் காகிதமோ... அசோக சக்கரம் பொறித்த காகிதமா... அசோக சக்கரத்தில் மூன்று சிங்கங்கள் நிற்குதே... சிங்கம் விடுமோ... ஜெயித்து விட்டது...

காவலர், இப்போதாவது, தன்னைக் கவனிப்பார் என்று, சரவணன் அவரைப் பார்த்தான். அவரோ, கண்மண் தெரியாமல் ஓடிய ஒரு மண் லாரியைப் பார்த்து விசிலடித்தார். அது பெப்பே காட்டியபடி ஓடியது. பாவம்... அவரால் நம்பரைக்கூட 'நோட்' செய்யமுடியவில்லை. டயரியை எடுக்கப்போனால், அதற்குள் இருந்த சிங்க நோட்டுக்கள் கீழே விழுந்தன. அவற்றைப் பொறுக்கவே, அவருக்கு நேரம் சரியாக இருந்தது. சரவணன், பழையபடி அவரைப் பார்த்தான். அதற்குள் ஒரு சைக்கிள், ஒரு வழிப்பாதையில் வரவில்லையானாலும், அதற்கு மட்டுமே ஒரு பாதை வேண்டும்... டபுள்ஸில் வரலாம்... அதுக்காக ஒரு பெரிய குடும்பமே வருவதா? அவர்தான் விடுவதா? பழையபடிக்கும் டயரிக்கும் அச்சடித்த காகிதத்துக்கும் போர்... இரண்டாவது ரவுண்டிலும் சிங்கக் காகிதம் ஜெயித்தது.

சரவணனுக்கு அலுவலக நினைவு வந்தது. அவரை படபடப்பாய்ப் பார்த்தான்.

"ஸார்... மிஸ்டர்... ஒங்களைத்தான்... முதலில் என்னை அனுப்புங்க..."

போலீஸ்காரர், அப்போதுதான் அவன்மீது சிரத்தை எடுத்து வந்தார்.

"நான் செய்த தப்பு என்ன ஸார்?"

"யெல்லோ லைனை கிராஸ் பண்ணிட்டு, என்னையும் கிராஸ் பண்றீங்களா?"

"அப்போ ஒரு கார் போச்சுதே... அதை சல்யூட்டோட விட்டிங்க..."

"யெல்லோ லைனை மட்டுந்தான் கார் கிராஸ் செய்தது... ஒங்க ஸ்கூட்டர்ல... பல்ப்ல... கருப்பு பெயிண்ட் இல்ல... அதுக்குத்தான் சார்ஜ் பண்ணப் போறேன்.

"அது ராத்திரியிலதானே எப்படி எரியுதுன்னு தெரியும்..."

"ஒங்களுக்கு அப்படியா? எனக்கோ எப்பவும் தெரியும்... நான் பகலில் பார்த்தால் தான்; நீங்க ராத்திரிக்குள்ளே மாத்திடுவீங்க."

"அப்படியா... இப்போ நான் சீக்கிரமாய் ஆபீஸ்... போகணும்... என்ன செய்யணுமுன்னு சொல்றீங்களா?"

"ஒங்க கண்ணாலயே பார்க்கிறீங்க... என்கிட்டே கேட்டால்? போலீஸ்காரன் வாயால் கேட்கமாட்டான்..."

"அப்படியா! இந்த சரவணன் கேஸுக்குப் போவானே தவிர.... கேஷுக்கு போகமாட்டான்... உம்... எழுதுறதை எழுதிட்டு, மெமோ கொடுங்க... எப்போ கோர்ட்டுக்கு வரணுமோ... அப்போ வாரேன்... ஏன் யோசிக்கிறீங்க? என் பெயர் சரவணன்...'

"போங்க ஸார்"

"சும்மா எழுதுங்க ஸார்... சத்தியமாய் கோர்ட்ல இதை, கன்டெஸ்ட் செய்யமாட்டேன். நீங்க காசு வாங்குனதையோ, காருக்கு சல்யூட் அடிச்சதையோ சொல்ல மாட்டேன்... ஏன்னால்... இப்போதெல்லாம் நான் பேசாவிட்டாலும், உண்மையைச் சொல்லாமல் இருக்கத் தெரிஞ்சிக்கிட்டேன்... சும்மா எழுதுங்க ஸார்... என் வரைக்கும் நான் வண்டி ஓட்டுனது தப்புத்தான்... தப்புக்குத் தண்டனை கிடைச்சால்தான் எனக்கும் சாலைவிதி தலைவிதி மாதிரி மனசுல நிற்கும்... உம்... எழுதுங்க... எனக்கும் மனிதாபிமானம் உண்டு... ஒங்களைக் காட்டிக் கொடுக்கறதுனால இந்த வழக்கம் நின்னுடப் போறதில்ல. இந்த சமூகத்தை மாற்றாமல் ஒங்களை மாற்றுறது அர்த்தமற்றதுன்னு எனக்குத் தெரியும்."

போலீஸ்காரர், அவனை ஆழம் பார்த்தார். இதற்குள் பல சைக்கிள் கிராக்கிகள் தப்பிக் கொண்டிருந்தன. இவர் யார்? யாராய் இருப்பார்?

"எங்க ஸார் வேலை பார்க்கிறீங்க?..."

சு. சமுத்திரம்

"கேஸ் எழுதுங்க சொல்றேன்..."

"தயவு செய்து போங்க ஸார்... இது பஸ்ட் வார்னிங்னு நினைச்சுட்டு திருப்தியோட போங்க... அடேய்... வண்டி... உன்னத்தாண்டா... நில்லுடா கம்மனாட்டி... ஒப்பன் வீட்டு ரோடா? நில்லுடா..."

சரவணன், 'ஒரு ஏழைய ஏன் திட்டுறீங்க... வேணுமுன்னால் கேஸ் எழுதுங்க' என்று சொல்லப் போனான். கோளாறான சமூக அமைப்பில் ஏழைகள் தங்களோட தன்மானத்தை விலையாகக் கொடுத்தால்தான், சுதந்திரமாக நடமாட முடியும் என்பதை நினைத்தபடி, ஸ்கூட்டரை உதைத்தான்.

3

அந்த அலுவலகம். இஞ்சி தின்னாத குரங்குபோல் இயல்பாக இருந்தது.

சும்மா சொல்லக்கூடாது... அலுவலகத்தில் உள்ள அத்தனை ஊழியர்களும், வேலையும் கையுமாக இருந்தபடிதான், கையாட்டி காலாட்டி வாயாடிக் கொண்டிருந்தார்கள். கிரிக்கெட் வர்ணனையைக் கேட்டுக் கொண்டிருந்தார்கள். பத்மா, ஒரு கோப்பில் பாதி கண் போட்டு எழுதியபடிதான். அவ்வப்போது மீதிக்கண்ணை எடுத்து, அருகே இருந்த ராமச்சந்திரனிடம், எதையோ சிரித்துச் சிரித்துப் பேசிக் கொண்டிருந்தாள். உமா, ஒரு ரிஜிஸ்டரை தனது மடியில் கிடத்தி புரட்டியபடிதான், சற்றுத் தள்ளி, ரேக்கை குடைந்து கொண்டிருந்த பியூன் அடைக்கலத்திடம், ''அந்தப் புடவை சரியில்லப்பா...'' என்று சொல்லிக் கொண்டிருந்தாள். அட்மினிஸ்டிரேட்டிவ் ஆபீஸர் அல்லது 'ஏஓ' என்று அழைக்கப்படும்

நிர்வாக அதிகாரி சௌரிராஜன், பாக்கெட் டிரான்ஸிஸ்டர் போல் இருந்த கணக்கு யந்திரத்தை - யந்திரம் என்று சொல்வது கூடத் தப்பு - கணக்குக் கருவியைத் தட்டித் தட்டிப் போட்டு, ஒரு காகிதத்தில் எழுதிக் கொண்டுதான், ஈஸ்வரியை ரசித்தார். கை, கணக்கை எழுதியபோது, வாய் "ஒங்க ஆத்துல இன்னிக்கு... என்ன குழம்பு" என்று தன்னிடம் பேசாமல், 'சபார்டினேட் பயல்' சம்பத்திடம் பேசிக்கொண்டிருந்த டைப்பிஸ்ட் ஈஸ்வரியிடம் கேட்டார் - அவள், நாக்கு ருசியைப் பற்றி மட்டுமே பேசுகிற வயதில் இல்லை என்பது தெரிந்தும்.

மேலே சித்தரிக்கப்பட்டது 'எஸ்டாபிளிஷ்மென்ட்' செக்ஷன் இதுபோல் வாங்கும் பிரிவு, வந்ததைக் காக்கும் பிரிவு, கணக்குப் பிரிவு, விநியோகப் பிரிவு என்று அந்த அலுவலகம் பலப்பல பிரிவுகளாய் இருந்தன. "அவற்றிற்கு ஏற்றாற்போல் ஒவ்வொரு பிரிவு நாற்காலிகளுக்கும் இடையே இடைவெளிகளும் உண்டு. இந்தப் பிரிவுகளின் 'இன்சார்ஜ்கள்' சார்ஜ் செய்யப்பட்ட பேட்டரிகள் போல், பெரிய நாற்காலி, பெரிய மேஜை சகிதமாய் காட்சியளித்தார்கள்.

இத்தனை பிரிவுகளிலும் ஒட்டியது போலவும், ஒட்டாதது போலவும், இந்தியகிராமத்துச் சேரிபோல் சற்றுத் தள்ளி, அன்னம் இருந்தாள். மை கறையும், கோந்து கறையும், வெட்டப்பட்ட சோளத் தோட்டத்தில் எஞ்சி நிற்கும் அடிக்காம்புகள் போல், எரிந்து எரிந்து இறுதியில் திரிகள் நின்று, வெள்ளை வெள்ளையாய் இருந்த மெழுகுவர்த்தித் துண்டுகளும் கொண்ட மேஜையில், நான்கு பக்கமும், காகிதக் குவியல்களைப் பரப்பியபடி, அதன் நடுப்பக்கம், ஒரு ரிஜிஸ்டரைப் போட்டுக் குடைந்து கொண்டிருந்தாள். அவளுக்கு எதிரே இரண்டு பியூன்கள், தயாராக இருந்தார்கள். சீல் போட வேண்டுமா? கவர் செய்ய வேண்டுமா? எதையும் 'கவரப்' பண்ண வேண்டுமா? ரெடி.

அங்கே ஆட்கள் எப்படியோ, அலுவலகம் அழகாகத்தான் இருந்தது. குண்டூசி, காகிதம், இரப்பர், பால் பாயிண்ட் பேனா, பென்ஸில், ஸ்டேப்லர், பைல்கள் உட்பட பல்வேறு வகையான ஸ்டேஷனரிப் பொருட்களை, 'கொட்டேஷன் மார்க்கெட்டில்' வாங்கி, பல்வேறு அலுவலகங்களுக்கு அனுப்ப வேண்டிய பொறுப்பு அந்த அலுவலகத்திற்கு. அலுவலகங்கள் அனுப்பும்

'இன்டென்ட்களை' செப்பனிட்டு, குறிப்பிட்ட சமயத்திற்குள் அவற்றைத் தருவித்துக் கொடுக்க வேண்டும். இல்லையானால் அலுவலகங்களில் டைப் அடிக்கமுடியாது. அடித்தவற்றை பைலில் அடக்க முடியாது. அடக்கியவற்றை 'டேப்பால்' கட்டமுடியாது. பேப்பர் வெயிட்டுகள் இல்லாமல், காகிதங்கள், பறக்கும்... குண்டூசிகள் இல்லாமல், பக்கங்கள் வெட்கங்களாகும். ஆக மொத்தத்தில் அது நூற்றில் ஒரு அலுவலகம் அல்ல... நூறு அலுவலகங்களும், இத்தன்கய பொருட்களை, லட்சக் கணக்கான ரூபாயில் வாங்கிக் கொடுக்கும் ஒரே - ஒரு அலுவலகம் - காண்டிராக்டர்கள் கண் வைக்கும் அலுவலகம்.

சரியான சமயத்திற்கு வரும் சரவணன், முக்கால் மணி நேரம் கடந்தும் வராததால், சீனியர் ஸ்டெனோகிராபர்' - உமா, தனது அறையை விட்டு வெளியே வந்து நின்றாள். அவளைப் பார்த்ததும், பலர் வலியப் போய் குசலம் விசாரித்தார்கள். பார்ப்பதற்கு அழகாக இருந்தாள் என்பதற்காக அல்ல... அழகுதான். அடர்த்தியான முடிதான்... கிறக்கமான கண்கள்தான். களையான முகம்தான். வாளிப்பான உடம்புதான். சிவப்புதான். இன்னும் கல்யாணம் ஆகவில்லைதான். அது, இன்னும் காலம் கடக்காததுதான். ஆனால், அதற்காக அவளிடம் வலியப் பேசவில்லை.

பல 'அந்தரங்க' கோப்புகளின் அதுநுட்பமான விவரங்கள் அவளை மீறிப் போக முடியாது. எல்லோருடைய குடுமியோ, கிராப்போ, கொண்டையோ, அத்தனையும் அவள் கையில். அவள் பேசுகின்ற பேச்சு ஒவ்வொன்றுக்கும் ஒரு அர்த்தம் உண்டு... 'பம்பாய் நல்ல நகரந்தானே' என்று ஒருத்தரிடம் கேட்டால், அவன் அந்த நகரத்திற்குப் போகப் போகிறான் என்று அர்த்தம்.... "பேசு... பேசு... எத்தனை நாளைக்குப் பேசுவே' என்றால், அவனுக்கு ஓலை ரெடியாவதாய் பொருள். 'அவருக்கென்ன குறைச்சல்' என்றால் ஆசாமிக்கு பதவியுர்வு வரப்போவதாகக் கொள்ளலாம். எனவே, சம்பந்தப்பட்டவர்கள், அவள் வாயைக் கிளறப் பார்த்தார்கள். அந்த மாதிரி சமயத்தில் அவள், பேசியவரை விட்டு விட்டு, பேசாதவரைப் பார்ப்பாள்.

திடீரென்று அந்த அலுவலகத்தில் அரைகுறைப் பேச்சுகள் கூட அடங்கின. லாவகமாய் உடலாட்டி, நளினமாய் உலா வந்த உமா, உள்ளே ஓடிவிட்டாள். 'டெஸ்பாட்ச்' அன்னம், நிமிர்ந்து உட்கார்ந்தாள். சரவணன், ஒரு பறவைப் பார்வையோடு, அவசர அவசரமாய், தனது அறைக்குள் போகப் போனான்... பிறகு, எதையோ யோசித்தவனாய், அவன் பின்பக்கமாய் நடந்து, அக்கௌண்டன்ட் ராமச்சந்திரனிடம்... 'ஓங்க ஒய்புக்கு இப்போ.... எப்படி இருக்குது" என்றான். உடனே அவர் "தேவல ஸார்..." என்றார்.

"அதற்காக நீங்க கேர்லஸா இருக்கப்படாது... இன்னைக்கு வேணுமுன்னாலும் நேற்றுப் போனது மாதிரி முன்னாலேயே போங்க... ஐ டோன்ட் மைண்ட்..."

"தேங்ஸ் யூ ஸார்..."

சரவணன் உள்ளே போய்க் கொண்டிருந்தான். தலைமைக் கிளார்க் பத்மா, மனைவியை மதிக்காத ராமச்சத்திரனை ஒரு மாதிரியாகப் பார்த்து புன்னகைத்தாள். பிறகு, அந்த இருவரும் சரவணனின் முதுகைப் பார்த்து எள்ளலாகச் சிரித்தார்கள். "ஒய்புக்கு.... உடம்புக்கு உடம்புக்குன்னு சொல்லிச் சொல்லி அப்படி ஆயிடப் போகுது...'' என்று கிசுகிசுத்த அந்தப் பெண்ணிடம் ''கத்தரிக்காய்னு சொல்றதால பத்தியம் போயிடாது... சினிமாவுக்குப் போறேன்னா இந்தக் குரங்கு விடுமா?'' என்றான். உடனே சிரிப்பு... அப்புறம் கிசுகிசு. இறுதியில், நிர்வாக அதிகாரி சௌரிராஜனின் காதை இரண்டு பேரும் ஊதினார்கள் - மாறி மாறி.

'டெஸ்பாட்ச்' அன்னம், அவர்கள் இருவரும் சரவணனுக்குப் பின்னால் சிரிப்பதைப் பார்த்தாள். ஆனால் ஆச்சரியப்படவில்லை. இன்னைக்கு இது என்ன புதுசா? நாளைக்கு இந்த பத்மாவும் 'என் ஹஸ்பெண்டுக்கு நெஞ்சுவலி ஸார்' என்பாள். பெர்மிஷன் கிடைத்த நெஞ்ச நிறைவோடு 'முந்தானை முடிச்சுக்கு' புருஷன் இல்லாமல், தனியாகவோ... டபுளாகவோ... போவாள். மறுநாள் இந்த சரவணன், இதே மாதிரி கேட்பார். இவர்களும், இதே மாதிரி சிரிப்பார்கள்.

அன்னத்திற்கு, அவன்மேல் லேசாக இரக்கம் ஏற்பட்டது. நல்லா இருக்குதே.... நான் எதுக்குய்யா ஒனக்காக வருத்தப்படணும்... பெரிய ஆபீஸராம் ஆபீஸர்.... கீழே

இருக்கிறவர்ங்கள்ல யார் யார் எப்டி எப்டின்னு தெரிய விரும்பாத ஆபிஸர்... ஒனக்கு வேணுய்யா... எனக்குத்தான் 'மெமோ' கொடுக்கத் தெரியும்... அந்த மெமோவால என்னோட வேலை எவ்வளவு பாதிக்கப் போகுதுன்னு நினைச்சுப் பார்த்தியா... இவ்வளவுக்கும் இந்த ஆபீஸ்ல நான் ஒருத்திதான் ஒன்ன பின்னால் திட்டாதவள்.... புறம் பேசாதவள்.... எனக்கு மெமோ.... அதோ குலுங்கிச் சிரிக்கிற அவளுக்கு இன்கிரிமென்ட் சிபாரிசு... போய்யா... போ...

அன்னம், அதற்குமேல் யோசிக்கப் பயந்து விட்டாள் அவள். இப்படி சிந்திப்பதுகூட அவர்களுக்கும் உள்ளே இருக்கிற சரவணனுக்கும் தெரிந்து, கிடைக்காமல் கிடைத்த இந்த வேலை போய்விடக்கூடாதே என்ற பயம். பழையபடியும் ஊருக்குப் போய், அப்பாவிடமும், சித்தியிடமும் அகப்பட்டுவிடக் கூடாதே என்ற அச்சம், இவ்வளவுக்கும் அவள், பார்வைக்கு பயப்படுவள் போலவோ, பயமுறுத்துபவள் போலவோ தோன்றவில்லை. பவுடர் தேவையில்லாத முகம். அழகு என்பது சிவப்பில் மட்டும் அல்ல என்பதை எடுத்துக்காட்டும் கறுப்பு. சிரிக்கும் போது மட்டுமே, சில பெண்களுக்கு, கண்கள் எழிலாய் இயங்கும். அவளுக்கோ, பேசும்போதுகூட பொங்கும் விழிகள். உடையால் மட்டுமல்ல, உடம்பாலும் தெரியாத வயிறு. எவருடனும் அதிகமாகப் பேசாத வாய்; யார் சொல்வதையும் சிரத்தையோடு கேட்கும் காதுகள். பம்பரமாய் இயங்கும் கரங்கள். அடுத்த 'மெமோ' வந்தால் ஆபத்தாச்சே என்பதுபோல், உள்ளே இருந்த சரவணனை, துஷ்ட தேவதையைப் பார்ப்பதுபோல், பார்த்துப் பார்த்துப் பயந்து கொண்டாள் அன்னம்.

உள்ளே உமா நின்று கொண்டிருந்தாள். வெளியே, தான் அரட்டையடித்தைப் பார்த்துவிட்ட அந்த அஸிஸ்டெண்ட் டைரக்டர் மனதில், ஏதாவது கோபம் உதித்திருக்கிறதா என்பதை ஆழம் பார்ப்பதற்காகப் போனவள்.

அடுத்த பதவியுயர்வு உமாவை, அக்கௌண்டண்ட் இருக்கையிலோ அல்லது தலைமைக் கிளார்க் இருக்கையிலோ உட்கார வைக்கும். அதற்கு, ஆபீஸ் தலைவிதியான அந்தரங்கக் குறிப்பேட்டை எழுத வேண்டியவன் இந்த சரவணன். இப்போது அவளுக்கு, அவன், தன்னைப் பற்றி என்ன

நினைக்கிறான் - எப்படி எப்படி நினைக்கவேண்டும் என்பதே முக்கியம். எத்தனை நாளைக்குத்தான் ஈஸ்வரன் கழுத்தைச் சுற்றிய கடிக்காத பாம்பாகக் கிடப்பது? பதவியுயர்வு பெற்று... தனியாய் படம் எடுக்க வேண்டாமா...? பக்குவமாக, பதட்டப்படாமல் கேட்டாள்.

"ஸார்... ஏதாவது டிக்டேஷன் கொடுக்கிங்களா..."

"இப்போ இல்லே."

"அப்போ அந்த ஸ்டேட்மென்டை அடிக்கட்டுமா?"

"யெஸ்... அன்னத்தை, டெஸ்பாட்ச் ரிஜிஸ்டரோடு வரச் சொல்லுங்க."

உமா, குலுக்கலோடு போனாள். அவள் சைகைக்கு ஏற்ப அன்னம் உதறலோடு வந்தாள். கைக்குழந்தையை மார்பில் அணைத்தது போல், ஒரு ரிஜிஸ்டரை மார்போடு சேர்த்து அணைத்தபடி வந்தாள். 'எதுக்காக இவன் என் பிராணனை எடுக்கான்? போயும் போயும் ஒரு அஸிஸ்டெண்ட் டைரக்டரா டெஸ்பாட்ச் ரிஜிஸ்டரை 'செக்' பண்றது... 'ஏ ஓ'வே பார்க்கமாட்டார். ஹெட்கிளார்க் இருக்காள்... இவன் எதுக்கு? சந்தேகமே இல்லை... என்னை ஒழிக்கத்துக்கு திட்டம் போட்டிருக்கான்... இரண்டாவது மெமோ கொடுக்கப்போறான்'

அவளை, அவன் ஏறிட்டுப் பார்த்தபோது, அன்னத்தின் கைகள் ஆடின. அந்த ஆட்டத்தில், அந்த பெரிய ரிஜிஸ்டரே ஆடியது.

'உட்காருங்க..."

"ஐ ஸே... சிட் டவுன்...'

அன்னம் பயந்துபோய் உட்கார்ந்தாள். அவன், ரிஜிஸ்டரைப் புரட்டி, முந்தின நாள் கடிதங்கள் அனுப்பப்பட்டிருக்கிறதா என்று, கடிதம் கடிதமாக, நம்பர் நம்பராக, முகவரியோடு பார்த்தான். எல்லாம் சரியாகவே இருந்தன.

"குட்... நீங்க போகலாம்..."

அன்னம் எழுந்தாள். 'குட்'னு சொல்லிவிட்டு, தலையில் குட்டிட்டிங்களே ஸார்' என்று கேட்பது மாதிரி, அவனைப் பார்த்தாள். 'இனிமேல் இப்படி மெமோ கொடுக்காதிங்க ஸார்'

என்று கேட்கலாமா... ஒருவேளை அப்படிக் கேட்டு, அதற்கே ஒரு மெமோ கொடுத்திட்டால்.... அன்னம், தயங்கித் தயங்கித் திரும்பப் போனாள். சரவணன் புன்னகை இல்லாமலே கேட்டான்:"எதையோ சொல்லணுமுன்னு நினைக்கதுமாதிரி பார்க்கிங்க..."

''எதையோ சொல்லணுமுன்னு நினைக்கதுமாதிரி பார்க்கிங்க..."

"இல்ல ஸார்... இல்ல ஸார்..."

"நான்... சிங்கம் புலியில்ல... மனிதன்தான்... எனக்கு எதுக்கு ஸார் மெமோ கொடுத்திங்க... மோசமான வார்த்தையாலகூட திட்டலாம்... அதையே நல்ல வார்த்தையாய் கையால எழுதலாமா'ன்னு கேட்க வாரிங்க... இல்லையா? நில்லுங்கம்மா, ஓடாதீங்க...'சௌநா' மார்ட் கம்பெனிக்காரன் தந்த பொருட்கள்ல குவாலிட்டு சரியில்ல... குவான்டிட்டி மோசம்... குண்டூசி முனை மழுங்கிட்டு... பேப்பர்ல இங்க் ஊறுது... ரப்பர், எழுத்துக்குப் பதிலாய் எழுதுன காகிதத்தைதான் அழிக்குது... பென்சில் சீவப் போனால் ஒடியுது... பால்பாயிண்ட் பேனாவுல, பாயிண்டே இல்ல. வாங்குன டேக்ல, ஒரு பக்கத்து முனை உதிரியாய் நிக்குது. அதனால இதையெல்லாம் சுட்டிக்காட்டி, அந்தக் கம்பெனிக்கு நாலு தடவை லட்டர் போட்டோம்... நாலு தடவையும் ரிஜிஸ்டர்லயே அனுப்பும்படியாய் சொன்னேன். நீங்க ஒரு தடவை கூட ரிஜிஸ்டர்ல அனுப்பல... ஒங்க லெட்டரே கிடைக்கலேன்னு அவன் சொன்னால், பதில் சொல்ல வேண்டியது நீங்களா? நானா? சொல்லுங்க..."

அன்னம், பதில் சொல்ல முடியாமல் திணறியபோது, உமா உள்ளே வந்து 'சீல் போட்டு, 'ரகசியம்' என்று கொட்டை எழுத்துக்களில் சுட்டிக்காட்டிய ஒரு கவரை அவனிடம் கொடுத்துவிட்டு, அன்னம் போவதற்காகக் காத்திருந்தாள். சரவணன் தொடர்ந்தான்:

"மிஸ் உமா... நீங்க அப்புறமாய் வாங்க... உம்.... அன்னம்... சொல்லுங்க..."

அன்னம் மருவினாள். உமா மட்டும் மிஸ் உமாவாம்! நான் வெறும் அன்னமாம்... அவளால் பதிலளிக்க முடியவில்லை. அவன் சொல்வது உண்மையே. அவளால் உண்மையை

ஒப்புக்கொள்ள முடிந்தது. ஆனாலும் ஆட்டுவித்த உண்மையின் பின்னணியைச் சொல்லத்தான் அவளால் முடியவில்லை.

"இனிமேலும்... சொல்றதுக்கு மாறாகச் செய்திங்கன்னால்... அப்புறம் நான் சொல்றதைக் கேட்க... நீங்க இந்த ஆபீஸ்ல இருக்கமாட்டிங்க. யு கேன் கோ நௌ..."

அன்னம், அரண்டு மிரண்டு போவதுபோல் போனாள். வாசல் பக்கம் நின்றபடி, அவனையே பார்த்தாள். வேலைக்கே உலை வைப்பான் போலுக்கே... அப்புறம் சித்தி, வீட்ல சரியாய் உலை வைக்கலைன்னு அவமானமாய் திட்டுவாளே... அன்னம், நின்ற இடத்திலேயே நின்றாள்.

"கான்பிடன்ஷியல்' கவரைப் பார்க்கப்போன சரவணன், அன்னத்தை நிமிர்ந்து பார்த்தான். அவள் இன்னும் போகாமல் இருப்பதில் ஆச்சரியப்பட்டு, அவளைத் தன்னருகே வரும்படி சைகை செய்தான்.

"எதுவும் சொல்லணுமா?"

"வந்து... வந்து மெமோ... இன்னும் எனக்கு புரபேஷன் பீரியடே முடியல..."

"என்னாலே... ஒங்க வேலைக்கு ஆபத்து வராது... அதே சமயம்... நீங்க இனிமேலும் ரிஜிஸ்டரை... ஆர்டினரியாக்கினால், நான் எக்ஸ்ட்ராடினரி நடவடிக்கை எடுப்பேன்..."

அன்னம் பயந்துவிட்டாள். சொல்லித்தான் ஆக வேண்டும். சொல்லியே தீரவேண்டும்.

"ஸார்... ஸா.... ஸா..."

"என்ன... சொல்லுங்க..."

"ஹெட்கிளார்க் அம்மாதான் ரிஜிஸ்டர்ல வேண்டாம்... சாதாவா அனுப்புன்னு சொன்னாங்க... 'அஸிஸ்டென்ட் டைரக்டர் சொல்றாரே'ன்னு சொன்னேன். பக்கத்துல நின்ன ஏஓ ஆபிஸருங்க ஆயிரம் சொல்லுவாங்க... ஒனக்கு இமிடியட் பாஸ் ஹெட்கிளார்க்தான். சொல்றதைச் செய்'னு சொன்னாரு... அவங்களும், தபால் தலைங்க அதிகமாய் ஆகுதேன்னு தான் சொன்னாங்க..."

சரவணன், எழுந்திருக்கப் போகிறவன்போல், நிமிர்ந்தான். ஆச்சரியம், முகத்தில் தாண்டவ மாடியது.

"என்னம்மா நீங்க... மெமோ கொடுக்கும்போது இதைச் சொல்லியிருக்கலாமே... நான் ஒங்கள களிமண்ணுன்னுல்லா நினைச்சுக் கொடுத்தேன்."

"நான் களிமண் இல்ல கிராஜுவேட்"

"நீங்க களிமண்ணு இல்லன்னு ஒத்துக்க மாட்டேன். என்கிட்ட ஏன் இதைச் சொல்லல?"

"எப்படி ஸார்.... காட்டிக் கொடுக்கது?"

"இப்போ மட்டும் சொல்றீங்க?"

"இனிமேல் சொல்லாட்டால் வேலைக்கே... ஆப..."

சரவணன், அப்போதுதான் அவளை ஒரு பொருட்டாகப் பார்த்தான். தேறாத கேஸ் என்று அவன் தள்ளி வைத்திருந்த அவள் மனம் எவ்வளவு விசாலமாய் இருக்குது! இதுபோல் மூளையும் அழுத்தமாய் இருந்தால், எவ்வளவு அருமையாய் இருக்கும். மனமும், மூளையும் வடமிழுக்கும் போட்டி போல் ஒன்றை ஒன்று தன்பக்கம் இழுக்கப் பார்க்கும் காலமிது. மூளைக்காரர்கள். இதயத்தை மூளையிடம் ஒப்படைத்து, மற்றவர்களுக்கு இதய நோயை ஏற்படுத்துகிறார்கள்... விசாலமான இதயக்காரர்கள். மூளையை 'சுத்தமாக' வைக்கிறார்கள். 'பேலன்ஸ்' இல்லாத மனிதர்கள்... மனிதச்சிகள்...

சரவணனும், அவளை 'பேலன்ஸ்' இல்லாமல் பார்த்தான். அறிவுபூர்வமாகப் பார்க்காமல், இதயபூர்வமாகப் பார்த்தான். இவள் அரட்டையடித்துக் கேட்டதில்லை. எவரையும் ஒரு மாதிரி பார்ப்பதைப் பார்த்ததில்லை. லேட்டாக வந்ததில்லை. இந்த அலுவலகத்தில் தன்னிடம் வந்து மற்றவர்களைப் புறம் பேசாதவர்களே கிடையாது. ஆனால் இவள்...

"எங்கே படிச்சீங்க...?"

"மதுரையில்... காலேஜ்ல..."

"நீங்க கிராஜுவேட்டா..."

"எக்னாமிக்ஸ்ல, ஹை செகண்ட் கிளாஸ் ஸார்..."

"ஸ்டாப் செலக்ஷன் கமிஷன் எழுதித்தானே வந்தீங்க?"

"ஆமாம், ஸார்... யூ.டி.ஸியாய் செலக்ட் ஆனேன், ரெண்டு வருஷத்துக்கு முன்னாலேயே..."

“யூ.டி.ஸியாய் சேர்ந்திருக்கீங்க.... அப்புறம் ஏன் இந்த டஸ்பாச்சை கட்டிட்டு அழுகிறீங்க? ஏன்னு... சொல்லுங்க...”

“இதத்தான் கொடுத்தாங்க...”

“நீங்க கேட்கலியா...”

“கேட்டேன்... “கோட்டாவுல’ வாரவளுக்கு கொட்டேஷன் வராதுன்னு சொன்னாங்க.”

“ஐ.ஸீ... நீங்களும் வேலையை தெரிஞ்சுக்க விரும்பல...”

“கேட்டுப் பார்த்தேன்.... சொல்லிக்...”

“நான் மெமோ கொடுத்தேனே..... அந்த ஆபீஸ் காபியை ரிஜிஸ்டர்ல எழுதச் சொன்னாங்களா? ஒங்க கிட்டே கையெழுத்து வாங்கினாங்களா?...”

“ஆமாம் ஸார்...”

“என்ன?என்ட்ரி’ போட்டாங்களா? கையெழுத்தும் வாங்குனாங்களா? யூஸ்லெஸ்...”

“ஆமா. யார்... எதுக்காக...”

“ஒண்ணுமில்ல... நீங்க போகலாம்...”

அன்னம், தயங்கித் தயங்கி நடந்தாள். ‘யூஸ்லெஸ் என்றாரே... சீ என்றாரே... யாரை? யாரைச் சொல்றார்.... என்னைத்தான்... என்னையேதான்...”

சரவணன், காலிங் பெல்லை அழுத்தினான். ஓடிவந்த பியூனிடம், ‘ஹெட் கிளார்க்கையும், ‘ஏ.ஓ.வையும் அன்னத்தோட பெர்சனல் பைலோட வரச்சொல்லுங்க...” என்றான்.

சரவணன் அந்தக் ‘கான்பிடன்ஷியல் கவரைப் பிரிக்கப் போனான். இப்போ அவங்க வருவாங்க. அப்புறம் படிக்கலாம். என்ன பெரிய கான்பிடன்ஷியல்... அந்தரங்கக் குறிப்பேடாய் இருக்கும்... இல்லைன்னா... ‘செக்யூரிட்டி ஏற்பாடு எப்படின்னு’ கேட்டிருப்பாங்க...’

நிர்வாக அதிகாரி சௌரிராஜனும், தலைமை கிளார்க் பத்மாவும் ஜோடியாக வந்து, ஜோடியாகவே உட்கார்ந்தார்கள். அவருக்கு ஐம்பது வயதிருக்கும். காதோரம் தெரிந்த நரை, அவர் தலைக்கு டை அடித்திருப்பதைக் காட்டியது. இந்த லட்சணத்தில் லேசாக ஒரு சின்னக்குடுமி. வெளியே தெரியாது. பத்மாவுக்கு,

முப்பத்தைந்து தேறும். அவள் போட்டிருந்த பிராவுக்கு 'இருபது' இருக்கும். அவனுக்கு எப்படியோ... அவள் கவர்ச்சிதான். சௌரிராஜன், சீல் கவரைப் பார்த்தபடியே கேட்டார்.

"இது அன்னத்தோட பெர்சனல் பைல் ஸார்... என்ன ஒரு நாளும் இல்லாமல் லேட்டு...?"

சரவணன் பதிலளிக்கவில்லை. அவன் கரங்கள் அன்னத்தின் பெர்சனல் பைலைப் புரட்டின. அவன் கொடுத்த 'மெமோ', அவள் 'பெற்றுக் கொண்டேன்' என்று எழுதிக் கையெழுத்திட்ட வாசகத்தோடு கெட்டியாக இருந்தது. எரிச்சலை அடக்கியபடியே கேட்டான் :

"அன்னத்துக்குக் கொடுத்த மெமோவை பைல்ல போடவேண்டாம். கிழிச்சிடுங்கன்னு சொன்னேன். நல்லாத்தான் வச்சிருக்கீங்க..."

"நாம் கையெழுத்துப் போட்டதை நாமே கிழிக்கப்படாது ஸார். அப்புறம் ஆபீஸ்ல குளிர் விட்டுடும்."

"குளிர் விடாமல் இருக்கத்துக்கு... கொடுத்தது மாதிரி மெமோ... அந்தக் குளிர்... மலேரியா ஜுரமாய் மாறாமல் இருப்பதற்கு, அதை, அவங்களுக்குத் தெரியாமல் கிழிக்கிறது... இது சட்ட விதிகளுக்குப் புறம்பானதுதான். ஆனால் அதன் உணர்வுக்கு எதிரானது அல்ல... குறைந்த பட்சம். 'ஒங்க மெமோவை கிழிக்கப்படாதுன்னு நீங்க என்கிட்டேயே சொல்லியிருக்கலாம்... நீங்க இப்படி நடப்பிங்கன்னு நான் நினைக்கல... திருக்குறளில் 'கடிதோச்சி மெல்ல எறிக'ன்னு ஒரு இடத்துல வரும். கீழே இருப்பவங்களை கன்னத்துல அடிக்கலாம். வயித்துல அடிக்கப்படாது என்று அர்த்தம் அதுக்கு."

"நீங்க இப்படிப் பேசுவீங்கன்னு நானும் நினைக்கவே இல்ல ஸார். நம்முடைய கையெழுத்தை நாமே கிழிக்கப்படாதுன்னு தான்..."

"சரி... இந்த ஹெட்கிளார்க் மேடத்துக்கு போனவாரம் ஒரு மெமோ கொடுத்தேன். அதுலயும் அழுத்தமாய்த்தான் கையெழுத்துப் போட்டேன். அப்போ.... அதை நீங்க எடுத்துட்டு வந்து 'பாவம். குட் ஒர்க்கர் ஸார். டிஸ்கரேஜ் பண்ணப்படாது'ன்னு சொன்னீங்க. கிழிச்சுப் போடுங்கன்னு சொன்னேன். நல்லாத்தான் கிழிச்சிங்க... பட்... அன்னமுன்னு வந்தால்..."

சௌரிராஜன் திண்டாடிப் போனார். பத்மா தலை காட்டினாள்.

"நானே யோசித்தேன்... இந்த அன்னம்... ரெண்டு வருஷமாய் வேலை பார்க்கிறாள். தானாய் செய்யத் தெரியாட்டாலும் சொல்றதையாவது செய்யணும்... நாலு லெட்டருங்களையும் ரிஜிஸ்டர்ல அனுப்பச் சொன்னீங்க... ஆர்டினரியாய் அனுப்புறாள். 'சௌநா மார்ட்' கம்பெனிக்காரன். டைரக்டருக்கு ஏதாவது புகார் கொடுத்து, அதுல... கம்பெனிக்காரன். டைரக்ட ருக்கு ஏதாவது புகார் கொடுத்து, அதுல... 'என்னோட குறைகளைச் சுட்டிக் காட்டி ஒரு லெட்டர் கூட வரலனு எழுதினால்... நீங்கதான் மாட்டிக்கணும்... அதனாலதான் யோசித்தேன்."

திடீரென்று பத்மா உதடுகளைக் கடித்தாள். அவள் முதுகை நிர்வாக அதிகாரி பிராண்டுவதையும் சரவணன் கவனித்தான். கோபத்துடன் கேட்டான்.

"நீங்க பெரியவங்க எனக்காக யோசித்ததுல மகிழ்ச்சி. அதை என்கிட்டேயும் முன்னாலேயே சொல்லி இருந்தால் இன்னும் மகிழ்ச்சியாய் இருக்கும்..."

அவன் எந்த அர்தத்தில் சொல்கிறான் என்பது புரியாமல் பத்மா விழித்தபோது, சௌரிராஜன் சமாளித்தார்.

"இப்போ என்ன ஸார் வந்துட்டு... இதோ நானே கிழிச்சுடுறேன்."

"நோ... நோ... நான் இன்னும் ஒரு முடிவுக்கு வர்ல... போகட்டும்... அன்னத்தோட அபீஷியல் டிஸிக்னேஷன் என்ன?"

"யு.டி.ஸி... "கோட்டாவுல' வந்தவள்..."

"ஐ.ஸி... அப்புறம் 'அக்கௌண்ட் செக்ஷனில்' இருக்கிற சந்தானத்தோட டிஸிக்னேஷன்?"

"எல்.டி.ஸி."

"ஸ்டாப் செலக்ஷன் கமிஷன் மூலம் வந்தாரா?"

"வர்ல... ஆனால் வேலையில் சூரன்... நாலு வருஷமாய் டெம்பரரியாய் இருக்கான். நாமதான் ஏதாவது..."

"நான்கு வருஷமாய்... எல்.டி.ஸி வேகன்ஸி இருக்குதுன்னு ஆபீஸ்ல இருந்து கமிஷனுக்குத் தெரியப்படுத்தலேன்னு நினைக்கிறேன்."

"ஆமா ஸார்... அப்படி எழுதுனால்... பாவம் சந்தானத்துக்கு வேலை போய்விடும். இன்னும் ஒரு வருஷம் தள்ளிட்டால்... டிபார்மெண்டுக்கு எழுதி, ரெகுலரைஸ் செய்திடலாம்."

"குட்... செய்யணும்... அப்புறம் இந்த அன்னத்துக்கு வேற செக்ஷன் ஏதாவது கொடுத்தீங்களா...?"

"அதுக்கு ஒரு இழவும் தெரியாது ஸார்... டெஸ்பாட்சையே சரியாய் பார்க்கத் தெரியல்ல..."

"என் கேள்வி... எந்த செக்ஷனையாவது கொடுத்தீங்களா என்கிறதுதான்..."

"கொடுக்கலே ஸார்... விஷப் பரிட்சை நடத்த முடியுமா? முயலைப் பிடிக்கிற நாயை மூஞ்சைப் பார்த்தாலே தெரியுமே..."

"ஸோ... அதனால... அந்தப் பெண்ணுக்கு விஷத்தைக் கொடுத்திட்டிங்க... முயலைத் துரத்துவது மாதிரி அவளைத் துரத்துறீங்க... தண்ணீருக்குள் பார்க்காமலே... அவளுக்கு நீச்சல் தெரியாதுன்னு ஒரு முடிவுக்கு வந்திட்டிங்க..."

"ஸார்... ஸார்... ரொம்ப இன்ஸல்டிங்காய்..."

"நான் பேசுறது இன்ஸல்டுன்னால், நீங்க செய்தது மானக் கொலை... எஸ்.எஸ்.எல்.சி. படித்த ஒரு சந்தானத்தை எப்படியோ வேலையிலே சேர்த்து, அக்கௌண்ட்ஸைக் கவனிக்கச் சொல்லலாம்... அவரு இருக்கிற கிளார்க் வேலையை... ஸ்டாப் செலக்ஷன் கமிஷனுக்கு முறைப்படித் தெரியப்படுத்தாமல், சட்டவிரோதமாய் இருக்கலாம்... அப்புறம் நாலைஞ்சு வருஷத்துக்குப் பிறகு... அந்த சட்ட விரோதத்தையே ஆதாரமாக்கி... சட்டப்படி அவரை நிரந்தரமாக்கலாம்... அதே சமயம்... ஒரு கிராஜுவேட் பெண்... கமிஷன்ல பரீட்சை எழுதி பாஸாகி... இண்டர்வியூவில் தேறி... யு.டி.ஸி.யாய் வாராள்... அவளுக்கு விசாரணை இல்லாமலே தீர்ப்பளிக்க, சமஸ்கிருத மந்திரம் மாதிரி சட்டதிட்டங்களை மறைச்சு, அவளை கன்டெம்ட் செய்து டெஸ்பாட்ச்லே போட்டுடலாம். ஏன்னா...

சந்தானம் பட்டா போட்டு வேலைக்கு பரம்பரையாய் வாரவரு... அன்னம் கோட்டாவுல வந்தவள்... அப்படித்தானே ஸார்...?"

"ஸார் ரொம்ப இன்சல்டிங்கா..."

"ஓங்ககிட்ட வேற எப்படிப் பேசுறது? ஓங்களுக்கு ஹரிஜனப் பெண்ணுன்னால், ஒன்றும் தெரியாதுன்னு நினைக்கிற சட்டவிரோத சமூக விரோத சிந்தனை. ஆல்ரைட்... நான் சந்தானத்தையும் காப்பாத்துவேன். அன்னத்தோட அபிஷியல் நிலையையும் காப்பாற்றணும். சந்தானத்தை டெஸ்பாட்ச் செக்ஷன்லே போடுங்க... ஆபீஸ் ஆர்டர் போட்டாகணும் அன்னம் 'நேட்டிவ் இண்டலிஜெண்ட்' கேர்ல... படித்த ஹரிஜனங்களோட திறமை, வெட்டியெடுக்கப்படாத தங்கம் மாதிரி... தூசி படிந்த கண்ணாடி மாதிரி... நாம் தங்கத்தை வெட்டியெடுக்கணும்; ஏதோ ஒரு பித்தளை இருக்குதுன்னு தங்கத்தை புதைச்சுடப் படாது... கண்ணாடியைச் துடைச்சுப் பார்க்கணும்... கைக் கண்ணாடி போதுமுன்னு, அதை உடைச்சுடப் படாது. இந்த மாதிரி வேற ஏதும் கோளாறு இருக்குதா...?"

"இல்ல ஸார்... அன்னம் கோளாறுதான்..."

"அன்னம் கோளாறுயில்ல... ஆபீஸ்தான் கோளாறு. நானும் ஏழைக் குடும்பத்துல, ஹரிஜனங்களோட மோசமான பேக்ரவுண்டில் வந்தவன். எனக்குத் திறமை இருக்குதுன்னு நீங்க ஒத்துக்கிட்டால்... அன்னத்திடமும் அடையாளம் காணாத திறமை இருக்குமுன்னு நீங்களே ஒத்துக்கப் போறீங்க. ஓ.கே. ஆபீஸ் ஆர்டர் இஷ்ஷூ பண்ணுங்கோ... நான் இன்றைக்கே எப்படியும் கையெழுத்துப் போட்டாகணும். அன்னத்தோட பெர்சனல் பைல் இங்கேயே இருக்கட்டும்..."

அஸிஸ்டெண்ட் டைரக்டராக ஆவதற்கு ஆசைப்பட்ட செளரிராஜனும், அவரது இதயத்தில் இடம் பிடித்திருப்பதுபோல், அவர் இப்போது அமர்ந்திருக்கும் நாற்காலியையும் பிடிக்க நினைத்த பத்மாவும் பயந்து போனார்கள். அவர்களின் 'அந்தரங்கக் குறிப்பேடுகளில்' கை வைத்துவிட்டால்..."

"இந்த அன்னம் திமிர்பிடிச்ச சேரிக்கழுதை... இந்த கிறுக்கன் கிட்டே என்னவெல்லாமோ சொல்லிக் கொடுத்திருக்காள. இருக்கட்டும்... இருக்கட்டும்... எத்தனை நாளைக்கு இந்த

சரவணன் ஆட்டம்? இதோ... இந்தக் கவரை உடைச்சுப் பார்த்தாமுன்னால், தெரியும்... ஒரேயடியாய் உடையப் போறான்... அணையப்போற விளக்கு கொழுந்துவிட்டு எரிகிறது மாதிரி குதிக்கான்."

சௌரிராஜனும், பத்மாவும் கொந்தளிப்போடு போனபோது, சரவணன் அந்த ரகசிய உறையைக் கிழித்து, ரகசிய ரகசியமான கடிதத்தை அம்மணமாக்கினான். 'விடுநர்' முகவரியைப் பார்த்து, நெற்றி சுருங்கியது. படிக்கப்படிக்க உதடுகள் துடித்தன. கண்கள், உடனடியாக எரிந்தன. தொண்டைக்குள் ஏதோ ஒன்று பூதாகாரமாய் மேலும் கீழும் நகர்வது போலிருந்தது. ஏதோ ஒரு சுமை, ஆகாயத்தில், இருந்து எழுந்து அவன் தலையை அழுத்தப் பற்றியது போலிருந்தது. எதிர்பாராத அதிர்ச்சி... எண்ணிப் பார்க்க முடியாத கடிதம். அவனின் மூன்றாண்டு கால அலுவலக அனுபவத்தில், இப்படி ஒரு கடிதம் மற்றவர்களுக்கு வந்ததாகக் கூட அவன் அறிந்ததில்லை.

சரவணன், தன்னையறியாமலே எழுந்தான். எவரிடமாவது சொல்லியாக வேண்டும். கதவுக்கு வெளியே எட்டிப் பார்த்தான். பிறகு குறுக்கும் அந்த அறைக்குள்ளேயே நெடுக்குமாய் அலைந்தான். மீண்டும் இருக்கையில் உட்கார்ந்து, அந்தக் கடிதத்தை எடுத்தான். துஷ்டி ஓலைபோல் வந்த அதையும் கிழிக்கக்கூடப் போனான். வாய் பின்னி விரிந்தது. கைகள் பின்னி, ஒன்றை ஒன்று நெரித்துக் கொண்டன.

திடீரென்று இரண்டு பேர் வந்து, உள்ளே நுழைகிறார்கள். தன்னையும், சமூக நெறிகளையும் தேடிக் கொண்டிருந்த அவன் தனிமையைப் பன்மையாக்கினார்கள். ஒருவர், அவன் தூரத்து உறவு; பள்ளிக்கூட மேனேஜர்; இன்னொருவர் காண்டிராக்டர்; ஜெகதலப் புரட்டர்கள். சரவணன், மனத்தைத் திடப்படுத்திக் கொண்டான்.

"உட்காருங்க..."

"எங்களை ஞாபகம் இருக்குதா..?"

காண்டிராக்டர் கண்ணடித்துப் பேசினார்.

"அவனுக்கு இப்போல்லாம் கண்ணு தெரியுமா..."

"எப்படி இருக்கீங்க..."

“நாங்க என்னப்பா.... கிராமத்து ஆட்கள்... ஒன்னை மாதிரியா ஆயிரம் ஆயிரமாய் சம்பாதிக்கோம்?”

“எப்போ... வந்தீங்க?”

“ஒரு விஷயமாய் வந்தோம்... அப்படியே ஒன்னையும் பார்த்துட்டுப் போகலாமுன்னு வந்தோம்.... இவரை பொதுப்பணித்துறையில் பிளாக்லிஸ்ட் செய்திருக்காங்க... ஆறுமாதமாய் காண்டிராக்ட் வராமல் அவஸ்தைப் படுறார்... நீ.. அந்த டிபார்ட்மெண்ட்ல... யாருக்காவது...”

“எனக்கு யாரையும் தெரியாதே...”

“செகரட்டேரியட்ல கேட்டோம்... ஒன்கூட முஸொரிவிலயோ எதுலயோ டிரெயினிங் எடுத்தவரு... அந்த டிபார்ட்மெண்ட்ல டெபுடி செகரட்டரியாய் இருக்கார்... பெயர்... கமலேக்கர்...”

“கமலேக்கரா? நல்ல பையன்... நேர்மையானவன்...”

“ஒரு சின்ன போன் போட்டு...”

“இவர் என்ன தப்புப் பண்ணுனாராம்?”

“என்னத்தையோ ஒரு கட்டிடத்தை சரியாய் கட்டலியாம்... எவன் யோக்கியமாய் கட்டுறான்?”

“டில்லிலயும், பெங்களூர்லயும்... ரெண்டு கட்டிடங்கள் இடிஞ்சு... பலர் செத்தாங்க பாருங்க... அது மாதிரி ஆகப்படாது பாருங்க...”

“என்னமோப்பா... எதாவது செய்... விதி முடிஞ்சவன் சாவான்.”

“கமலேக்கர். இதுல ரொம்ப கண்டிப்பு...”

“சும்மா பேசிப் பாரேன்.”

“இந்த மாதிரி விஷயத்துல, நான் அதைவிடக் கண்டிப்பு”

“ஏதோ ஊர்க்காரனாச்சேன்னு வந்தோம்... ஒனக்கு இப்போ... எங்கே கண்ணு தெரியும்?”

சரவணன் வெடித்தான் :

“நீங்க என்னமோ.... நான் ஊர்ல பட்டினி கிடக்கும் போது... தானம் செய்தது மாதிரியும், நான் அதுல படிச்சுட்டு, இப்போ நன்றி இல்லாதது மாதிரியும் பேசுறீங்க... ஊருக்கு எத்தனையோ தடவை வந்திருக்கேன். ஒங்க ரெண்டு பேர்ல... யாராவது

'எப்போ வந்தேன்'னு கேட்டிருப்பீங்களா? நல்ல விஷயங்களுக்கு வந்தால் செய்யலாம்... ஒங்க அயோக்கியத் தனத்துக்கு நான் உடந்தையாக இருக்க முடியுமா? அப்புறம் வேற எதுவும் விஷயம் உண்டா? நான் இப்போ பிஸியாய் இருக்கேன்..."

ஊரிலிருந்து வந்தவர்கள், வாயடைத்துப் போனார்கள். பிறகு, சிறிதுநேரம் கடித்துக் குதறுவது மாதிரியாக அவனையே பார்த்துவிட்டு, இருவரும் சேர்ந்தாற்போல், வாசலுக்குள் நுழைந்து, அப்புறம் ஒருவர் பின் ஒருவராக வெளியேறினார்கள். சிறிது நேரம்வரை, தன்னை மறந்த சரவணனுக்கு, அப்போதுதான் நிலைமை புரிந்தது. 'அவர்கள் அயோக்கியர்கள்தான். ஏழை பாளைகள் வயிற்றில் அடிப்பவர்கள்தான்... ஆனாலும், இவர்கள் பேச்சே இப்படித்தான். இவர்களை இப்படிச் பேசி அனுப்பியிருக்கக் கூடாது.. சொன்ன கருத்தையே, வேற மாதிரி சொல்லி இருக்கலாம். எனக்கு... என்ன வந்தது? இன்றைக்கு என்ன வரணும்? இந்த லெட்டரைவிட வேற என்ன வரணும்...?

சரவணன், நாற்காலியில் சாய்ந்து கொண்டான். சில சமயம் கோபத்தால் அதன் நுனிக்கு வந்தான். பின்னர், உணர்வுகளை கட்டுப்படுத்தியே மீண்டும் நாற்காலியில் அப்படியே சாய்ந்து கொண்டான். திடீரென்று எதையோ நினைத்துக்கொண்டு, அந்தக் கடிதத்தைப் படித்தான். பல், தற்செயலான சம்பவங்கள் அவன் மனத்தில் நிழலாடின. எல்லாம் திட்டமிட்டு எழுதப்பட்டிருப்பது போல் தோன்றுகிறது. சௌரிராஜன் சொல்லச் சொல்ல, இந்த பத்மா எழுதியிருப்பாள். அவன் கையெழுத்திப் போட்டிருப்பான். வெளியே மனித நேயர்களாய் சிரித்தபடியே, உள்ளுக்குள் ஒநாய்த்தனத்தை மறைத்துக் கொள்ள இவர்களால் எப்படி முடிகிறது? 'சீ... நாயும் பிழைக்கும் இந்தப் பிழைப்பு' என்ற பாரதியார் பாடலைத்தான் இவர்களுக்குப் பாடிக் காட்டணும்... அப்போவும்... பாட்டைக் கேட்டதுக்குக் கூலி கேட்கும் ஜென்மங்கள்.

சரவணன். நிதானப்பட்டான். கால்மணி நேரம் நாற்காலியில் சாய்ந்து கிடந்தான். இது போராடித் தீரவேண்டிய பிரச்சினை. அறிவை ஆயுதமாகவும், நேர்மையைக் கேடயமாகவும் வைத்து, இரண்டில் ஒன்றைப் பார்க்க வேண்டிய பிரச்சினை. கடைசியில் ஆபீஸ் பியூன்கள் அடைக்கலமும், சிதம்பரமும் கூட காலை

வாரிவிட்டதுதான் அவனுள் தாளமுடியாத அதிர்ச்சியை ஏற்படுத்தியது. சரவணன், கால்மணி நேரம், நாற்காலியில் சாய்ந்து கிடந்தான். பிறகு, பியூன்களை வரவழைத்தான்.

“கூப்பிட்டீங்களாமே ஸார்...”

“சிதம்பரம்!... ஒங்களுக்கு ஞாபகம் இருக்குதா... மூன்று மாதத்துக்கு முன்னால, என் குடும்பத்தோட தட்டுமுட்டுச் சாமான்களை... ரயில்வே நிலையத்தில் இருந்து, வீட்டுக்குக் கொண்டு வருவதற்கு டெம்போ எங்கே பிடிக்கலாமுன்னு ஒருத்தருக்கு போன்ல கேட்டேன்... உடனே, அடைக்கலம் குறுக்கே வந்து, ‘நம்ம காண்டிராக்டர் கிட்டயே, டெம்போ இருக்குது, தூக்கிட்டு வாடான்னு சொன்னால் வாரான்’னு சொன்னது ஞாபகம் வருதா?”

“ஞாபகம் இருக்குது ஸார்... நல்லாவே இருக்குது.”

“உடனே நான், கம்பெனிக்காரன் சமாச்சாரம் வேண்டாம். வேற கம்பெனியைப் பாருங்கன்னு சொன்னேனா... இல்லியா?”

“ஆமாம் ஸார்... சொன்னீங்க...”

“அப்புறம்... சிதம்பரம் கைல நூறு ரூபாய் நோட்டைக் கொடுத்து... டெம்போவுக்கு ஏற்பாடு செய்யச் சொன்னேன்... நீங்க ரெண்டுபேரும் சாமான்களை இறக்கிப் போட்டுட்டு... மறுநாள் என்கிட்டே 14 ரூபாய் 70 பைசா மிச்சமுன்னு நீட்டினீங்க... நான், உடனே ஒங்களையே அந்தப் பணத்தை வச்சுக்கச் சொன்னேன்... இல்லையா?”

“ஆமாம் ஸார்...”

“சரி... இப்போ எனக்கு ஒண்ணு தெரியணும்... எந்தக் கம்பெனி டெம்போவை ஏற்பாடு செய்தீங்க? சொல்லுங்க அடைக்கலம்...”

“வந்து... வந்து... பேர் மறந்துபோச்சு ஸார்...”

“நான் சொல்றேன்... காண்டிராக்டர் டெம்போவை எடுத்துட்டுப் போனீங்க... இல்லையா? தலையைச் சொறியாதீங்க... சொல்லுங்க...”

“ஆமா ஸார்...”

"ஆனால், அவருக்கு டெம்போ சார்ஜ் கொடுக்கல... ஆபீஸருக்குத்தானே'ன்னு, அவரும் சும்மா இருந்துட்டார்... இல்லையா?"

"நான்... நான் கொடுக்கத்தான் செய்தேன் ஸார்... அவரு... வாங்கமாட்டேன்னுட்டாரு..."

"இதை என்கிட்ட சொன்னீங்களா? 14 ரூபாய் எழுபது பைசான்னு. கணக்காய் வேற கொடுத்தீங்க..."

சிதம்பரம் அடைக்கலத்தைச் சாடினார்.

"அட பாவிப்பயலே.... படுபாவியே.... அய்யாகிட்டயும் பிராடுத்தனம் பண்ணிட்டியா? ஸார்... இந்த பிராடுகிட்ட..... அன்றைக்கே சொன்னேன்... "யார் கிட்ட வேணுமுன்னாலும் பிராடு பண்ணுடா... ஆனால் இந்த சரவணன் சாரு நேர்மையாய் இருக்கிறவரு அவர் பேச்சும் நடையும் நல்லாவே காட்டுது. வாணான்டா வாணாண்டான்'னேன்... சத்தியமாய் சொல்றேன் ஸார்... அன்றைக்கு நான் வெளியூர் பூட்டேன்.... பாக்கித் தொகையை ஒங்ககிட்டே கொடுக்கதுக்கு.... என்னையும் ஏன் ஒங்க கிட்டே கூட்டிட்டு வந்தாமுன்னு இப்போதான் புரியுது... நீங்க கொடுத்த மீதிப் பணத்துல ஒரு சிங்கிள் டீதான் வாங்கிக் கொடுத்தான் ஸார்... இப்ப என்ன ஸார்... பழையதுல்லாம்..."

"ஒண்ணுமில்ல.... ஆனால், அடைக்கலம் இப்படி செய்திருக்கப்படாது... அதுவும் இந்த மாதிரி ஒரு பெயரை சுமந்துகிட்டு...."

"ஏய்.... பிராடு.... அய்யா மன்சு எவ்வளவு உடைஞ்சிருந்தால் இப்படிப் பேசுவாரு.... இவரு கிட்டயே பிராடுத்தனம் பண்ணிட்டியேடா... வெளில வா..."

"இந்த விஷயம் வெளில போகப்படாது... யார் கிட்டயும் சொல்லப்படாது."

"ஆமாம் ஸார்... இங்க ஆளை விக்கிற பசங்க ஜாஸ்தி..."

பியூன் அன்பர்கள் போய்விட்டார்கள். சரவணனுக்கு என்ன செய்வதென்று புரியவில்லை. இந்த சிதம்பரத்தால் எழுந்துள்ள பிரச்சினைக்கு எப்படிப் பதிலளிப்பது? அவனை எப்படிக் காட்டிக் கொடுப்பது?

சரவணன், அன்னத்தின் பெர்சனல் பைலைப் புரட்டினான். இறுதியில், அவன் கொடுத்த மெமோ இருந்தது. இதை மேலிடத்திற்கு எடுத்துச் சொன்னால், அவன் காண்டிராக்டருக்கு அனுப்பிய தாக்கீதுகள் உறுதிப்படும். சரவணன் யோசித்தான். அப்படி எழுதினால் அவளுடைய 'மெமோவையும்' கிழிக்க முடியாது. அவளும், அப்புறம் உத்தியோகத்தில் தேற முடியாதே. மற்றவங்களுக்கு டில்லியில் ஆட்கள் உண்டு. இவளுக்கு இவள்தானே... அதுக்கு என்ன செய்யுறது? தனக்கும் போகத்தான் தானம்.... நானே மாட்டிக் கொள்ளும்போது, யார் மாட்டினால் என்ன...., மாட்டாவிட்டால் என்ன?

சரவணன், சிந்தனையுள் மூழ்கினான்... நீண்ட நேரத்திற்குப் பிறகு, ஒரு முடிவுக்கு வந்ததுபோல், தலையை ஒரு தடவை ஆட்டிவிட்டு, அன்னத்திற்குக் கொடுக்கப்பட்ட 'மெமோவில்' மடமடவென்று எழுதினான். பிறகு, எழுதிமுடித்த கையோடு இன்டர்காமில் சௌரிராஜனுடன் பேசினான்.

"அக்கௌண்டண்ட். மிஸ்டர் ராமச்சந்திரனையும் கூட்டிட்டு வாங்கோ.... மிஸ் உமா.... நீங்களும் வாங்க..."

சௌரிராஜன், ராமச்சந்திரன், உமா ஆகியோர் வந்து உட்கார்ந்தார்கள். சரவணன், அவர்களை ஏற்ற இறக்கமாகப் பார்த்துவிட்டு, அந்த ரகசியக் கடிதத்தை உமாவிடம் கொடுத்தான். "சத்தமாய்ப் படிக்கணும்... அவங்க ரெண்டு பேருக்கும் சேர்த்துப் படிங்க..." என்றான்.

உமா அந்தக் கடிதத்தை அதற்குள்ளேயே மனப்பாடம் செய்துவிட்டு, "அட கடன்காரா..." என்றாள். பிறகு கடிதத்தைப் படித்தாள். ஆங்கில வாசகம்... அதன் அர்த்தம் இதுதான்....

"பேரன்புமிக்க டைரக்டர் அவர்களுக்கு,

உங்கள் சென்னை கிளை அலுவலகத்திற்கு, கடந்த பத்து ஆண்டுகளாக, குறித்த நேரத்தில், குறிப்பிட்ட எழுதுபொருள் சாமான்களை ஒப்பந்த அடிப்படையில் எம் கம்பெனி கொடுக்கிறது. இதில் கம்பெனிக்கு லாபம் இல்லையானாலும், அரசாங்கத்துடன் தொடர்பு வைக்கும் வாய்ப்பிற்காக, இந்தப் பணியைச் செய்து வருகிறோம். இப்போது இருக்கும் உதவி டைரக்டர் திரு. சரவணனைத் தவிர, இதற்கு முந்திய அதிகாரிகள், எங்களை வாயால்கூட குறை கூறியது கிடையாது.

வேரில் பழுத்த பலா

இது இப்படி இருக்க, அடுத்த காண்டிராக்டிற்கும் எம் கம்பெனியின் கொட்டேஷன்தான் மிகக் குறைந்தது. ஆனால் திரு சரவணன், எங்கள் கம்பெனி கொடுத்ததைவிட, ஆயிரம் ரூபாய் அதிகமாகக் கேட்டிருக்கும் 'சவுண்ட் ஸ்டேஷனரி கம்பெனி'யை சிபாரிசு செய்திருக்கிறார்.

திரு சரவணன் எம் கம்பெனிமேல் காட்டமாக இருப்பதற்குக் காரணம் உண்டு. நாங்கள் முறைகேடாக எதுவும் செய்து பழக்கமில்லாதவர்கள். திரு. சர்வணன், மூன்று மாதத்திற்கு முன்பு, எமது டெம்போ வண்டியைக் கேட்டார். வண்டியை அனுப்பினோம், (பில், எண் 616. நகல் இணைக்கப்பட்டுள்ளது. டெம்போ வண்டியின் லாக்புக் எக்ஸ்டிராக்டும் வைக்கப்பட்டுள்ளது) பில்லை அனுப்பினோம். ஆனால், திரு சரவணன் உதவி டைரக்டர் என்ற ஆணவத்தில், பணம் கொடுக்காதது மட்டுமில்லாமல், எங்களைப் பார்க்க வேண்டிய சமயத்தில் பார்க்கவேண்டிய விதத்தில், பார்த்துக் கொள்வதாக மிரட்டியதைக் கூட நாங்கள் பெரிதுபடுத்தவில்லை. பணத்தையும் வசூலிக்கவில்லை. இப்போதுதான் அவரது மிரட்டல் புரிகிறது. அவர், எம் கம்பெனிக்கு குறைகளைச் சுட்டிக் காட்டி, நான்கு தடவை கடிதங்கள் எழுதியதாகச் சொன்னது சுத்தப் பொய்; இதைத் தவிர, அவரிடம் வேறு எதையும் எதிர்பார்க்க முடியாதுதான். அவர் சிபாரிசு செய்திருக்கும் சவுண்ட் ஸ்டேஷனரி கம்பெனி. மோசடிக்குப் பெயர் போனது. இவருக்கு அடிக்கடி பணம் கொடுக்கிறார்கள். இதற்கான ஆதாரங்கள் எம்மிடம் உள்ளன. இவை, தேவையானால் கோர்ட்டுக்குக் கொண்டு போகப்படும்.

நல்லிதயம் படைத்த அக்கௌண்டண்டும், நிர்வாக அதிகாரியும் எம் கம்பெனிக்காக கொட்டெஷன்படி செய்த சிபாரிசு 'வரைவை' உதவி டைரக்டர் அடித்து விட்டு, எதேச்சாதிகாரமாய், வேறு கம்பெனியை சிபாரிசு செய்திருக்கிறார். நாங்கள், பல்வேறு தொழில்களை நடத்துவதால், இந்தத் தொழிலைச் சரியாகச் செய்ய முடியவில்லை என்று அவர் வாதிடுவதும் அனாவசியமானது. ஆதாரமற்றது. மாநில அரசு, எம் கம்பெனி மீது நடவடிக்கை எடுத்த சம்பந்தப்பட்ட விவகாரம், இப்போது கோர்ட்டில் உள்ளது. இது, கோர்ட்டை அவமதிக்கும் சட்டப்பிரச்சினையாகும். இதனை, திரு.

சு. சமுத்திரம்

சரவணன், உங்களுக்குத் தெரியப்படுத்தியது, அசல் அவதூறாகும்.

ஆகையால், சட்டப்படி, குறைந்த கொட்டேஷன் கொடுத்த எங்களுக்கு, காண்டிராக்ட் கொடுப்பதுடன், திரு. சரவணன் மீது ஒழுங்கு நடவடிக்கை எடுப்பீர்கள் என்று நம்புகிறோம்.

இப்படிக்கு,
சௌமி நாராயணன்
சௌநா ஸ்டேஷனரி மார்ட்டிற்காக

நீண்ட மௌனம்; தலைமையிடம், சரவணனிடம் 'காமென்ட்' கேட்டு எழுதிய கடிதம் புகார் கடிதத்துடன் இணைக்கப்பட்டிருந்தது. சரவணன் நிர்வாக அதிகாரியைப் பார்த்தான். சௌரி நாராயணன் கம்பெனியைச் சிபாரிசு செய்யக்கூடாது என்று அவன் தெரிவித்தபோது, அவர் படபடத்தும், துடிதுடித்தும், 'கிறுக்குப் பயல்.... ஆனால் நல்லவன் ஸார்.... பத்து வருஷமாய் நம்மோட தொடர்பு உள்ளவன் ஸார். பிழைச்சிட்டுப் போறான் ஸார்' என்று பட்டும் படாமலும், அப்போது பேசியது அவனுக்கு இப்போது நினைவுக்கு வந்தது. அவரை விட்டுவிட்டு, சரவணன், அக்கௌண்டண்ட் ராமச்சந்திரனைப் பார்த்தான். அந்தக் கம்பெனியில், இந்த ஆசாமி பார்ட் டைம் வேலை பார்ப்பதாய் பேச்சு அடிபட்டதே... உண்மையாய் இருக்குமோ? இந்த உமா இப்போ நகத்தைக் கடிக்கிறாள். சௌரி நாராயணன் வீட்டில், ஏதோ ஒரு விசேஷத்தின் போது இவள் போயிருந்தாளாம்.... போனதில் தப்பில்லை... ஒருவேளை அங்கே அவன் காதைக் கடித்திருப்பாளோ? அன்னத்திற்கு, நிர்வாக அதிகாரியும், தலைமை கிளார்க் பத்மாவும் போட்டிருந்த வாய்மொழி ஆணையையும் நினைத்துப் பார்த்தான். தாக்கீதுகளை ரிஜிஸ்டரில் அனுப்பாமல் தடுத்திருக்கிறார்கள்.

சரவணன் மௌனத்தைக் கலைத்தான்.

"இப்போ... எனக்கு அந்தக் கம்பெனிக்காரன் பெரிசில்ல.... எனக்குத் தெரிய வேண்டியது. நாம் தலைமை அலுவலகத்துக்கு ரகசியமாய் அனுப்பியதாக நம்பப்படும் கடிதத்தோட விவரங்கள். அவனுக்கு எப்படிக் கிடைத்தது என்பதுதான். எந்தக் கம்பெனியை சிபாரிசு செய்தோம். என்கிறதும், அந்தக்

கம்பெனியோட ரேட்டும் அவனுக்குத் தெரிஞ்சிருக்கு... நாலு தடவை போட்ட லெட்டரும் வர்லேன்னு அந்த சத்தியேந்திரன் எழுதியிருக்கான். போகட்டும். நாம் ஹெட் ஆபீஸுக்கு எழுதின லெட்டர், ஒங்க மூன்று பேருக்கும், எனக்குந்தான் தெரியும். நான் சொல்லியிருக்க முடியாது. யார் சொன்னது? ஆபீஸ் ரகசியம் வெளியில் போவது ஒரு ஸீரியஸ் சமாச்சாரம்..."

இந்த மூவரும் சீரியஸாக இருந்தார்கள். ஒவ்வொருவரும் சரவணனைப் பார்த்துவிட்டு, மற்ற இருவரையும் பார்த்துக் கொண்டார்கள். "நான் இல்லே... ஒரு வேளை... இவங்க இரண்டு பேருமாய் இருக்கலாம்."

இறுதியில் மலையைக்கூட வாய்க்குள் வைக்கும் திறன் கொண்டவர் போல் தோன்றிய செளரிராஜன் சாவகாசமாய் சொன்னார்.

"ஸார்... இந்த ஆபீஸ் ஒரு குடும்பம்..."

"தப்பு... குடும்பம் மாதிரி இருக்கணுமுன்னு சொல்லுங்க. இது இப்போ குடும்பமில்ல... மிருகங்கள் குடும்பம் குடும்பமாய் திரியுற காடு."

"எப்படியோ... நீங்க நினைக்கது மாதிரி இங்கே யாரும் காட்டிக் கொடுக்கிறவங்க கிடையாது. ஒரு வேளை, ஹெட் ஆபீஸ்ல எந்தப் பயலாவது... இந்த மொள்ளமாறி செளமிப் பயலுக்குக் காசுக்கு ஆசைப்பட்டு சொல்லியிருக்கலாமே... செளமி நாராயணனோட சட்டகர் ஒருத்தர் டெப்டி டைரக்டராய் வேற இருக்கார்."

"சரி.... அக்கௌன்டன்டும், நிர்வாக அதிகாரியும், செய்த சிபாரிசு வரைவை அடிச்சுட்டு, உதவி டைரக்டர் எதேச்சதிகாரமாய் எழுதியிருக்கார் என்கிறான். நீங்க எழுதின விவரம் மேலிடத்திற்குத் தெரியாது. சட்டப்படி தெரிய முடியாது..."

செளரிராஜன் உடம்பை நெளித்தார்.

"யார் ஸார் கண்டா? நான் இல்ல... அவ்வளவுதான் சொல்லமுடியும். நம்ம பியூன்கள் லேசுப்பட்டவங்கல்ல..."

"பியூன்களுமுன்னு சொல்லுங்கோ."

"பகவான் அறியச் சொல்றேன். நான் சொல்லியிருந்தால் என் நாக்கு அழுகிடும்."

உமா இடைமறித்தாள்.

"ஸார்.... ஏ.ஓ. சொல்றது... எனக்கும் சேர்த்துச் சொல்றது மாதிரி."

ஏ.ஓ. கோபப்பட்டார்.

"என்னம்மா.... நீ ஒனக்கு வேணுமுன்னால்... நீ தனியாய்ச் சொல்லு..."

"எனக்கு நாக்கு..."

'சரவணன், கடுமையாகச் சொன்னான்:

"நம்ம பிரச்சினை நாக்குப் பிரச்சினையல்ல... லஞ்சப் பிரச்சினை... உண்மை எப்போதாவது தெரியத்தான் செய்யும்..."

செளரி உபதேசிக்கலானார் :

"அதைத்தான் ஸார் நான் சொல்ல வந்தேன்... பத்து வருஷத்துக்கு முன்னால... இதே ஆபீஸ்ல அக்கௌண்டண்டாய் இருந்தேன்... அப்புறம் இப்போ அஞ்சு வருஷமாய் நிர்வாக அதிகாரியாய் இருக்கேன்... இந்த அனுபவத்துல சொல்றேன் கேளுங்கோ... கெடுவான் கேடு நினைப்பான்.... நீங்க ஏன் இதுக்குப்போய் கவலைப்படுறீங்க? பிச்சு உதறிப்படலாம். செளமிப் பயல் கண்ணுல, விரலை விட்டு ஆட்டிடலாம்... செங்கோலுக்கு முன்னால சங்கீதமா? கொடுங்க ஸார் லெட்டரை... என்ன நினைச்சுக்கிட்டான்? கொடுங்க ஸார்... அதுவும் ஒங்களைப்போய் லஞ்சம் வாங்குறவர்னு சொல்லியிருக்கான் பாருங்க... இதுக்கே அவன் கம்பெனியை பிளாக் லிஸ்ட் செய்திடலாம்... இன்னைக்கே 'ஓ.டி. போட்டு.... அவனோட பழைய சமாச்சாரங்களை கிளார்க்குகளை வச்சு கிளறிக் காட்டுறேன் பாருங்கோ..."

"மன்னிக்கணும்... இனிமேல் இந்த விவகாரத்தை, நான் மட்டும் கவனிக்கிறேன். எனக்கு, அந்தக் கம்பெனி சம்பந்தப்பட்ட எல்லா ரிஜிஸ்டர்களையும் அனுப்புங்க... மிஸ்... உமா! பீரோ சாவியை கொடுங்கோ... நானே வச்சிக்கிறேன்..."

செளரிராஜன் முகத்தில் பேயறைந்தது. உமா முகத்தில் பிசாசு அறைந்தது. இந்த இரண்டுமே நான் தான் என்பதுபோல்

வேரில் பழுத்த பலா

அக்கௌன்டன்ட் ராமச்சந்திரன், அசையாமல் இருந்தார். சரவணன், வேறு வேலைகளைக் கவனிக்கத் துவங்கியதால், அந்த மும்மூர்த்திகளும் வெளியேறினார்கள்.

அரை மணி நேரமாகியும், சௌநா கம்பெனி சம்பந்தப்பட்ட எந்த ரிஜிஸ்டரும் வரவில்லை.... சரவணன் எழுந்து, கதவு முனையில் தலை வைத்தபடியே, “மிஸ்டர் சௌரி, இன்னுமா ரிஜிஸ்டருங்க கிடைக்கல?'' என்றான். திரும்பப் போய் உட்கார்ந்தான்.

ஒரு மணி நேரம் கழித்து ரிஜிஸ்டர்கள் வந்தன. ஒவ்வொன்றாய் புரட்டினான். ஒரு விவரமும் இல்லை. அவனே, வெளியே வந்தான்.

“அந்தக் கம்பெனியோட டெலிவரி ஷீட்டுக்கள் எங்கே...?”

அக்கௌண்டண்ட் பதிலளித்தார்.

“அதுதான்... டெலிவரி ரிஜிஸ்டர் இருக்குதே ஸார்.”

“அவர் கொடுத்த தேதியை நீங்க தப்பாய்ப் போட்டிருக்கலாம். நான் அதை செக்கப் பண்ணணுமே... கமான்... கொடுங்க... அதுங்கள்ல தானே கான்டிராக்டர் கையெழுத்து இருக்கும்.”

ராமச்சந்திரன் உளறிக் கொட்டினார்.

“தேடுறேன்... கிடைக்கல ஸார்.... ஒருவேளை ரிஜிஸ்டர்ல என்ட்ரி போச்சாச்சேன்னு கிழிச்சுப் போட்டுட்டேனோ என்னவோ...”

“லுக் மிஸ்டர் ராமு!... டெலிவரி பேப்பருங்க. ரிஜிஸ்டரைவிட முக்கியம். அது இல்லாட்டால் அவன் சொல்றதுதான் வேதவாக்கு. நீங்க அப்படி கிழிச்சிருந்தால் நீங்க சஸ்பெண்ட் ஆகவேண்டிய நிலை வரும். புரியுதா? இன்னும் ஒரு மணிநேரம் டயம் கொடுக்கிறேன்... அப்புறம் நீங்க அந்தக் கம்பெனிக்கு. பார்ட் டைமிற்குப் பதிலாய் நிரந்தரமாய் போயிடுவீங்க.”

சரவணனை, இதரப் பிரிவுக்காரர்கள் ஆச்சரியத்தோடு பார்த்தார்கள். நிர்வாக அதிகாரியே அசந்து விட்டார். ஆடிப் போவான் என்று நினைத்தால், ஆட்டிப் படைக்கிறான்! ராமச்சந்திரன், ‘அதுல’ பார்ட் டைமில் இருக்கது இவனுக்கு எப்படித் தெரியும்? எல்லாம் அதோ இருக்கானே, குத்துக்கல்லு மாதிரி தங்கமுத்து... அவன்தான் சொல்லியிருப்பான்.

சு. சமுத்திரம்

அன்னத்திற்கு, ஒன்றும் புரியவில்லை. அடடே... இந்த ஆளுக்கு, என்னைத்தான் விரட்டத் தெரியுமுன்னு நினைச்சேன். எல்லாரையும் விரட்டுறாரு... இந்த அக்கௌண்டண்டுக்கு வேணும். ஒரு தடவை. கொஞ்சம் சொல்லிக் கொடுங்க ஸார்னு நான் கேட்டதுக்கு, 'அவ்வளவு பகிரங்கமாவா கற்றுக் கொடுக்க முடியுமுன்'னு அசிங்கமாய் கேட்ட பயல்.... அப்போ, இந்தக் கிழட்டு சௌரியும் எப்படிச் சிரிச்சான்? ஆமாம். அஸிஸ்டெண்ட் டைரக்டர் ஏன் இப்படிக் கத்துறாரு? என்ன வந்துட்டு அவருக்கு?

எல்லோரையும் பார்த்த சரவணன், தன்னைப் பார்க்காமல் போனதில், அன்னத்திற்குக் கொஞ்சம் வருத்தம்தான்.

சரவணன், தனது அறைக்குப் போய், இருக்கையில் கைகளை ஊன்றாமல் அப்படியே உட்கார்ந்தான். சிறிது நேரம், நாற்காலியிலேயே முடங்கிக் கிடந்தான். அப்புறம், ஒவ்வொரு ரிஜிஸ்டராக, ஒவ்வொரு பேப்பராக படித்துப் படித்து, குறிப்பெடுத்துக் கொண்டான்.

மதிய உணவு நேரம், வெளியே எல்லோரும் கும்பல் கும்பலாய் கூடிப் பேசினார்கள். அன்னம், தனது டிபன் கேரியரை எடுத்து, பியூன் சிதம்பரத்துடன் பகிர்ந்து கொண்டாள். ஒருவருக்கொருவர் பிடிக்காத அலுவலர்கள் கூட, ஒருவரை ஒருவர் பிடித்தபடி பேசிக் கொண்டார்கள். தலைமைக் கிளார்க் பத்மா என்றால், உமாவுக்கு வேப்பங்காய். இப்போதோ, அவள் கன்னத்தை ஆப்பிள் மாதிரி தடவியபடியே பேசினாள். சௌரிராஜன், கொடூரமாகச் சிரித்துக் கொண்டார். நடுங்கிக் கொண்டிருந்த அக்கௌண்டண்டைப் பார்த்து, தைரியமாய் இருக்கும்படி சைகை செய்தார். 'இது, யோக்கியன் பயப்பட வேண்டிய காலம்; நீ பயப்பட வேண்டாம்' என்று அவன் காதில் போடப் போனார். பிறகு, அவனும் கொஞ்சம் பயந்து, தன்னிடம் சரணாகதியடையட்டுமே என்ற ஆசையில், அந்த ஆசாமியை கண்டுக்கவில்லை.

சரவணன், டிபன் காரியரைத் திறக்கவில்லை. டெலிவரி ரிஜிஸ்டர், பேமெண்ட் ரிஜிஸ்டர், பெனால்டி ரிஜிஸ்டர் என்று பல ரிஜிஸ்டர்கள்... இன்னும் ஒன்றைக் காணோம். அவனுக்கு ஆத்திரம் ஆத்திரமாக வந்தது. துள்ளிக் குதித்து வெளியே

வந்தான். சாப்பிட்டுக் கொண்டிருந்த சௌரியின் அருகே வந்தான்.

“மிஸ்டர் சௌரி, நாம் வினியோகிக்கிற எழுது பொருள்களோட தரமும் சரியில்ல... சரியான சமயத்துக்கும் வர்லேன்னு பல ஆபீஸ்கள்ல இருந்து வந்த புகார்களை... தனியாய் ஒரு பைல்ல போடச் சொன்னேனே... போட்டீங்களா?”

“இல்ல ஸார். அப்போ தேவையில்லைன்னு நினைச்சேன்.”

“அப்படி நினைத்தால்... நீங்களே தேவையான்னு நான் நினைக்கவேண்டியது வரும்...”

“ஸார்... நாலுபேர் முன்னிலையில், என் வயசுக்காவது...”

“ஐ ஆம் ஸாரி மிஸ்டர் சௌரி....நான் இங்கே கேட்டிருக்கப்படாதுதான்... பட், அந்தக் கடிதங்கள் எனக்கு வேணுமே...” –

“தேடிப் பிடிச்சுத் தாரேன் ஸார்... சாப்புடுறீங்களா ஸார்?”

“நோ... தேங்க்ஸ்...”

சரவணன். அறைக்குள் சிறையானான்.

நேரம் ஓடிக் கொண்டிருந்தது. வெளியே காலடிச் சத்தம் கேட்டு சரவணன், கடிகாரத்தைப் பார்த்தான். மணி மாலை ஐந்தா? நழுவப் போன ராமச்சந்திரனைக் கூப்பிட்டான். “டெலிவரி... ஷீட்டுங்க... என்னாச்சு?” என்றான்.

“நாளைக்கு... சத்தியமாய் தாரேன் ஸார்.”

“மறந்துடப்படாது... பீ கேர்புல்...”

சரவணன் கூப்பிடாமலே சௌரி வந்தார்.

“நாளைக்கு... எப்படியும் அந்த லெட்டருங்களை தேடிப் புடிச்சுத் தந்துடுறேன் ஸார்,”

“ப்ளீஸ்.”

“வரட்டுமா ஸார்...”

“யெஸ்.”

அலுவலகம் வெறுமையாகிக் கொண்டிருந்தது.

வாட்ச்மேன் வந்து வணக்கம் போட்டான்.

"அன்னத்தைக் கூப்பிடுப்பா... ஏய்யா முழிக்கிறே? டெஸ்பாட்ச் கிளார்க் அன்னத்தை..."

அன்னம், அரை நிமிடத்தில் வந்தாள். தனக்குள் பேசிய படியே வந்தாள். சிதம்பரம் 'இன்னைக்கு ஆபீஸர் சாப்பிடலன்'னு சொன்னார்.... அதே மாதிரி டிபன் காரியரும்...

"கூப்பிட்டீங்களா ஸார்."

"எங்கே தங்கியிருக்கீங்க?"

"ஒரு பெண்கள் விடுதியில்..."

"நைட்ல... எதுக்குள்ளே போகணும்..."

"எட்டு மணிக்குள்ளே..."

"அப்படியா... நாளைக்கு ஈவினிங்ல ஏழு மணிவரைக்கும் இருக்கும்படியாய் வாங்க... ஏன் யோசிக்கிறீங்க? ஒங்களை கடிச்சுத் தின்னுடமாட்டேன்... முடியாதுன்னா வேண்டாம்... சொல்லுங்க..."

"முடி..."

"அப்படின்னா என்னம்மா அர்த்தம்?"

"உம்..."

அந்தப் பதட்டத்திலும், சரவணனுக்குச் சிரிப்பு வந்தது... அவளோ அப்பாவித்தனமாய் பேசிய அசட்டுத் தனத்தை நினைத்து வெட்கப்படுபவள் போல் நின்றாள்.

"ஓ.... கே... நீங்க... போகலாம்...."

அன்னம், மெல்ல மெல்ல நடந்தாள். எதுக்கு இந்த ஆள், நாளைக்கு இருக்கச் சொல்றார்...? ஒருவேளை கதைகளுலயும், சினிமாவுலயும், வாரது மாதிரி... சீ... இவரு அப்படிப்பட்டவர்னா, உலகத்தில் நல்லவங்களே இருக்கமுடியாது... சரிதாண்டி... உலகத்துல நல்லவங்க இருக்கிறதாய், ஒனக்கு யாருடி சொன்னது?

சரவணனின் கைகள் பம்பரமானபோது, அன்னம்மா தலைக்குள் பம்பரத்தை ஆடவிட்டவள் போல், ஆடி ஆடி நடந்தாள்.

4

சரவணன் வீட்டுக்குள் நுழைந்தபோது, அம்மா வெளியேறிக் கொண்டிருந்தாள். அவன் அவளைப் பார்க்காமல், ஜன்னல் கம்பியில் முகம் பதித்தபடி, லயித்து நின்ற தங்கை வசந்தாவைப் பார்த்தான். எதிர் ஜன்னலில் ஒருவன் இவனைப் பார்த்ததும், நழுவினான். அப்படியும் இருக்குமோ... சீ... என் தங்கையா அப்படி? இருக்காது... தற்செயலாக நின்றிருப்பாள். கையில் ஏதோ புத்தகத்தோடுதான் நிற்கிறாள்.... படித்த அலுப்பில், முதுகு வலியில், ஜன்னல் பக்கம்போய் சாய்ந்திருப்பாள், என்றாலும், கேட்டான்.

"வசந்தா... கைல... என்ன புக்...?

"கா... காம்பட்டிஷன் மாஸ்டர்..."

வசந்தா காட்டினாள். அவனுக்குத் திருப்தி. தன்னையே நொந்து கொண்டான். ஒருவனுக்கு மனோநிலை பாதித்தால், பிறத்தியார்

மனத்தையும் நோய்க் கணக்கோடு பார்ப்பான் என்பது எவ்வளவு உண்மை...! அவன், தனது அறைக்குள் போகப் போனபோது, அம்மாக்காரி திரும்பி வந்தாள்.

"ஆமாடா... தெரியாமத்தான் கேட்கேன்... நாம ஒரு காலத்துல இருந்த நிலைமையை நினைச்சுப் பார்க்கணும்...'

"என்னம்மா சொல்றே?"

"நம்ம ஊரு பெருமாளும், துரைச்சாமியும்... ஒன்னைப் பார்க்க ஆசையோட ஆபீஸுக்கு வந்தால், அப்படியா விரட்டி அடிக்கிறது? நாமளும் பழைய நிலையை மறந்துடப் படாதுடா..."

"நான் பழைய நிலையை மறக்காததால்தான், விரட்டுனேன். வரப்புத் தகராறுல, அந்தப் பணக்காரன் பலவேசத்துக்கு வக்காலத்து வாங்கி, நம் அண்ணிய இவங்க ரெண்டுபேரும் மானபங்கமாய் பேசுன பழைய காலத்தை நான் மறக்கல..."

''முப்பழி செய்தவனாய் இருந்தாலும், முற்றத்துக்கு வந்துவிட்டால், அவனை உபசரிக்கணும்; ஊர்ல ஆயிரம் நடந்திருக்கலாம்... அதுக்காக இப்படியா அடிச்சு விரட்டுறது? இங்க வந்து ஒரு பாடு அழுதுட்டுப் போறாங்க... அப்புறம் ஒன் தங்கச்சிகிட்ட எதையோ எழுதிக் கொடுத்துட்டுப் போனாங்க..."

"நீ இப்போ எங்கம்மா போறே?"

"பிள்ளையார் கோவிலுக்குத்தான்... என்னால வேற எங்க போகமுடியும்...? வந்து மூணுமாசமாகுது... வண்ணாரப் பேட்டையில நம்ம ஜனங்களைப் பார்க்கல... ஒரு இடத்தைச் சுத்திப் பார்க்கல. நீ பெரிய அதிகாரியாம்... ஒன்னைவிட சின்ன ஆபீஸர் வீட்டு முன்னால் கார் நிக்குது.... அவங்க சொந்தக்காரங்கள மகாபலிபுரமோ, ஏதாமோ... அங்கேகூட கூட்டிக்கிட்டுப் போறாங்க... நீயும்தான் இருக்கே... ஏய் வசந்தா... ''அண்ணன்கிட்டே கேளும்மா'ன்னு அப்போ சொல்லிக் கொடுத்துட்டு... இப்போ ஏன்... ஒண்ணும் தெரியாதவள் மாதிரி நிற்கே? ஒன்னோட சொந்த அண்ணன்தானடி.... ஒன்னோட ரத்தம்தானடி... வேற மாதிரியா... கேளுழா... இவ்வளவுக்கும் சௌமியோ சௌக்கியமோன்னு ஒரு மவராசன் எத்தனை தடவ கார் தாரேன்னான்."

சமயலறையில் இருந்து வெளியே எட்டிப் பார்த்த அண்ணி தங்கம்மா, மாமியார் சொன்னது தனக்குத்தான் என்பதைப் புரிந்து கொண்டே உள்ளே ஒடுங்கிக் கொண்டாள். ‘வேற மாதிரியா...’ என்ற வார்த்தை என்ன வார்த்தை?

சரவணன் சீறினான்.

“நீ... மொதல்ல கோவிலுக்குப் போம்மா... அப்படியாவது ஒனக்குப் புத்தி வருமான்னு பார்ப்போம். வசந்தா... நீயும் போ... என்னது இது? நம்ம ஊர் பெருச்சாளிங்க எழுதிக் கொடுத்ததா? நீயே கிழிச்சிப் போட்டுடு. அநியாயம் செய்யாமலே நான் படுற பாடு போதும்...”

சரவணன், தனது அறைக்குள் வந்தான். ஆடைகளை மாற்றிக் கொள்ள வேண்டும் என்றுகூட அவனுக்குத் தோன்றவில்லை. பாவிப்பயல் சௌமி நாராயணனுக்கு, இப்படிப் பழி சொல்ல, எப்படி மனசு வந்தது? முன்பு இருந்த அறைக்குள்கூட ஒரு தடவை ஆப்பிள் கூடையோடு வந்தான். மரியாதைக்காக ஒரு ஆப்பிளை எடுத்துக் கொண்டு, அனுப்பப்பட்டான். இதே இந்த வீட்டிற்கு, வாடகை முன்பணமாய், இரண்டாயிரம் ரூபாய் கேட்டார்கள். இதை செக்ரடேரியட் கமலேக்கருக்கு, டெலிபோனில் தெரிவித்து, சரவணன் கடன் கேட்டான். அப்போது, அவனுக்கு முன்னால் இருந்த சௌமி. ‘நான் தரேன் ஸார்... நீங்க அப்புறமாய்... எப்போ வேணுமின்னாலும் தாங்க ஸார்’ என்றார். சரவணன், ‘நான் கடன் வாங்குறதா இல்ல அப்படியே வாங்குவதாய் இருந்தாலும் நெருக்கமானவங்ககிட்டே - அதுவும் இந்த ஆபீஸோடு சம்பந்தப் படாதவங்க கிட்டேதான் - கேட்பேன்’ என்றான். உடனே, அவர் மழுப்பலோடு சிரித்தார். அப்படியும் அந்த மழுமாறிப் பயல், இந்த வீட்டுக்கே காரோடு வந்து ‘பெரியம்மா! ஒங்க மகனுக்குப் பிழைக்கத் தெரியலை... நான் என்ன லஞ்சமா கொடுக்கிறேன்?... ஒங்க வயித்துல பிறந்த மகன் மாதிரி நான்’ என்றான்.

வீட்டுக்கு ஒருவன் சைக்கிளில் வந்தாலேயே, பெரிய மனுஷியாய் ஆகிவிட்டதாய் நினைக்கும் அம்மா. காரில் வந்தவன் அப்படிப் பேசியதைப் பார்த்துவிட்டு, அவன் கையில்கூட முத்தமிட்டாள். ஒருதடவை, சரவணன்தான், அலுவலகத்திற்கு வந்த சௌமியிடம் ‘நான்... நான் சுத்தமாய் இருக்க விரும்புறவன். என்னை அசுத்தப்படுத்தப் பார்க்காதிங்க

ஸார்... நீங்க நினைக்கிறது மாதிரி ஆளுல்ல நான்' என்றான். அப்போதுகூட 'ஸாரி ஸார்... ஒங்க நேர்மைக்குத் தலைவணங்குறேன் ஸார்' என்று சொன்னவன் இப்போது எப்படி எழுதியிருக்கான்...? இந்த 'டெம்போ' விவகாரத்த வெச்சி புகார் லெட்டருக்கு எப்படி 'டெம்போ' கொடுத்திருக்கான்... நான் லஞ்சப் பேர்வழியாம்... 'பில்' கொடுத்தானாம். பணம் கொடுக்கலீயாம் மிரட்டுறேனாம்... அடேய் சௌமி! ஒன் கை அழுகுண்டா... வீட்டு வாடகை கொடுக்க முடியாமல், சம்பளத்துல, ஸ்கூட்டர் அட்வான்ஸ், கூட்டுறவு சங்கக் கடன்னு எத்தனையோ பிடிப்புகள்ல சிக்கி அல்லாடுறவண்டா நான். அப்போகூட எவன் கிட்டயாவது வாங்கணுமுன்னு ஒரு எண்ணம் கூட வர்லடா... என்னைப் போயா அப்டி எழுதிட்டே? என் அம்மா ஒன்னை மகனாய் நினைச்சு.... முத்தம் கொடுத்தாளே... அவள் பெத்த பிள்ளையையாடா இப்டி அவதூறு பண்ணிட்டே?...

'காபி' என்ற குரல் கேட்டு, சரவணன் நிமிர்ந்தான். அவனது கலக்கத்தில், அண்ணி தங்கம்மா கலக்கத்தை அவன் புரிந்து கொள்ளவில்லை. மௌனமாக டீயைக் குடித்தான். அவனையே தங்கம்மா பார்த்தாள். 'முகம் ஏன் இப்படி கலங்கியிருக்குது: ஒருவேளை எனக்குத்தான் அப்படித் தெரியுதா? இவனும் ஒருவேளை என்னை உதாசீனம் செய்யுறானோ? அப்படின்னா எனக்கும் நல்லது. பழையபடியும் வயல் வேலைக்குப் போயிடலாம்... இல்லன்னா பிறந்த வீட்டுக்குப் போயிடலாம். அம்மாவுக்கும் கடைசி காலம்... எனக்குக் கரையேறுற காலம். உதாசீனம் செய்யுறானோ? இருக்காது... 'நம்ம அண்ணி'ன்னு என்னை ஒருகாலத்துல கண்டபடி அந்த சண்டாளன் திட்டுனதை. இன்னிக்கும் நெனச்சுட்டு இருக்கானே.... 'அநியாயம் செய்யாமலே மாட்டிக்கிட்டுத் தவிக்கிறேன்னு' சொன்னானே... என்ன மாட்டல்? நாமே கேட்கலாம்...

"என்ன... ஒரு மாதிரி இருக்கிங்க?" அவ்ள் கேட்டாள்.

"எல்லாம் உங்களாலதான்..."

"என்னாலயா?"

"ஆமா. வேலையில் சேருறதுக்கு முன்னால, 'ஒங்க அண்ணன். வழக்குல அரை கிளாஸ் டீ கூட வாங்க மாட்டாரு... நீயும் அப்படி இருக்கணுமுன்னு சொன்னீங்க... நான் வேற எது

வாங்காட்டாலும்... சில சமயம்.... காண்டிராக்டர்கிட்ட காபி குடிச்சேன்... அது தப்புத்தானே.... தண்டனை நியாயந்தானே..."

"நீங்க பாட்டுக்கு..."

"ஏது... 'இங்க' வருது... சர்த்தான்... பேசுனால், நீ நான்னு பேசுங்க; இல்லன்னா போங்க..."

"இன்னிக்கு ஒன் முகம் ஏன் ஒரு மாதிரி இருக்குப்பா... காச்ச மரத்துலதான் கல் விழும்... அதுக்காப் போய்..."

"இப்போ... எனக்கு எதுவும் இல்லை.. நீங்கதான் கொஞ்ச நாளாய் ஒரு மாதிரி இருக்கீங்க..."

"அப்டி ஒண்ணுமில்லியே..."

"எனக்குத் தெரியும் அண்ணி... அம்மா இந்த வீட்ல உங்களுக்கு உரிமை இல்லன்னு குத்திக் காட்டுறாள்; வசந்தா ஆமாம் போடுறாள், சரிதானே?"

"அப்டில்லாம் அதிகமாய்..."

"ஓஹோ... அப்போ கொஞ்சமாய் இருக்குது..."

"ஒன்கிட்ட வாயைக் கொடுத்திட்டால் அப்புறம் மீள முடியுமா?"

"நீங்க என்கிட்ட மீளமுடியாமல் இருக்கணுமுன்னு ஒரு முடிவு செய்துட்டேன்... எங்கம்மாவோட போக்கும், நாய் வாலும் ஒரே மாதிரி... நேராகாது. ஒங்களுக்கு இந்த வீட்ல உரிமை உண்டுன்னு அம்மா எப்போதும் நினைக்கணும்... அதுக்காக ஒரு முடிவு செஞ்சிருக்கேன்... ஒங்க தங்கை ஒண்ணு காலேஜ்ல படிச்சுட்டு சும்மா தானே இருக்குது?"

"ஆமாம்... நீ எதுக்கு..."

"அவளை சின்ன வயசுல பார்த்தது; எனக்குக் கட்டிக் கொடுப்பாங்களா? கல்யாணம் ஆகட்டும்... அப்புறம் ஒங்க மாமியார் என்ன பேசுறாள்னு பார்ப்போம்... லெட்டர் எழுதுங்க அண்ணி... ஆனால் ஒன்று... ஒங்க தங்கை ஒங்களை மிரட்டுறாள், எடுத்தேன் கவிழ்த்தேன்னு பேசுறாள்னா, கொன்னுப்புடுவேன் கொன்னு..."

''எந்தப் பெண்ணையும் - அவள் மோசமானவளாய் இருந்தாலும் - அடிப்பது அநாகரிகம்.''

"நான் நாகரிகமாய் கேட்டால், கொடுக்க மாட்டிங்க... நானே போய் கூட்டிட்டு வந்துடட்டுமா"

"ஒன்னைக் கட்டிக்க அவளுக்குக் கொடுத்து வச்சிருக்கணும்... இப்போ அதுக்கு அவசரமில்ல... வசந்தா தான் அவசரம்..."

"என்ன அண்ணி சொல்றீங்க?"

''அவளுக்குக் காலா காலத்துல முடிச்சுடணும்... ஒன் கல்யாணம் எப்போ வேணுமானாலும் நடக்கட்டும். ஆனால் அவள் கல்யாணம் இப்பவே நடக்கணும்.''

''அவளுக்கு என்ன அவசரம்? மொதல்ல வேலைக்குப் போகட்டும்.''

''நான் சொல்றதைக் கேளுப்பா.... நாளையில் இருந்து அவளுக்கு மாப்பிள்ளை பார்க்கிற வேலையைத் துவக்கு... இப்போ, அவளுக்குத் தேவை வேலையில்ல... கல்யாணம்...''

"என்ன பூடகமாய் பேசுறீங்க?"

"பூடகமும் இல்ல... எதுவும் இல்ல... ஏதோ மனசுல தோணுது... உண்மையைச் சொல்லப் போனால்... ஒன்னைவிட இப்போ எனக்கு அவள் மேலதான் கவலை...

"சரி... ஒங்க கவலையைத் தீர்க்கறதுக்காவது... மாப்பிள்ளை பார்க்கேன்..."

தங்கம்மா, பூரிப்போடு புன்னகைத்தாள். சரவணன் இன்னும் குழந்தை மாதிரிதான். இடுப்பில் இருந்த பிள்ளை, என்னமாய் வளர்ந்துட்டான்... வாரவங்ககிட்டயும், போறவங்கக்கிட்டயும், எவ்வளவு பக்குவமாய் அழுத்தமாய் பேசுறான். எல்லாத்துலயும் அவன் அண்ணன் மாதிரி... இல்ல... இல்ல... அவரை மிஞ் சிட்டான்.... இன்னும் மிஞ்சணும்..."

சரவணன் அண்ணியிடம் அலுவலகத் தலைவலிகளைச் சொல்லப்போனான். அண்ணிக்கு விவரங்கள் புரியாது என்றாலும், அவற்றிலுள்ள விஷம் புரியும். அதை முறியடிக்கிற மருந்தையும் சொல்வாங்க... நீண்டநாட்களுக்குப் பிறகு, அண்ணியிடம் மனம் விட்டுப் பேசிய திருப்தி... மனமே அற்றுப் போனது போல் பேச வேண்டும் என்ற ஆவல். நடந்ததை

வேரில் பழுத்த பலா

விளக்கி, தான் நடந்து கொள்ள வேண்டியதைக் கேட்பதற்காக, 'உட்காருங்க அண்ணி' என்றான். உட்காரத்தான் போனாள். அதற்குள் வாசலில் செருப்புச் சத்தம், அம்மாவின் அதிருப்தியான குரல்...

தங்கம்மா, அவனிடம் சொல்லாமலே ஓடினாள். காபி டம்ளரைக் கூட எடுக்காமலே ஓடினாள். சரவணனுக்கு, என்னவோ மாதிரி இருந்தது. அண்ணி எதுக்காக இப்படி பயப்படணும்? அம்மா இந்த அளவுக்கா அவங்களைப் பயமுறுத்தி வச்சிருப்பாங்க...?

சரவணன், எரிச்சலோடு கட்டிலில் சாய்ந்தான். காண்டிராக்டர் சௌமி நாராயணனில் இருந்து, பியூன் அடைக்கலம் வரைக்கும், அவன் கண்ணில் விரல் வைத்து ஆட்டினார்கள்.

அவன் கண்களை மூடிக்கொண்டான். ஆனால், அந்தக் காட்சிகள் அதிகமாயின. மீண்டும் கண்களைத் திறந்தான். உள்ளங் கைகளை, வெறியாகப் பார்த்தான்.

"இதையா... லஞ்சம் வாங்குவதாய் சொல்றே? ஏய் சௌமீ..."

அவன், தன்னையறியாமலே கத்தினான்.

5

அலுவலக நேரத்திற்கு முன்னதாகவே வந்துவிட்ட அன்னத்தை, அது முடிந்து பத்து நிமிடம் கழித்து சேர்ந்தாற்போல் வந்த செளரிராஜனும், பத்மாவும், உமாவும் ஆளுக்கொரு பக்கமாய் உலுக்கினார்கள். உமா வாசல் பக்கமாய் நின்றபடி, சரவணன் வரும் வழியையும் கண் வைத்தாள். அவன் வருவதற்கு முன்பு ஆத்திரத்தைக் கொட்டி முடித்துவிட வேண்டும் என்ற ஆங்காரத்தோடு அவள் நின்றபோது, தலைமை கிளார்க் பத்மா பற்களைக் குத்தியபடி கேட்டாள்.

"அன்னம்! ஒன் மனசுல என்னடி நினைப்பு? ஆபீஸர் கிட்டே போய் ஏன் எங்களை வத்தி வச்சே... ஏதாவது குறையிருந்தால், எங்க கிட்டே சொல்ல வேண்டியது தானே!"

செளரி, பத்மாவின் பக்கத்தில் வந்து, அவளை அதட்டுவது போல் பேசினார்.

"நீ வேற... பாவம் 'காலனிப்' பொண்ணு... இது பார்க்கக்கூடிய ஒரு வேலை 'டெஸ்பாட்ச்'னு 'பாவம்' பார்த்தோம் பாரு... நமக்கு இதுவும் வேணும்... இன்னமும் வேணும்..."

உமா, அன்னத்தின் முன்னால் வந்தாள்.

"நான் இந்த ஆபீஸர் கூட மட்டுமல்ல... இவரை விட பெரிய பெரிய ஆபீஸருங்க கிட்டேகூட நெருக்கமாய் பழகி இருக்கேன்... யாரைப் பத்தியாவது வத்தி வச்சிருப்பேனான்னு இவங்க கிட்டேயே கேளு... ஏதோ அவரு லேசாய் சிரிச்சுப் பேசிட்டார்னு.... இப்படியா வத்தி வைக்கிறது? ஒன்னைப் பற்றி வத்தி வெச்சு... அதை நெருப்பாய் மூட்டறதுக்கு எங்களுக்கு எவ்வளவு நேரம் ஆகும்? சீ... கடைசில ஒன் புத்தியை காட்டிட்டியே..."

அன்னம் திண்டாடியதில், பத்மாவுக்குக் கொண்டாட்டம்.

"சொல்றதை நல்லா கேளுடி... நீ அவருகிட்டே... மினுக்கிக் குலுக்கிச் சொன்னால்கூட எங்களுக்கு அனாவசியம். இந்த ஆபீஸுக்கு அஸிஸ்டெண்ட் டைரக்டராய் எத்தனையோ பேரு வருவாங்க... போவாங்க. எவரும் மூணு வருஷத்துக்கு மேல... நிரந்தரமாய் இருக்கப் போறதில்ல. நாங்கதான் நிரந்தரம். நீ ஆடுனாலும், சரவணன் இருக்கதுவரைக்குந்தான் ஆட முடியும்... ஒன்னோட வேலைத் திறமையைப் பற்றி எழுதப்போறது நான். அதைச் சரியான்னு பார்க்கப் போறது செளரி ஸார்.... அஸிஸ்டென்ட் டைரக்டர் மொட்டைக் கையெழுத்துத்தான் போடணும்... புள்ளி வச்சோமுன்னால், அது ஒன் உத்தியயோகத்துல, கமாவா இருக்காது.... புல்ஸ்டாப்தான். புத்தியோட பிழைச்சுக்கோ... அவ்வளவுதான் சொல்லலாம்."

அன்னம், மருவி மருவிப் பார்த்தாள். கண்கள் அவளைக் கேளாமலே நீரைச் சுரந்தன. தொண்டை அடைத்தது. அவள் சித்திகூட, இப்படி அவளைக் குரோதமாகப் பார்த்ததில்லை. 'ஏன் திட்டுறாங்க? என்னத்த சொல்லிட்டேன்?' நேற்று, சரவணன் அவளை குசலம் விசாரித்தது மனத்திற்கு வந்தது. 'குசலம் விசாரிப்பதுபோல் விசாரித்து, அந்த ஆள் புலன் விசாரணை செய்திருக்கான்... படுபாவி! நான் என்றால் அவனுக்குக்கூட இளக்காரம்..."

அன்னம் விக்கி விக்கி, திக்கித் திக்கிப் பேசினாள்.

“நானாய் எதுவும் சொல்லல. அவராய் கேட்டாரு... அவராய்தான் கேட்டாரு... தெரியாத்தனமாய் ஏதோ பேசிட்டேன். அப்போகூட நீங்க ரிஜிஸ்டர்ல அனுப்பாதே.... சாதாரணமாய் அனுப்புன்னு சொன்னதை.... யோசித்து யோசித்து, பயத்துலதான் சொன்னேன்.... இவ்வளவுக்கும்... உங்களால் எனக்கு மெமோ கிடைச்ச போதுகூட மூச்சு விடல.... என்னை நம்புங்க... நான் கோள் சொல்லத் தெரியாதவள்... எனக்கு யாரும் விரோதியில்ல...”

உமா, வக்கீல்போல், ஆள்காட்டி விரலை ஆட்டி ஆட்டிக் கேட்டாள்.

“நேற்று சாயங்காலமாய் அவரை எதுக்காக ஸ்பெஷலாய் பார்த்தே?”

“நான் பார்க்கல... அவராய் கேட்டாரு.... இன்னைக்கு ஈவினிங்ல, ஏழு மணி வரைக்கும் ஆபீஸ்ல இருக்க முடியுமான்னு கேட்டாரு... வேணுமுன்னால்... முடியாதுன்னு சொல்லிடுறேன்...”

“இருக்கியான்னு கேட்டால், நீ படுக்கிறேன்னு சொல்லி இருப்பே...”

உமா. கண்ணாடியைப் பார்த்துப் பேசியவள் போல், உதட்டைக் கடித்தாள். சௌரிராஜன், “நல்ல துக்குக் காலமில்ல... ஒன்னையெல்லாம் அக்கௌவுண்ட் செக்‌ஷன்ல மாட்ட வச்சு.... டிராப் செய்யணும்... காலனிப் பெண்ணாச்சேன்னு கருணை வைக்கிறதுக்கு இது காலமில்ல... அவர்கிட்ட என்னெல்லாம் சொன்னியோ? எங்க தலைவிதி... காட்டான் கோட்டான் கிட்டேல்லாம் தலை குனிய வேண்டியதிருக்கு...” என்று கர்ஜித்தான்.

திடீர் என்று ஒரு குரல் ஒலித்தது;

“ஆமா... ஒங்க மனசுல என்ன நினைக்கிறீங்க... சொல்லுக்குச் சொல்லு... காலனி காலனின்னு சொல்றீங்க...”

எல்லோரும் திகைத்தபோது, தங்கமுத்து தாவி வந்தான். வினியோகப் பிரிவு கிளார்க்... நேராக, அழுது கொண்டிருந்த அன்னத்தின் முன்னால் வந்தான்.

"அன்னம்!... ஒங்களைத்தான்... கிராமத்து சேரி குனிகிறது மாதிரி இங்கே குனிந்தால், அப்புறம்... பூமியில் வந்துதான் முன் தலை இடிக்கும்... இங்கே... யாரும் ஒங்களுக்கு அவங்களோட அப்பன் வீட்ல இருந்து சம்பளம் கொடுக்கல... பிச்சை போடல... யாரோட தயவாலயும் நீங்க இங்கே வேலைக்கு வரல... ஒங்க மாமா மச்சான் ஒங்களை இங்கே.... 'அட்ஹாக்ல' போட்டு, அப்புறம் நிரந்தரமாக்கல... செலக்ஷன் கமிஷன் மூலம் வந்தவங்க நீங்க. சிரிக்கிறவங்களைப் பார்த்துச் சீறணும்..... சீறுறவங்களைப் பார்த்து அலட்சியமாய் சிரிக்கணும்... அப்போதான்... நம்மை மாதிரி ஆளுங்க காலம் தள்ள முடியும்... இந்த அஸிஸ்டெண்ட் டைரக்டர் இருக்கும்போதே இந்தப்பாடு... மற்றவங்க இருந்தால் என்ன பாடோ? இந்தா பாரு... பாவிப் பொண்ணே! ஒன்னை இனிமேல், யாராவது காலனிப் பொண்ணுன்னு சொன்னால், காலணியைக் கழற்றி அடி. அது ஒன்னால முடியாதுன்னால்... செட்யூல்ட்காஸ்ட் கமிஷனுக்கு கம்ப்ளெயிண்ட் கொடு... நான் எழுதித் தாறேன். அதுவும் முடியாதுன்னால்... அப்புறம் நான்தான் இந்த ஆபீஸ்ல கொலைகாரனாய் ஆகணும்... ஒரு கொலையோட நிற்கமாட்டேன். ஒவ்வொருத்தி ஜாதகமும் என் கையில இருக்கு.... ஒன்னைப் போய் படுக்கிறவள்னு கேட்கிறாள். நீ பல்லை உடைக்கிறதுக்குப் பதிலாய், பல்லைக் காட்டி அழுகிறே. எத்தனை பேரு எத்தனை லேடிஸுக்கு, பைல் எழுதிக் கொடுக்காங்கன்னும் எனக்குத் தெரியும்... காலனிப் பெண்ணாம்... வேலை வராதாம்..."

செளரி ஆடிப்போனார். உமா ஓடிப்போனாள். பத்மா பதுங்கிப் போனாள். அன்னம் தலைநிமிர்ந்தாள். அவனையே அண்ணாந்து பார்த்தாள்... அந்தப் பார்வைச் சூட்டில், அவள் கண்ணீர் ஆவியாகியது.

சரவணனின் தலை தென்பட்டது. தங்கமுத்து, இருக்கைக்குப் போய்விட்டான். அறையில் கால் வைத்தபடி, உள்ளே போகப்போன சரவணன், எதையோ நினைத்துக் கொண்டவன் போல், செளரியிடம் வந்தான்.

"மிஸ்டர் செளரி... அன்னத்துக்கு சேஞ்ஜ் கொடுத்திட்டிங்களா? ஆர்டர் ரெடியா?"

"உள்ளே வந்து... விவரமாய் சொல்றேன் ஸார்."

சரவணன் கத்தப் போனான்... கூடாது; பொறுப்பான பதவியில் இருப்பவரை, பகிரங்கமாய் விமர்சிக்கக் கூடாது... உள்ளே போனவனையே அன்னம் பார்த்தாள். அவன், உட்காரு முன்னாலே, உமா போய்விட்டாள். எப்படி நெளிச்சுக் குலுக்கிப் போறாள்!.... எங்கப்பன் கிட்டே, இப்போ இரண்டாவது சம்சாரமா இருக்கவள் கல்யாணத்துக்கு முன்னாலயே, அவருகிட்டே, சேலையை இழுத்து இழுத்து, மூடி மூடிப் பேசுவாளே, அதே மாதிரி பேசுறாள். இந்த ஆளும் தலையை ஆட்டுறான்... ஆமா.. போகும்போது என்னைப் பத்தி கேட்டுட்டுப் போனாரே... ஆர்டர்னு வேற சொன்னாரு... என்ன ஆர்டரு? வாயேண்டி. எவ்வளவு நேரமாய் அவரை அறுக்கிறே.... அப்பாவி மனுஷன்... நீ முன்னால குலுக்குறதைப் பார்த்துட்டுப் பின்னால பேசாதவள்னு நினைக்காரு.... இவரை எப்டில்லாம் திட்டியிருக்கே... இப்போ மட்டும் எப்டி குலுக்குறேடி?

இன்னும் சௌரிராஜன் வராததைக் கண்டு கதவருகே வந்து 'மிஸ்டர் சௌரி' என்றான். அவர் நிதானமாக வந்து உட்கார்ந்தார்.

"அன்னத்தை ஷிப்ட் செய்யுற ஆர்டர் என்னாச்சு?"

"இப்போ அந்த காண்டிராக்ட் பயல் கலாட்டா செய்யும் போது, வேண்டாமுன்னு பாக்கறேன். ஸார்."

"இப்போதான் வேண்டும்... நேற்று திறமையைப் பற்றி பேசுனீங்க... எபிஷியன்ஸியை வருவித்துக் கொள்ளலாம். ஆனால் லாயல்ட்டி - விசுவாசம் - ரத்தத்தோடயே வராது. அன்னம் உடம்புல, நல்ல ரத்தம் ஓடுது... ஆபீஸ் சகாக்களைப் பற்றி அப்பாவித் தனமாய் சொல்லலாம்; ஆனால் அடாவடியாய் சொல்ல மாட்டாள்..."

"அப்புறம் உங்க இஷ்டம்... அவளுக்கு மெமோ கொடுத்தது உங்களுக்கு. இப்போ எவ்வளவு சாதகமாய் போயிட்டு என்கிறதை நினைச்சுப் பாருங்க..."

"இதோ, அவளோட பெர்சனல் பைல்... படியுங்க... நான், நீங்க நினைக்கிற மாதிரி... அவ்வளவு மட்டமானவன் இல்லே..."

சௌரிராஜன், அன்னத்திற்கு கொடுக்கப்பட்ட 'மெமோவைப்' படித்தார். ரகசியக் கடிதத்தைப் படித்தபோது, சரவணன் எப்படித் துடித்தானோ... அப்படித் துடித்தார். மெமோவில், சரவணன் கைப்பட எழுதியதைப் படித்துவிட்டுக் கத்தினார்.

“என்ன ஸார்... இது அநியாயம்... யூ.டி.ஸி. பெண்ணை டெஸ்பாட்ச்ல போட்டது தவறு.... அவள் விரக்தில வேலை பார்க்காமல் இருந்திருக்கலாம். முதல் கடிதமே ரிஜிஸ்டர்ல போகாததை செக் செய்யாத தலைமைக் கிளார்க்கும், நிர்வாக அதிகாரியும், இதுக்கு ஒரு காரணமுன்னு எழுதியிருக்கீங்க... என்ன ஸார் இது. அக்கிரமம்”

“பொறுமையாய்ப் படிங்க... நானும் ஒரு காரணமுன்னு எழுதியிருக்கேனே.”

“ஸார். ரிஜிஸ்டர்ல இதை யெல்லாமா எழுதுறது?”

“நீங்க சொல்லித்தான், அன்னம் கடிதங்களை ரிஜிஸ்டர்ல அனுப்பவில்லை. இது எழுதலாமுன்னுதான் நினைச்சேன்... ரிக்கார்டாச்சேன்னு. பெருந்தன்மையாய் விட்டுட்டேன்.”

“இதைவிட மெமோவை கிழித்திருக்கலாம் நீங்க.”

“நான் கிழிப்பேன்... அப்புறம் மொட்டைப் பெட்ஷன் போகும்... எதுக்கு வம்பு...? நல்லதை நல்ல விதமாகவே செய்யணுமுன்னு கத்துக்கிட்டேன். ஆபீஸ் ஆர்டரை நான் போட்டுடுறேன்... டோண்ட் ஒர்ரி... அப்புறம் அக்கௌண்டண்ட் ராமச்சந்திரன் இன்னும் வர்லயா?”

“உடம்புக்கு சுகமில்லையாம்... டெலிபோன் செய்தான்...”

“ஐ.ஸி... நாளைக்கு மெடிக்கல் லீவ் வரும்... அப்போ கூட நான் அந்த ஸ்ரீராமச்சந்திரனை மெடிக்கல் போர்டுக்கு அனுப்பிவைத்து, அவமானப்படுத்த மாட்டேன்... டெலிவரி ஷீட்ஸ் என்னாச்சாம்?”

“அதைப் பத்தி அவன் பேசல ஸார்...”

“பாவம்... பைல் பண்ண மறந்துட்டிங்க... இல்லியா?”

ஆமாம் ஸார்... அவசரத்துல மறந்துட்டேன்....”

“இதோ பாருங்க இந்த பைல்... இதுல, எல்லா லெட்டருங்களும் பைலாகி இருக்கு.... பீரோவுக்குப் பின்னால கிடந்தது...”

"சத்தியமாய் எனக்குத் தெரியாது ஸார். வேற யாரும் பைல் செய்திருக்கலாம்..."

"நான் ஒங்களைக் குறை சொல்லலியே... யாரோ வேலை மெனக்கெட்டு... பைல் பண்ணிட்டு... அப்புறம் பீரோவுக்குப் பின்னால் ஒளிச்சி வச்சிருக்காங்க..."

"நான் வேணுமுன்னால் லீவ்ல போறேன் ஸார்... இந்த ஆபீஸை விட்டுத் தொலையுறேன் ஸார்."

"அது ஒங்க இஷ்டம்... எந்த நிறுவனத்துலயும் தனி மனிதன் முக்கியத்துவம் அதிகமாகப்படாது... ஆகாது... நிறுவனம், மனிதனை விடப் பெரிசு... இந்த ஆபீஸ், நீங்க இல்லாட்டாலும், நான் இல்லாட்டாலும், இயங்கும். அன்னம் மூலம் அக்கௌண்ட் செக்ஷன் கூட அழகாய் இயங்கும்."

"போய் ஆர்டர் போடுறேன் ஸார்."

"வேண்டாம்... நான் போட்டுக்கிறேன்... நீங்க வேணுமுன்னால் லீவ் லெட்டர் எழுதுங்க... இல்லன்னா... வேற வேலையைக் கவனியுங்க... ஓ.கே.... நீங்க போகலாம்... சௌமி நாராயணன் புண்ணியத்துல நான் பிஸ்ஸி..."

"நல்லதுக்கே காலமில்ல ஸார்."

"அதனாலதான் நீங்க இங்கே இருக்கிறீங்க..."

சௌரிராஜன் அசந்து போனார்... 'இவ்வளவு ஊழல் குற்றச்சாட்டிலும், கல்லு மாதிரி இருக்கான். எல்லோரையும் கைக்குள் போடவேண்டிய சமயத்தில் கூட கைவிடுகிறான்... ஒருவேளை, பைக்குள் போடாதவன் எவரையும் கைக்குள் போடவேண்டிய அவசியம் இல்லையோ?"

சௌரி, அவனுக்கு முகம் மறைத்து, எழுந்து அப்புறம் போய்விட்டார். உமா வந்தாள்.

"ஸார்... எதுவும் டிக்டேஷன்..."

"ஆமா... உட்காருங்க..."

சரவணன் டிக்டேட் செய்தான். அன்னத்தை, கணக்கு பிரிவில் இரண்டாவது பொறுப்பிலும், அதைக் கவனித்து வரும் சந்தானத்தை, 'டெஸ்பாட்ச்சிலும்' மாற்றும் ஆர்டரைச் சொன்னான். மூன்றே மூன்று வரிகள்தான்.

"ஸார், சாயங்காலமா எனக்கு வேலை இருக்குதா? இப்பவே சொல்லிட்டிங்கன்னா, எங்க அண்ணாவுக்கு போன்ல சொல்லி, ஸ்கூட்டர்ல வரும்படி சொல்லிடுவேன்."

"நோ, தேங்க்ஸ்."

உமாவுக்கு சூடேறியது. அவனை உஷ்ணமாய்ப் பார்த்தாள். அடிக்கப்போவது போல் பார்த்தாள். அது முடியாததால், வெளியேறிவிட்டாள். "அன்னம் என்னைவிட உசத்தியா?"

நேரம், சரவணனுக்கு நிமிடங்கள் இல்லாமலும், சௌரி, பத்மா, உமா வகையறாக்களுக்கு, வினாடி வினாடியாகவும் ஓடிக் கொண்டிருந்தது. கப்சிப் அமைதி... கலகலப்பான பேச்சில்லை. சிறிது நேரத்தில், உமா வந்து டைப் அடித்ததில் கையெழுத்து வாங்கினாள். பிறகு ஒரு காகிதத்தை நீட்டி "இவர் உங்களைப் பார்க்கணுமாம்" என்றாள். கண்ணனாம்... சவுண்ட் ஸ்டேஷனரி கம்பெனியாம்... சரவணனுக்கு நினைவுக்கு வந்தது; இந்தக் கம்பெனிக்காரன் கம்பெனியைத்தான் சிபாரிசு செய்திருக்கிறான். எதற்காக வந்தார்? எதற்கு வந்தாலும், பார்க்காமல் அனுப்புவது நியாயமில்லை. உமாவிடம் 'வெயிட் பண்ணச் சொல்லுங்கள்' என்று சொல்ல நினைத்தான். அவளே உம் என்று இருக்கும்போது, அவன் பேச விரும்பவில்லை... அவள் நீட்டிய காகிதத்தில் 'பிளீஸ் காத்திருக்கவும்... அழைக்கிறேன்" என்று எழுதி அவளிடம் நீட்டினான். அவளும் கன்னத்தை உப்பியபடி போய்விட்டாள்.

ரிஜிஸ்டர்களில் கண்ணைவிட்ட சரவணன். கடிகாரத்தைப் பார்த்தபோது, அரை மணி நேரமாயிருந்தது. அடேடே.... இவ்வளவு நேரமாயா ஒருத்தரைக் காக்க வைக்கிறது? 'பெல்' அடித்தான். கண்ணன் வந்தார். கைக்கூப்பி வந்தார்.

"வணக்கம் ஸார்"

"வணக்கம் உட்காருங்க..."

"விஷயத்தைக் கேள்விப்பட்டேன்... சௌமி நாராயணன் எப்போமே இப்படித்தான். ஒருத்தரை சப்ளை அண்ட் சர்வீஸ்ல அடிக்கமுடியாட்டால், ஆள்வெச்சுக்கூட அடிப்பான்..."

"நீங்க எதுக்காக வந்தீங்க?"

“என்னைப் பத்தியோ, என் கம்பெனியைப் பத்தியோ ஒங்களுக்கு தெரியாது... அப்படி இருந்தும் சிபாரிசு செய்திருக்கீங்க... அதனால செளமி அனுப்புன புகார் விஷயமாய் என்னோட உதவி தேவையான்னு கேட்டுட்டுப் போகலாமுன்னு வந்தேன்.... எனக்கும் டில்லில செல்வாக்கான ஆட்கள் இருக்காங்க...”

“இருக்கட்டும்... நல்லாவே இருக்கட்டும்... நாங்க, ஒங்களை சிபாரிசு செய்திருக்கதும், அவர் புகார் எழுதியிருக்கார்னும் ஒங்களுக்கு எப்படித் தெரியும்?... மழுப்பாதீங்க... நீங்க சொன்னால் நான் ஆபீஸை சுத்தம் செய்ய உதவியாய் இருக்கும்...”

தகப்பன், தன் பிள்ளையைப் பார்ப்பதுபோல் பார்த்த அந்த ஐம்பது வயதுக் கண்ணன், திடீரென்று எழுந்து, அவனைத் தகப்பன் சாமியாய் பார்த்து, கையெடுத்துக் கும்பிட்டார்.

“மன்னிக்கணும்... யூ ஆர் கிரேட் ஸோல்.... வாறேன் ஸார்...”

கண்ணன் போய்விட்டார். அவர் போவது வரைக்கும் காத்திருக்க முடியாமல், சிறிது நேரத்தில் உமா வந்து, டைப் அடித்ததில் கையெழுத்து வாங்கினாள். அப்போது ஒரு உருவம், எட்டி எட்டிப் பார்த்தது. சரவணன், “யெஸ்...” என்றதும், அது உள்ளே வந்தது. சந்தானம்.... டெஸ்பாட்ச் செக்ஷன் போகிற அட்ஹாக் கிளார்க் புடலங்காய் உடம்பு... சோளத்தட்டை வளர்த்தி...

“ஸார்... ஸார்... இந்த ஆபீஸ் பாரதப் போர்ல... நான் அரவானாய் ஆயிடப்படாது ஸார்...”

சரவணன். அவனை சிடுசிடுப்பாய்ப் பார்த்தான்.

“எப்படியோ... நாலு வருஷமாய் ஆபீஸருங்க கையைக் காலைப்பிடிச்சு, தாக்குப் பிடிக்கேன்... அய்யா என்னை அனுப்பிடப்படாது...”

“ஒங்களை நான் எதுக்கு அனுப்பணும்?”

“ ‘ஏஓ’ சொல்றார்.... ‘வீட்டுக்குப் போறடா...’ என்கிறார். ஆனால், வேலை போயிட்டால்... எனக்கு வீடே கிடையாது! எங்கே போறது? இதை நம்பிக் கல்யாணம் வேற செய்துட்டேன் ஸார்.”

"லுக்... நான் இந்த ஆபீஸ்ல இருக்கதுவரைக்கும் என்னாலயோ, மற்ற யாராலேயோ... ஒங்க வேலைக்கு ஆபத்து வராது... ஆனால், டெஸ்பாட்ச் வேலையைத்தான் செய்யணும்..."

"தேங்க் யூ ஸார்... தேங்க் யூ ஸார்... அது கிடைச்சாலே போதும் ஸார். இந்த ஏ.ஓ.வுக்கே இப்போதான் உங்களைப் பார்த்தால் ஆபீஸராய் தெரியுது. ஒரு நாளைக்கு உங்களுக்கு பேக்ரவுண்ட் விஷயங்களைச் சொல்றேன்... அடேயப்பா... சௌமி நாராயணன் இங்கே வாரதும், இவங்க அங்கே போறதும்..."

"டோண்ட் டாக் நான்சென்ஸ்... எனக்கு எதுவும் தெரியவேண்டாம்... நீங்க நல்லா வேலை பார்க்கீங்கன்னு மட்டும் தெரியணும்..."

"சத்தியமாய், கடவுள் அறிய... நீங்க அறிய..."

"அப்புறம்... அன்னத்துக்கு அக்கௌண்ட் வேலையைச் சொல்லிக் கொடுங்க. ஒருவாரம் அவங்க ஒங்ககிட்டே அப்ரன்டீஸாய் இருக்கட்டும்..."

"அப்படியே டெஸ்பாட்ச் வேலையும்... இது முன்னால்... முடியாதுன்னு சொல்லல முடியுறது சிரமமுன்னு சொல்ல வந்தேன்..."

"அதுவரைக்கும் சிதம்பரத்தை டெஸ்பாட்ச் வேலையைக் கவனிக்கச் சொல்றேன்...."

"அய்யா... என்னையும்..."

"நான் ஒரு தடவைதான் பேசுவேன் மிஸ்டர். சொன்ன சொல்லுக்கு மாறாய் நடக்கமாட்டேன்... அப்படி ஒரு நிலைமை ஏற்பட்டால், ஒங்க கிட்டேதான் மொதல்ல சொல்லுவேன்..."

"அப்படி ஒரு நிலைமை வார அளவுக்கு நான் நடந்துக்கமாட்டேன் ஸார்."

"பட்... லூஸ்தனமாய் பேசுறதை குறைக்கணும்..."

"வேலை லூஸாய் இருக்கதுனால... தலையும் லூஸாய்... வாறேன் ஸார்..."

சரவணன் தன்னையும் மீறிச் சிரித்தான்... பாவம், அவனை 'அட்ஹாஹ் அட்ஹாஹ்'னு எல்லோரும் அதட்டி வச்சிருக்கலாம். ஆனாலும், அவன் இவ்வளவு சீக்கிரமாய் அவங்களைக்

காட்டிக் கொடுக்கப்படாது... எப்படியோ போறான்... வேலையை ஒழுங்காய் பார்த்தால் சரிதான்...

சரவணன் மீண்டும் குறிப்பெடுக்கத் துவங்கினான். இன்றைக்கே சௌமி நாராயணனின் புகார் கடிதத்திற்குப் பதில் எழுதியாக வேண்டும். இதற்கிடையில் எத்தனையோ டெலிபோன் 'கால்கள்'... மலைபோலக் குவிந்த கோப்புகள். அவன் குறிப்பெடுத்து முடித்து விட்டு, கோப்புகளையும் பார்வையிட்டு அனுப்பிய போது, அலுவலகம் முடிந்து கொண்டிருந்தது. ஒவ்வொருவராகப் போய்க் கொண்டிருந்தார்கள்.

அன்னம், உள்ளே எட்டிப் பார்த்தாள். பிறகு, தயங்கித் தயங்கியே வந்தாள். அவன் அறைக்கு அலுவலக நேரத்திற்குப் பிறகு போகக்கூடாது என்றுதான் நினைத்திருந்தாள். ஆனால், இப்போதோ அவள் கண்கள் அவனை ஆச்சரியமாய்ப் பார்த்து விரிந்தன. நன்றிப் பளுவில், இமைகள் மூடிய போது, நீர் கொட்டியது. இந்த நிர்வாக அதிகாரியும், பத்மாவுந்தான் 'ஆபீஸ் நடத்துனர்கள்' என்று நினைத்தது எவ்வளவு பெரிய தப்பு. அவளுக்கே ஆண்டுக் கணக்கில் அரைகுறையாய்த் தெரிந்த உண்மையை முழுமையாகக் கண்டுபிடித்து, ஒரே நாளில் எவ்வளவு பெரிய காரியத்தைச் செய்து விட்டான்... ஸாரி... டார்... அன்னத்திற்கு இவ்வளவு நாளும் தான் பட்டபாடும், அவர்கள் படுத்தியபாடும் இப்போதுதான் பெரிதாய்த் தெரிந்தது. தெரியத் தெரிய அழுகை... அழ அழ கோபம்... அதுவும் பொங்கப் பொங்க, ஒரு ஆவேசம்...

சரவணன், அவளை உட்காரும்படி கையாட்டி விட்டு, தான் எழுதி வைத்திருந்த குறிப்புகளில் கண் செலுத்தினான். கால் மணி நேரத்திற்குப் பிறகு, அவளைப் பார்த்தான்.

"ஸாரி... காக்க வச்சுட்டேன்..."

"பரவா..."

"இனிமேல் நீங்கதான் அக்கௌண்ட்ஸ் செக்ஷனுக்கு இன்சார்ஜ்... ராமச்சந்திரன் வரமாட்டார்... அண்டர்ஸ்டாண்ட்....? ஒரு வாரத்துக்குள்ளே வேலையைப் 'பிக்கப்' பண்ணனும்... சந்தானம், வேலை விவரத்தைச் சொல்லித் தருவார்..."

"அவரு சொல்லாட்டாலும் பரவாயில்ல ஸார்... தங்கமுத்து சொல்லித் தாரேன்னார்..."

வேரில் பழுத்த பலா

"யாரு... ஆபீஸ் அம்பேத்காரா?"

அன்னம். தலையாட்டினாள். லேசாய்ச் சிரித்துக் கொண்டாள். நல்லாத்தான் பெயர் வைக்கிறார்... தங்கமுத்து கிட்டே சொல்லணும்; சந்தோஷப்படுவார்.... சரவணன், அவனிடம் அந்தப் புகார் கடிதத்தை நீட்டி "முதலில் இதைப் படிங்க... அப்போதான் நான் சொல்றதைப் புரிந்துகொண்டு எழுத முடியும்" என்றான்.

அன்னம், கூச்சத்தோடு அதை வாங்கிப்படித்தாள். பிறகு, கோபத்தோடு அவனையே பார்த்தாள். 'என்ன அக்கிரமம்... இவரைப் போய் லஞ்சம் வாங்குறதாய் அயோக்கியப் பயல் எழுதியிருக்கான்... இப்போதுதான் புரியுது... பத்மாவும், உமாவும், காண்டிராக்டரோடு ரகசியம் ரகசியமாய் பேசுனதும், அக்கௌண்டன்ட் ராமச்சந்திரன் தலையைச் சொறிந்தபடி நின்னதும் இவர் கிட்ட சொல்லலாமா? இவருக்குத் தெரியாமலா இருக்கும்? பாவம்... இதனாலதான் இரண்டு நாளாய் சிரித்த முகம். சீரழிஞ்சு கிடக்குதா?"

"சரி ஆரம்பிக்கலாமா?"

"சரி ஸார்..."

ஏதோ சொல்லப்போன சரவணன், நாற்காலியில் சாய்ந்தான். அவளிடம், நாளைக்குப் பார்த்துக் கொள்ளலாம் என்று கூடச் சொல்லப் போனான். எப்படி இந்த "டெம்போ" விவகாரத்திற்குப் பதில் எழுதுவது? இல்லை என்று சொல்ல முடியாது... உண்மையைச் சொல்வது, பாதிக் கிணறு தாண்டுவது மாதிரி... கடைசியில் இந்த சிதம்பரமும், இந்த அடைக்கலமும், இவர்களைக் காட்டியும் கொடுக்க முடியாது...

நினைத்த நேரத்தில் வரும் தேவதைகள் போல், அடைக்கலமும் சிதம்பரமும் உள்ளே வந்தார்கள். அடைக்கலம் கையில் காகிதம், சிதம்பரம், பெருமிதத்தோடு பேசினார்.

"இந்த டெம்போ விஷயத்தை, காண்டிராக்டர் பயல். இவ்வளவு அசிங்கம் பண்ணுவான்னு நினைக்கல ஸார்... எல்லாம் இங்க இருக்கிற எட்டப்ப பசங்களோட வேலை ஸார்... இவன் கிட்டே. இவனால் ஒங்களுக்கு ஏற்பட்டிருக்கிற நிலைமையை எடுத்துச் சொன்னேன்... 'உத்தியோகத்திற்கு உலை வச்சிட்டியேடா பாவி'ன்னேன். இன்னைக்குத்தான் ஸார்.

இவன் கண்ணே கலங்குறதைப் பார்த்திருக்கிறேன். அப்புறம், நாங்க இரண்டு பேருமாய் திட்டம் போட்டோம். டைரக்டருக்கு அடைக்கலம் லெட்டர் எழுதிப் போட்டுட்டான். இனிமே ஒங்களால கூட ஒண்ணும் செய்ய முடியாது.... இத்தாங்க ஸார் நகல்...”

சரவணன் வாங்கினான். அவ்வப்போது, அவர்கள் இருவரையும் ஆச்சரியமாய்ப் பார்த்தபடி, படித்தான். பிறகு, அவர்களையே பார்த்தான். மனிதன் சின்னவனாய் இருக்கான்... அப்புறம் விஸ்வரூபம் எடுக்க நினைத்தால், எப்படி எடுக்கான்? அப்படித்தான் இந்த அடைக்கலமும், டெம்போ யாருக்குரியது என்பதுகூட சரவணன் ஸாருக்குத் தெரியாது என்றும், அவர் கொடுத்த பணத்தை, தான் செளமி நாராயணனிடம் கொடுக்கப் போனதாகவும், அவர் மறுத்ததாகவும், சரவணன் தன்னைத் திட்டுவான் என்று பயந்து, பணத்தை வைத்துக் கொண்டதாயும் எழுதியிருந்தார்... எவ்வளவு பெரிய உதவி....

சிதம்பரம் ஒரு ‘போடு’ போட்டார்.

“ஸார் இவன்... கடைசியாய் எழுதுனதுதான் பொய்... நீங்க திட்டுவீங்கன்னு பணத்தை வச்சுக்கல... பணம் என்றாலேயே, இவனுக்கு வச்சுக்கணுமுன்னுதான் தோணும்... வாறேன் ஸார்... இந்தாம்மா... ஒன்னைத்தான்! ஆள்காட்டிப் பசங்க இருக்கிற ஆபீஸ் இது... ஸாரை கெட்டியாய்ப் பிடிச்சுக்கோ... அவரு உதறினாலும் கீழே விழப்படாது... விழுந்திட்டால், எல்லாருமாய்ச் சேர்ந்து ஒன்மேல கல்லைத் தூக்கி எறிவாங்க... வாறோம் ஸார்... அடேய்... ஒன்னைத்தாண்டா... அடைக்கலம்... வா... ஏண்டா தலையைச் சொறியுறே? இவன் இப்படித்தான் ஸார்... யாருக்காவது உதவிட்டால், தலையைச் சொறிவான். அப்படியும் பார்ட்டிக்குப் புரியாவிட்டால் அப்புறம் சட்டைப் பையைச் சொறிவான்... வாறோம் ஸார்... ஏதோ அன்பில், மூடத்தனமாய் பேசிட்டேன்... வாறேன் ஸார்...”

சரவணன், போகிறவர்களையே பார்த்தான். அன்னம், அப்படிப் பார்த்தவனையே பயபக்தியோடு பார்த்தாள்.

“ஆரம்பிக்கலாமா மேடம்?”

அவள் அதிசயித்தாள். மேடமாமே... கேட்கிறதுக்கு, எவ்வளவு நல்லா இருக்குது...

சரவணன் கோர்வையாகச் சொல்லிக் கொண்டு போனான். முனையில்லாத குண்டூசி, ஒடியும் பென்சில், ஊறும் காகிதம், ஒரு பக்கம் சில தகரத்துண்டு இல்லாத டேக், கிழிந்த கோப்புக் கவர்கள் ஆகியவற்றின் வரலாற்றுப் பின்னணியை சுவைபடச் சொன்னான். அப்போது அன்னம் கூடச் சிரித்துக் கொண்டாள். பிறகு, இதர அலுவலகங்களில் இருந்து, 'எழுதுபொருட்கள்' இடர்வதைப் பற்றி வந்த கடிதங்களைத் தேதி வாரியாகக் குறிப்பிட்டான். காண்டிராக்டர், எந்தெந்த தேதிகளில் எத்தனை நாள் எத்தனை மாத தாமதத்துடன் டெலிவரி செய்திருக்கிறார் என்பதை, டயரியைப் பார்த்துச் பார்த்துச் சொன்னான். டெம்போ விவகாரத்திற்கு, ஒரு கடிதம் இணைக்கப்பட்டிருப்பதாகக் குறிப்பிட்டான்.

அப்புறம் லஞ்சக் குற்றச்சாட்டு, "என் வாழ்க்கையே ஒரு திறந்த புத்தகம். ஆனால் அதிலே நான்தான் எழுதுவேன்... யார் வேண்டுமானாலும் படிக்கலாம். இளமையிலேயே தந்தையை இழந்தேன். அண்ணனின் நேர்மை அப்போதே எனக்குத் தாலாட்டுப் பாடியது. கிணறு வெட்டியிருக்கிறேன். ஆனால் உழைக்கும் அலுவலகத்திற்குக் குழி வெட்டியது கிடையாது. மரத்தில் ஏறியிருக்கிறேன். அதிகார மரத்தில் ஏறியதில்லை... பள்ளிக்கூடக் காலத்தில் வேலைக்கும் கூலிக்கும் கை நீட்டி இருக்கிறேன். ஆனால், இதுவரை யாரிடமும், சட்ட விரோதமாய் சமூக விரோதமாய் கைநீட்டியதில்லை. என் வீட்டைச் சோதனையிடலாம். சி.பி.ஐ. மூலம், என் மீதுள்ள குற்றச்சாட்டை விசாரிக்கவேண்டும். கண்டிப்பாய். தயவுசெய்து நான் காசு வாங்கினேன் என்று எந்தக் கை சுட்டிக் காட்டப்படுகிறதோ... அதனால் இப்போது என்னால் சாப்பிடக்கூட முடியவில்லை."

அன்னத்தின் கண்கள் கலங்கின. நேற்று, அவன் சாப்பிடாமல் இருந்தது நினைவுக்கு வந்தது.

சரவணன் தொடர்ந்தான். அந்த அலுவலகம், மத்திய அரசின் பாதுகாப்பு விதிகளின்கீழ் வருவதைச் சுட்டிக்காட்டி, அலுவலக ரகசியங்கள் காண்டிராக்டருக்கு எப்படிப் போய்ச் சேர்ந்தது என்பதை முழுமையாக விசாரிக்க வேண்டும் என்றும், இல்லையானால், லட்சக்கணக்கான பொருட்களைத் தருவித்து, சேமிக்கும் அலுவலகம், பெருச்சாளிக் கிடங்காய் மாறிவிடும்

என்றும் சொன்னான். அலுவலகத் தகவல்களை, காசுக்கு விற்பவர்கள் சமூக விரோதிகள் என்றும், விசாரணைக்கு உத்திரவிட்டால், தன்னால் சிலரைப் பற்றித் தகவல்கள் கொடுக்க முடியும் என்றும் குறிப்பிட்டான். மேலதிகாரிகள் நடவடிக்கை எடுக்கத் தாமதித்தால், தான் எடுக்க வேண்டிய கட்டாயம் ஏற்படும் என்றும் எச்சரித்தான். இறுதியில், இப்போது வெளியே தெரியாமல் இருக்கும் இத்தகைய கேள்விக் குறிகளை, இப்போதே கண்டு பிடிக்கவில்லையானால், அலுவலகம் காணாதாகிவிடும் என்றும் சொல்லி முடித்தான். ரகசியங்களைத் திருடிய காண்டிராக்டர் சௌமி நாராயணன் மீதும் நடவடிக்கை எடுக்க வேண்டும் என்றும், அன்னத்தைக் குறிப்பெடுக்க வைத்தான்.

அவன் ஆவேசம், அவளையும் பிடித்துக் கொண்டது. பல்லைக் கடித்தபடி குறிப்பெடுத்தாள். இந்த ஆபீஸ்ல இவ்வளவு வேலை நடக்குதா? இவருக்கும் தெரியுமா? இப்படிப் பட்டவங்களை வைத்து, எப்படி இவர் ஆபீஸ் நடத்துறது? எப்படிப்பட்ட பழி வந்திருக்கு? பழிகாரப் பயல்கள்... பொறுத்துப் பாருங்கோடா... பாருங்கடி.....

சரவணன் அவளை ஆச்சரியமாய்ப் பார்த்தான். பிறகு, வாயை விசாலப்படுத்திப் பார்த்தான். அவளுக்கும் லேசாய் பெருமிதம்; அலுவலக நியாயப் போராட்டத்தில், தனக்கும் ஒரு பங்கு இருக்கிறது, தானும் ஒரு பொறுப்பான 'அபிஷியல்' என்ற பெருமிதம், சரவணன், அவன் நினைப்புக்கு மேற்கொண்டு இடம் கொடுக்கவில்லை.

"சரி... போய் டிராப்ட் அடிச்சுட்டு வாங்க... ஒரு தடவை பார்த்துடுறேன்... அப்புறம் நகல் பண்ணலாம்..."

அன்னம், அவசர அவசரமாய் எழுந்தாள்.... அவன், களைப்பில் நாற்காலியில் சாய்ந்தான். டைப் சத்தம் தாலாட்டாகிவிட்டது. உழைப்பே இப்போது தூக்கமாய் உருமாறி, அவனை ஆட்கொண்டது... அன்னம் "ஸார் ஸார்" என்று சொல்லிவிட்டு, பிறகு டேபிள் வெயிட்டால் மேஜையைத் தட்டிய பிறகுதான் கண் விழித்தான். கடிகாரத்தைப் பார்த்தான்; மணி இரவு எட்டு பாவம் எவ்வளவு நேரமாய் காத்திருந்தாளோ?

“சரிம்மா... நீங்க போங்க... நான் டிராப்டை செக் பண்ணப் போறேன்... நாளைக்கு ஈவினிங்ல காபி எடுத்துடலாம்... ஒரு விஷயம்... கடித விவரத்தை, யார் கிட்டேயும் தெரியாத்தனமாகச் சொல்லிடப்படாது. இன்றைய சினேகிதர்கள், நாளைய விரோதிகள் என்கிற நினைப்புலதான் ஆபீஸைப் பொறுத்த அளவுல பழகணும்... தேங்க் யூ.... ஓ.கே... குட்நைட்...’

அன்னம் தயங்கியபடி நின்றாள். அவன் கவனித்ததாகத் தெரியவில்லை. மெள்ள மெள்ள கால்களை நகர்த்தினாள். ‘இந்தத் தங்கமுத்தையாவது கொஞ்சம் காத்திருக்கச் சொல்லி இருக்கலாம் எனக்கும் தெரியாமல் போயிட்டு...’

சரவணன் டிராப்டைப் படித்தான். அசந்து போனான். ஓரிரு தப்புகளைத் தவிர, வேறு எந்தத் தப்பும் தெரியவில்லை. உமாவால் கூட இப்படி டிக்டேஷன் எடுத்து. இவ்வளவு க்ச்சிதமாய், டைப் அடிக்கமுடியாது... நல்ல பெண்... வேலையை ‘பிக்கப்’ செய்துக்குவாள்.

கால்மணி நேரத்தில் திருத்தினான். அடுத்த கால்மணி நேரத்தில் புள்ளி விவரங்களை ரிஜிஸ்டர்களோடு ஒப்பிட்டுச் சரிபார்த்தான். பின்னர் புறப்பட்டான். அறைக்கு வெளியே வந்தான். தலையில் கைவைத்து உட்கார்ந்திருந்த அன்னம் எழுந்தாள்.

“இன்னும் போகலியா?”

“இருட்ல தனியாப் போறதுக்குப் பயமாய்...”

“சரியாப் போச்சு... வாட்ச்மேனை கொண்டு விடச் சொல்ல வேண்டியதுதானே...”

“கேட்டேன் ஸார். ஆபீஸர் இருக்கும்போது... தலையே போனாலும் வெளில போகமாட்டாராம்...”

“ஆபீஸர் இல்லாவிட்டால் போவாராமோ? சரி நடங்க... எங்கே தங்கியிருக்கீங்க...?”

“அமிஞ்சிக்கரை... ரெண்டு பஸ் ஏறணும் ஸார்...”

“ஐ ஆம் ஸாரி... நாளைக்கு தங்கமுத்தை வச்சு டைப் அடிக்கிறேன்... உம்... நடங்க...”

சரவணன் யோசித்தான். அன்றைக்கும் ஸ்கூட்டர் கொண்டு வந்திருந்தான். அவளை எப்படி ஏற்றிக் கொண்டு...? இரண்டு

சு. சமுத்திரம்

பஸ்ல போகணுமாமே... இந்த இருட்டில் எப்படித் தனியாய் போவாள்? அந்தச் சமயத்தில், வாட்ச்மேனை விட்டுவிட்டு வரச் சொல்லலாம் என்றும், அவர் திரும்புவது வரைக்கும், தானே, அலுவலகக் காவலாளியாக இருக்கலாம் என்றும் அவனுக்குத் தோன்றவில்லை.

இருவரும் வெளியே வந்தார்கள். அவன் ஸ்கூட்டரை உதைத்தான். அவன் மனதுக்குள் உதைத்தாள். வாட்ச்மேன் வந்து, ஸ்கூட்டரைப் பிடிப்பதுபோல் நின்றார்.

"ஸார்... பஸ்ல..."

"நானும் யோசித்தேன்... ஆபத்துக்குத் தோஷமில்லை... உம்... ஏறுங்கோ..."

அன்னம் பயந்து போனாள். ஸ்கூட்டரில் இதுவரை ஏறியதில்லை. எப்படி... எப்படி... சரவணன் ஆற்றுப் படுத்தினான். அன்னம் இருக்கையில் கண் பதித்தாள். பிறகு ஏறிக் கொண்டாள். அவன் சிரித்தபடி சொன்னான்:

"லேடீஸ் ரெண்டு காலையும் பரப்பி உட்காரப்படாது... ஒரு பக்கமாய் உட்காருங்க... ஹஸ்பெண்ட் அண்ட் ஒய்ப்... காதலர்கள் ஸ்கூட்டர்ல ஜோடியாய் போனதைப் பார்த்ததில்லையா? ஓ... ஐ... அம்... ஸாரி... அபத்தமாய் பேசுறேன். நீங்க என்னோட சகா... ஒங்க பாதுகாப்புல எனக்கு அக்கறை உண்டு... உம்... தப்பாய் நினைக்காதீங்க."

அன்னம் பயந்து பயந்து, ஸ்கூட்டரின் பின்னிருக்கையில் இறங்கி ஏறினாள். அது நகர்ந்தபோது, அவளும் பக்கவாட்டிலும், பின்புறமாகவும் நகர்ந்து போனாள். பியூன் சிதம்பரம் சொன்னது ஞாபகத்துக்கு வந்தது. இதைத்தான் சொல்லியிருப்பாரோ... 'ஸாரை கெட்டியாய் பிடிச்சுக்கோ'ன்னு சொன்னாரே...

அவளுக்குச் சிரிப்பு வந்தது. மற்றவர்கள் என்ன நினைப்பார்கள் என்று அவமானமும் வந்தது. இது முறையா என்ற சந்தேகமும் வந்தது. இந்த எல்லா உணர்வுகளையும், ஒரு உணர்வு அடக்கியது. பயம்... விழப்படாதே என்ற பயம். ஸ்கூட்டர் ஐம்பது கிலோ மீட்டரில் பாய்ந்தது.

அன்னம், கீழே விழாமல் இருப்பதற்காக, அவனைப் பிடித்துக்கொண்டாள். அவனே அசைய முடியாதபடி பலமாய் பிடித்துக்கொண்டாள்.

6

ஒரு மாதம், வந்தது தெரியாமல் போனது.

அன்னம் வேலையில் பாதி தேறிவிட்டாள். இப்போது, அவள் முகத்தில் ஒரு மினுக்கம். பார்வையில் ஒரு நம்பிக்கை. நடையில் ஒரு துள்ளல். தங்கமுத்துவும், சந்தானமும் போட்டி போட்டு, அவளுக்கு வேலை விவரங்களைச் சொல்லிக் கொடுத்தார்கள். அக்கௌண்டன்ட் ராமச்சந்திரன் போனவர் போனவர்தான். 'அம்மாதான்' அந்தப் பிரிவுக்கு இன்சார்ஜ். நிர்வாக அதிகாரி, சந்தானத்தைப் பார்த்துக் கருவினார். "அடே.... உருப்படுவியாடா? பகவானுக்கே அடுக்குமாடா? பன்னாடப் பயலே... என்கிட்டே ஒரு காலத்துல குழைஞ்ச பயல்... இப்போ பேசுறதுக்கு யோசிக்கிறியா? இரு... இருடா... இரு..."

தங்கமுத்துவும், அன்னமும் ஒருவருக்கொருவர் மணிக்கணக்கில் அன்னியோன்யமாய்

பேசிக்கொண்டிருப்பதைப் பார்த்து பத்மாவும், உமாவும் கண்ணடித்துக் கொண்டார்கள். சரவணனும், நிர்வாக அதிகாரியை மட்டும் கூப்பிடாமல், செக்ஷன் - இன்சார்ஜ்களைக் கூப்பிட்டு, கோப்புகளை விவாதித்தான். ஒருதடவை, அன்னம் வந்து, 'ஸார்... சௌமி நாராயணன் குண்டூசிக்கு அதிக ரேட் போட்டிருக்கார்.... ஆபீஸ்ல குண்டூசி டிமாண்ட் எண்ணிக்கையைக் குறைச்சு, சவுண்ட் கம்பெனி அதிகமாய் ரேட் போட்ட பிளாட்டிங் பேப்பர் எண்ணிக்கையைக் கூட்டியிருக்காங்க... போன 'பைனான்ஷியல் இயர்' கணக்குப்படிப்பார்த்தால், காண்டிராக்டர் கண்ணன் கொடுத்ததுதான் மினிமம் ரேட்... என்றாள். சரவணன், பெருமை பிடிபடாமல், அவளைப் பார்த்தான். 'ஓர்க் அவுட் செய்யுங்க' என்றான். அன்னம், ஓர்க் அவுட் செய்து ஸ்டாண்டர்ட் கம்பெனியின் ரேட்டுதான். மினிமம் கொட்டேஷனாகி டில்லிக்குப் போய்விட்டது.

சரவணனுக்கு, இன்னும் ஒரு எரிச்சல். காண்டிராக்டர் சௌமி. அவன் குடியிருக்கும் வீட்டின் உரிமையாளருக்குச் சொந்தக்காரனாம். அவரிடம் ஊதியிருக்கிறான். வீட்டுக்காரர், இப்போது அவனைக் காலிசெய்யச் சொல்லுகிறார். சீ... ஒருத்தன் இவ்வளவு சின்னத்தனமாவா நடக்குறது? முடியாதுன்னு சொல்லியாச்சு... என்ன பண்ணுறானோ பண்ணட்டும்.

"மே ஐ கம் இன்" என்ற குரல் கேட்டு, சரவணன் நிமிர்ந்தான். ராமசாமி! ஐ.பி.எஸ். அதிகாரி.... மாநில அரசியல், கமர்ஷியல் கிரைமை பார்த்துக் கொள்பவன். அவனுடைய காலேஜ்மேட்... முசௌரியில் டிரெயினிங் மேட்.... எல்லாவற்றையும் விட, இன்டிமேட்...

"அடேடே... வாடா வா!"

நான் ஒன் ஆபீஸுக்கு நாலு தடவை வந்தாச்சு... நீ ஒரு தடவையாவது வந்திருக்கியாடா?"

"ஒனக்கென்னப்பா... நீ ஐ.பி.எஸ் காருங்க ஒனக்காக காத்திருக்கும். நான் அப்படி வரமுடியுமா? எனக்கு டெம்போ கூட..."

"என்ன உளறுறே?"

"என்ன சாப்பிடுறே?"

"கூலா கொடு...."

ராம்சாமி ஐ.பி.எஸ். ஒப்பித்தான்.

"வீட்ல தொல்லை தாங்க முடியலப்பா... அதனாலதான் இப்போ வந்தேன். சீக்கிரமாய் கல்யாணம் பண்ணிக்கோன்னு அப்பா பிரஸ் பண்றார். நான் கல்யாணம் பண்ணுறதைப் பார்த்துட்டுதான் தாத்தா சாகப் போறாராம். படுத்த படுக்கையாய் கிடக்காராம்... ஏதாவது ஒரு நல்ல பெண்ணாய் இருந்தால் சொல்லுடா..."

"என்னடா நீ... ஐ.பி.எஸ். அதிகாரி. ஒனக்கு பெண் கொடுக்க எத்தனையோ ரவுடிங்க கியூவிலே நிற்பாங்க."

"அதனாலதான் ஒன்கிட்டே வந்தேன்... டேய்... சீரியஸாத்தான் கேட்டேன்."

"நீ ஒருத்தன்... நான் என் தங்கச்சிக்கே மாப்பிள்ளை கிடைக்காமல் திண்டாடுறேன்... ஒன்று செய்யலாம். நீ அவளுக்கு மாப்பிள்ளை பாரு... நான் ஒனக்குப் பெண் பார்க்கறேன்."

ராமசாமி சரவணனை, பெண்ணைப் பார்ப்பது போல் பார்த்தான். பாவாடை - தாவணியில் பார்த்த வசந்தா, வாசல் பக்கம் நிற்பதுபோல் தலையை நீட்டினான். எப்படிக் கேட்பது? இதில் என்ன ஒளிவு மறைவு...?

"டேய்... ஒன் தங்கையை.... எனக்குத் தாறதுல ஆட்சேபம் இல்லையே?"

"விளையாடுறியாடா?"

"இதுல என்னடா விளையாட்டு... நீ என் நண்பன்... சீனியர் கிளாஸ் ஒன் ஆபீஸர். ஒன்னோட தங்கையை கட்டித் தந்தால், சந்தோஷப்படுவேன்... எனக்கு எந்தக் கெட்ட பழக்கமும் கிடையாதுடா... நீயாவது... லேசாய் சிகரெட் பிடிப்பே... நான் அதுகூட பிடிக்கமாட்டேன். ஏண்டா யோசிக்கே?"

"யோசிக்க வேண்டிய விஷயம்..."

"சரி உனக்கு இஷ்டமில்லன்னா..."

"இல்லடா... சந்தோஷ அதிர்ச்சியை என்னால தாங்கிக்க முடியல... பெரிய இடத்துல நீ செய்துக்கிட்டால், ஒனக்கு நல்லது பாரு."

"லாக்கப்புல போட்டுடுவேன்... ஒன்னைவிட... எனக்கு... எந்த அயோக்கியண்டா பெரிய இடம்? அப்பாவுக்கு... லெட்டர் போடட்டுமா?"

"வசந்தாவை இப்ப ஒரு தடவை பார்த்துக்கோ..."

"நீயே பெண் மாதிரிதான் இருக்கே... ஒன்னைப் பார்த்தது போதும்... நல்லவேளை... நீ என் நண்பன் மட்டுமில்லாமல், ஜாதிக்காரனாய் வேற போயிட்ட..."

"என்றைக்கு ஐ.ஏ.எஸ்., ஐ.பி.எஸ், அரசியல்வாதி, எழுத்தாளன், கவிஞன், பத்திரிகை ஆசிரியர்ன்னு ஒருவனுக்குப் பட்டம் வருதோ, அப்போ அவன் தன்னோட ஜாதிப் பட்டத்தைத் துறந்துடணும். நீ ஐ.பி.எஸ். தானே?"

"எவண்டா இவன்... எனக்கு ஜாதி கிடையாது. ஆனால் எங்க தாத்தா, கல்யாணம் முடிஞ்சவுடனே கண்ணை மூடப்போறதாய் உறுதி கொடுத்திருக்கார்... நான் வேற ஜாதில கட்டி, அவர் உயிரு போகமுடியாமல் இருந்தார்னால், யாருடா அவஸ்தைப் படுறது?"

சரவணன் மனம்விட்டுச் சிரித்தான். இப்படிச் சிரித்து எவ்வளவோ நாளாகிவிட்டது... இதற்குள் அடைக்கலம், 'கூல் டிரிங்ஸ்ஸோடும்' ஒரு காகித உறையோடும வந்தான். ராமசாமி, குடித்துக் கொண்டிருந்தபோது, சரவணன் படித்துக் கொண்டிருந்தான்.

பழையபடியும் பாழாப்போன சௌமி நாராயணனோட இரண்டாவது புகார். முன்பு, கான்டிராக்டர் கண்ணன் பெயர் கொண்ட காகிதத்துண்டில், 'தயவு செய்து... காத்திருக்கவும்' என்று சரவணன் எழுதியிருந்தானே... அதன் போட்டோ ஸ்டெட் நகல்.... புகார் கடிதத்துடன் இணைக்கப்பட்டிருந்தது. சௌமி, தனது முந்திய ஊழல் குற்றச்சாட்டுக்கு ஆதாரமாக, அதை வைத்திருந்தான். தற்செயலாய் - மனித நாகரிகம் கருதி - எழுதப்பட்டதை, எப்படி மாற்றி விட்டார்ன். அவனுக்கு யார் கொடுத்தது...? என்ன சந்தேகம்? உமாதான் கொடுத்திருப்பாள். கேட்டால், 'அய்யோ... அம்மா... கண்ணன் சூதுவாது இல்லாம கீழே போட்டிருப்பார்.... எந்தப் பொறுக்கியோ எடுத்திருப்பான்' என்று இந்தப் பெண் பொறுக்கி ஒப்பாரி போடுவாள்... ஏற்கனெவே பல அந்தரங்க சமாச்சாரங்கள் கொண்ட கோப்புக்கள் தனக்கு வரவில்லை என்ற ஆதங்கத்தில் இருப்பவள்.

வேரில் பழுத்த பலா

போகட்டும்... இன்றைக்குள்ளே தலைமையிடத்திற்கு, காமெண்ட்ஸ் கொடுக்கணுமாம்... ஆபீஸ் எட்டப்பர்களைப் பற்றி எழுதியதற்கு, இன்னும் பதிலே இல்லை... அங்கே மட்டும் எட்டப்பன், எட்டப்பச்சி... இல்லாமலா இருப்பார்கள்? மச்சானாகப் போகிற இந்த ராமசாமியிடம் சொல்லலாமா? கமர்ஷியல் கிரைமை கவனிக்கிறவன்... செளமி நாராயணன் ஆபீஸை 'ரெய்டு' செய்தால், அவன் ஒழிஞ்சான்... ஒருவேளை... இங்கே உள்ளவங்க எழுதிக்கொடுத்த விவரங்களும் கிடைக்கலாம். வேண்டாம்... வேண்டாம்... இதுவும் ஒரு வகை அதிகார துஷ்பிரயோகம்தான்... நல்லதுக்கும் கூட, இன்னொருத்தன் அதிகாரத்தை, எனக்காகப் பயன்படுத்தக்கூடாது.

குளிர்பானத்தைக் குடித்து முடித்த ராம்சாமி, அவனை உலுக்கினான். "நீ ஏண்டா.... குடிக்கல?"

சரவணன், கூல்ரிங்கை குடித்தபடியே "மச்சானாகப் போறே, 'சார்' போட்டுப் பேசுடா" என்றான். சிரிக்கத்தான் போனான். சிரிப்பு வரவில்லை... ராமசாமி, போலீஸ் அதிகாரியாய் இருந்தாலும், அப்போது கல்யாண மாப்பிள்ளையாகவே ஆகிவிட்டதால், சரவணனின் மாற்றத்தைக் கவனிக்கவில்லை.

"அப்புறம் வாறேண்டா... கல்யாணத்தை எப்போ வச்சுக்கலாம்?"

"அப்பாவுக்கு எழுது.... எந்த தேதியும் எனக்கு நல்ல தேதிதான்"

ராமசாமி போய்விட்டான். சரவணன், தங்கைக்குக் கிடைத்த மாப்பிள்ளையை நினைத்து மகிழப் போனான். உடனே, போஸ்டோஸ்டெட் நகலும், கான்டிராக்டர் கடிதமும், அந்த மகிழ்ச்சியைக் குலைத்தன. பாஸ்டர்ட்... எப்பவோ ஒரு தடவை வருகிற மகிழ்ச்சியைக் கூட... அனுபவிக்க முடியாமல் கெடுத்திட்டானே...

சரவணனால் இருக்க முடியவில்லை... உமா வந்தால், அவனை அறைந்தாலும் அறைந்துவிடலாம். என்ற அச்சம் ஏற்பட்டது. தனக்குத்தானே பயந்து, வன்முறை உணர்விலிருந்து தன்னை விடுவித்துக் கொள்வதற்காக, பகல் பன்னிரெண்டு மணிக்கே புறப்பட்டான். உள்ளே வந்த அன்னத்திடம் பேசாமல், அவன் பாட்டுக்கு வெளியேறினான். வீட்டில் போய் உடம்பைக் கிடத்தணும். போட்டோஸ்டெட் விவகாரம் நாளைக்குத்தான்...

7

வசந்தா, ஜன்னலோடு ஜன்னலாகச் சாய்ந்து, அதற்குத் திரைச்சீலையாய் நின்றாள். கையில், ஒப்புக்கு ஒரு புத்தகம் இருந்தது. எதிர் வரிசை வீட்டின் இரண்டாவது மாடியில், அவனும், ஜன்னலில் சாய்ந்து நின்றான். அவன் கீழே பார்க்க, இவள் மேலே பார்க்க, ஒரே பரமானந்தம். செக்கச் செவேல் உடம்பில், வெள்ளை 'டி' சட்டைப் போட்டு, அவன் அழகாகத்தான் இருந்தான். அவளுக்குத் திடீரென்று பயம் வந்தது. சமயலறைக்குள் இருக்கும் அண்ணி பார்த்து விடுவாள் என்றோ, தனக்குப் பின்னால், வெறுந்தரையில் வெறுமனே படுத்திருந்த அம்மா கண்விழித்துப் பார்த்து விடுவாளோ என்ற பயம் அல்ல. ஒருத்தியை அடக்கிவிடலாம். இன்னொருத்தியை ஏமாற்றிவிடலாம். அதுவல்ல அவள் பிரச்சினை... அவன், சிவப்புக் கைக்குட்டையை எடுத்து அவளைப் பார்த்து

ஆட்டுகிறான். கண்களை, வலிப்பு வந்தவன் போல் வெட்டுகிறான்...

கடந்த ஒரு மாத காலத்தில், பலதடவை அவனை ஜன்னலோரம் பார்க்கிறாள். ஆனால், இன்றுதான் அவன் சைகை செய்கிறான். வசந்தாவுக்கு, சிவப்புத் துணி அபாயம் போலவும் தோன்றியது. அவனோ, 'பைத்தியம்... பைத்தியம்: என்று சொல்லுவது போல், தன் தலையை, அவள் தலையாக நினைத்து அடித்துக் கொள்கிறான். அவளுக்கு, அவனைப் பார்க்காமலும் இருக்க முடியவில்லை... அங்குமிங்கும் பார்த்தபடி, லேசாய்... லேசாய்... புத்தகத்தை எடுத்து ஆட்டுகிறான். அங்கே நூலால் உருவான துணி. இங்கே துணி மாதிரி இருந்த நூல். இரண்டும் ஆடிக் கொள்கின்றன. முகங்களும் ஆட்டிக் கொள்கின்றன.

திடீரென்று சத்தம் கேட்டு, வசந்தா திரும்பினாள். நிலைகுலைந்தாள். சரவணன் வந்து, ஓசைப்படாமல் பின்புறமாய் நிற்கிறான்! உடனே அவள் கையில் இருந்த புத்தகத்தால், முகத்தை மூடிக்கொண்டாள்.... புத்தக விளிம்பு வழியாக, அண்ணனை நோட்டமிட்டாள். அவனோ, எந்தவித சலனத்தையும் காட்டிக்கொள்ளாமல், தன் அறைக்குள் போனான். வசந்தா தேறினாள்.... ஒருவேளை பார்த்திருக்கமாட்டானோ? பார்த்திருந்தால்... இப்படி யாரும் போகமாட்டாங்களே... அதுவும் அண்ணன்...

பைய பைய நடந்து, அண்ணனின் அறையை நோட்டம் விட்டாள். அவன், தலையில் இரு கை வைத்து, கட்டிலில் கால் பரப்பிக் கிடந்தான். வசந்தாவால் நிற்க முடியவில்லை. இதயம் வெடித்து வெளியே வரப் போவது போலிருந்தது. ஆனாலும், அவன் பேசாமல் இருந்தான். அவளுக்கு ஒரு நிம்மதி.

அரை மணி நேரம் ஆனது.

முன்னறைக்கு வந்தவனை, அப்போதுதான் பார்ப்பது போல், அண்ணி ஆச்சரியப்பட்டு நின்றாள். அம்மா, இன்னும் எழவில்லை. வசந்தா, எதுவுமே நடக்காதது போல் "என்னண்ணா... சீக்கிரமாய் வந்துட்டே? உடம்புக்கு எதுவும்..." என்றாள்.

அவனும், எதுவும் நடக்காததுபோல் பதிலளித்தான்:

"ஒனக்காகத்தான் வந்தேன்..., நீ... புத்தகமும், கையுமாய் இருந்ததுல, அண்ணனுக்கு எவ்வளவு சந்தோஷம் தெரியுமா?

என் எதிர்பார்ப்புக்கு ஏற்றபடி நீ நடந்துட்டே எனக்கு... இப்போ சந்தோஷம் தலைவரைக்கும் வந்துட்டு.... உம்... நல்ல புடவை ஏதும் இருக்குதா? கடையில போய் வாங்கணுமா?

"எதுக்குண்ணா?"

"ஒனக்கு சந்தோஷம் தரக்கூடிய ஒரு காரியத்தைச் செய்யப் போகிறேன். கழுத்துல ஒரு செயின் கூட உண்டுல்ல? எடுத்துப் போட்டுக்கோ... அண்ணி, இந்தாங்க சாவி... பீரோவைத் திறந்தால், நூறு ரூபாய் தெரியும். எடுங்கோ.... அண்ணன் ரொம்ப ரொம்ப ஏழைம்மா... மீதிப் பணத்தை அடுத்த மாசம் தாரேன்... உம்... புறப்படு..."

"எங்கண்ணா?"

"எங்கண்ணான்னு சொல்லாதே... என்ன அண்ணான்னு கேளு... ஆமாம்... நான் என்ன அண்ணன்? உம்... இந்தப் புடவையே நல்லாத்தான் இருக்குது... புறப்படு..."

"என்னப்பா இதெல்லாம்?"

"சொல்றேன் அண்ணி இவளை... அதோ எதிர் வீட்ல. இரண்டாவது மாடி வீடு இருக்கு பாருங்க... அங்கே, ஒரு பொறுக்கி இருக்கான். அவன் கிட்ட ஒப்படைச்சுட்டு வந்துடுறேன்... அடேயப்பா... இவ்வளவு சீக்கிரமாய் எனக்குப் பொறுப்பு தீர்ந்திடுமுன்னு நான் நினைக்கல... ஏய்... ஏய்... வசந்தா... புறப்படுறியா... இல்ல... நான் கழுத்தைப் பிடிச்சுத் தள்ளிக் கொண்டு போகணுமா?"

வசந்தா நடுநடுங்கினாள். நான்கு பக்கமும் பார்த்தாள். அண்ணியை அப்போதுதான் மனுஷி மாதிரிப் பார்த்தாள். அண்ணனைப் பார்க்க முடியாமல், கண்களைக் கைகளால் மூடினாள். சுவரிடம் போய், தலையை முட்டப்போவது போல் வைத்துக் கொண்டு கேவினாள். விம்மினாள். சுவர் வழியாய் நீரோடியது.

சரவணன், அவளை நோக்கி நடந்தான். வாய் தானாய் பேசியது.

"இந்த நடிப்பெல்லாம் இனிமேல் வேண்டாம். இந்த வீட்ல நாங்க கௌரவமாய் வாழ விரும்புகிறோம்... உம்... எழுந்திரு... நீ போகாட்டால், நான் போவேன்.. திரும்ப முடியாமல் போவேன்!" ஒன்ன கொலை செய்துட்டு போவேன்.

அண்ணி இருவருக்கும் இடையே வந்தாள்.

"ஒரு பெண்ணை... அவள் எவ்வளவுதான் மோசமானவளாய் இருந்தாலும் அடிக்கப் போறது அநாகரிகம்..."

"நான் அடிக்கப் போகல... அணைக்கிற இடத்துக்குக் கூட்டிட்டுப் போறேன். அண்ணி... நீங்களே கேளுங்க... ஒரு வேளை, அண்ணன் கூட வாரது அவமானமுன்னு நினைச்சால், அவளே போகட்டும். கேளுங்க அண்ணி... அவள் போகப் போறாளா? நான் போகட்டுமா?"

இதற்குள் சத்தம் கேட்டு, தாய்க்காரி முத்தம்மா எழுந்தாள். ஒன்றும் புரியாமல் கண்ணைக் கசக்கினாள். அண்ணிக்காரி அழாக்குறையாய் பேசினாள்.

"இந்த மாதிரி வருமுன்னுதான்.... நான் அவள் கிட்டே... எத்தனையோ தடவை படிச்சுப் படிச்சுச் சொன்னேன். 'இப்போதாம்மா இந்தக் குடும்பம் தழைக்குது... ஒன்னால, எல்லாம் போயிடப் படாதும்மா... மெட்ராஸுக்கு வந்ததால... நாம் மானத்துக்குப் பயப்படக் கூடாதுன்னு அர்த்தமில்லம்மா'ன்னு சொல்லித் தொலைச்சேன். என் பேச்சைக் கேட்டால் தானே? ஒன் கிட்ட கூட.... சொல்லாமச் சொன்னேன். நீயும் புரிஞ்சுக்கல..."

அழுது கொண்டிருந்த மகளையும், அசையாமல் நின்ற மகனையும், உபதேசம் செய்யும் மருமகளையும் மாறி மாறிப் பார்த்த முத்தம்மாவும் அழுதாள். அழுகையோடு நிற்காமல், அழுகிப் போனவள் போல் ஒப்பாரி போட்டாள்.

"ஊர்ல இருந்து புறப்படுறதுக்கே யோசிச்சேன். இப்டில்லாம் வருமுன்னு எனக்குத் தெரியும்... அப்பாவிப் பொண்ண இப்படியாடா மிரட்டுறது? அவளோட அப்பா இருந்தால், இப்படி மிரட்டுவியா? நான் கைகால் கதியாய் இருந்தால், இப்படி மிரட்டுவியா? அடிக்கடி மயினியும், கொழுந்தனும் காதைக் கடிச்சபோதே எனக்குத் தெரியும்... ஏய்... வசந்தா எழுந்திருடி. நாம ஊரைப் பார்த்துப் போவோம்... இவள்... நம்ம ரெண்டுபேரையும் இருக்க விட மாட்டாள்..."

தங்கம்மா, சமயலறைக்குள் போய்விட்டாள். அங்கே, அவள் கேவுவது, சரவணனுக்கு லேசாய் கேட்டது. அவன், வசந்தாவிடம் வந்தான். காலால், அவளை லேசாய் உதறினான். பிறகு, அமைதியாய் கேட்டான்:

"உம்... எழுந்திரு ஒங்கம்மாவை... ஆமா.. ஒனக்குத்தான அம்மா, ஒன் குடியையும் கெடுத்த அம்மா, எங்கம்மா... அதோ, சமையலறைக்குள்ளே அழுதுட்டு இருக்காள்... ஒங்க அம்மாவையும் கூட்டிட்டுப் புறப்படு... நான்... அவன் காலுல விழுந்தாவது, ஒன்னை ஏத்துக்கச் சொல்றேன்..."

திடீரென்று வசந்தா, அண்ணனின் கால்களில் நெடுஞ்சாண் கிடையாக விழுந்தாள். அவன் குதிகால்களை, கைகளால் பிடித்தபடி, "தெரியாம அண்ணா... தெரியாம அண்ணா" என்று முனங்கினாள். அவன் அதட்டினான்:

"என்னது தெரியாம? உம்... சொல்லு... அவனோட தனியா எங்கேயாவது போனீயா?"

"சத்தியமாய் இல்லண்ணா..."

"அவன் பேரு தெரியுமா?"

"தெரியாதுண்ணா..."

"எங்கே வேலை பார்க்கிறான்னு..."

"தெரியாது..."

"அவன், ஒரு அசல் பொறுக்கி, பல பெண்களோட சுத்துறவன். ஒனக்குத் தெரியுமா?"

"தெரியாது... இன்னைக்குத்தான்..."

"துவக்க விழவா?"

வசந்தா, அவன் கால்களை விடவில்லை.

"காதல்னா... ஒனக்கு என்னென்னு தெரியுமா? கண்டதும் காதலுன்னு எதுவும் இல்லை. அப்படி இருக்கதாய் யாரும் சொன்னால், எழுதினால், அவங்களை ஒரே வெட்டாய் வெட்டணும்... வெட்டுற வெட்டுல, ஆள் தேறப்படாது. ஒரு ஆணும், பெண்ணும் பழகுறது தெரியாமல் பழகி, தான் ஆண் என்றோ, பெண் என்றோ பிரக்ஞை இல்லாமல், பேசுவது தெரியாமல் பேசி, காலத்தால், ஏற்படுகிற நட்புதான் காதலாய் மாறும். இதில், காதல் இன்ஸிடெண்ட். இந்த நட்பு காதலாய் மாறணுமுன்னும் கட்டாயமில்ல. காதலிக்காமலே, எத்தனையோ ஆண் - பெண் நட்பு, நீங்க நினைக்கிற 'புனிதக்' காதலை விட, ஆயிரம் மடங்கு அழுத்தமானது. நேயமானது. மகாத்மா காந்தியை, மீராபென் காதலிக்கவா செய்தாள்? இவங்க நட்புக்கு

இணையாய் எந்தக் காதலாவது நிற்க முடியுமா? விவேகானந்தரை, நிவேதிதா காதலிக்கவா செய்தாள்? ஒன்கிட்ட இவங்கள உதாரணமாய் சொல்றேன் பாரு. என் தப்புத்தான். ஒனக்கு... ஸில்க் ஸ்மிதாவையும், கிராஜுவேட்டாய் இருந்ததுனால அமிதாப் பச்சனையுந்தான் சொல்லணும்... ஆனால் எனக்குத் தெரியாதே..."

வசந்தா, தலையை ஆட்டாமல், உடம்பை அசைக்காமல் கிடந்தாள். சரவணனுக்கு அவளைப் பார்க்க பாவமாய் இருந்தது. கோபத்தைக் குறைத்தபடி பேசினான்:

"உண்மையான காதலுக்கு உட்படுறவங்க... ஒருத்தரை ஒருத்தர் காதலிக்கணுமுன்னு பழக மாட்டாங்க... அவங்களுக்கு, பழக்கத்துலதான் காதல் வரும்... காதலே ஒரு பழக்கமாகாது. ஆனால் உனக்கு... நீ... காதலிக்கணுமுன்னே அவனைப் பார்த்தே... அவன்... ஒன்னைக் கற்பழிக்கணுமுன்னே பார்க்கான். அவனோட நீ பழகுனது இல்ல.... பேசினது இல்ல... அப்படியும் நீ அவனைப் பார்க்கணுமுன்னால், அது உள்ளத் தாகம் இல்ல... உடல் தாகம். இப்படிப்பட்ட நீ அவனையே கல்யாணம் செய்தாலும், அதற்குப் பிறகும் எவனையாவது பார்ப்பே... அதை காதலுன்னும் சொல்லிக்குவே..."

முத்தம்மா, சத்தம் போட்டாள்.

"என்னடா... தலைகால் புரியாமல் நிக்கே... சின்னப் பெண்ணை இப்டியா மிரட்டுறது? எம்மா... தங்கம்... நீ வந்தால் தான் தீரும்..."

தங்கம்மா, கண்களைத் துடைத்தபடி வந்தாள்.

"ஏய் வசந்தா... இனிமேல் அவனைப் பார்ப்பியா?"

"பார்க்கமாட்டேன் அண்ணி... பார்க்கமாட்டேன்... அண்ணாகிட்ட சொல்லுங்க அண்ணி!"

சரவணன் கத்தினான் :

"அந்தக் கதை வேண்டாம்... நானே கொண்டு விடுறேன்... எழுந்திரு..."

"அண்ணி... அண்ணி... ஒங்க பேச்சைக் கேளாதது தப்புத்தான். தப்பே தான்..."

'துடிக்காதப்பா. ஒன்னோட நேர்மையும், ஒங்கண்ணாவோட நியாயமும்... இந்தச் குடும்பத்து மானத்தை காப்பாற்றிட்டு... இல்லன்னா, இப்போ வாரவனா நீ...? பெண்களுக்கு சபலம் வரத்தான் செய்யும்... அப்புறம், ஒரு நாளைக்கு, அப்படி வரக்கூடாதுன்னு ஒருத்தி நினைச்சிட்டால், அப்புறம் அந்த இழவு வரவே வராது... வசந்தாவை நாம இப்போ நம்பலாம்..."

சரவுணன், அண்ணியை ஒரு மாதிரி பார்த்தான். அவள், கண்களைத் தாழ்த்திக் கொண்டாள். பிறகு அவன், விரக்தியின் விளிம்பில் நின்று பேசினான்.

"எப்படியோ போய்த் தொலையட்டும்... இந்த மாதிரி அம்மா இருக்கையில... இவள், இன்னும் கெட்டுப் போகாமல் இருந்ததே பெரிய காரியம்... இவள் கெட்ட கேட்டுக்கு ஒரு ஐ.பி.எஸ். ஆபீஸர்... அதாவது சப் இன்ஸ்பெக்டர், இன்ஸ்பெக்டர் இல்ல... அதுக்கும் மேல், மேலான போலீஸ் அதிகாரி... கல்யாணம் பேசிட்டு வாரேன் அண்ணி."

"வயசானவன் எதுக்குப்பா..."

"அய்யோ... அய்யோ... வயசானவன் இல்ல... என் வயசுதான். ஆனால் பெரிய போலீஸ் அதிகாரி... வேற யாருமில்ல... முன்னால. நம்ம வீட்டுக்குக் கூட வந்திருக்கான். ராமசாமின்னு பேரு..."

"அடடே... ராமசாமியா? எங்க அம்மா வழில. அவன் சொந்தம்..."

"இன்னைக்கு... அவனே வந்து கேட்டான். வலியக் கேட்டான். சரின்னு தலையாட்டிட்டு வாரேன்... இவள் என்னடான்னா எதிர்வீட்டுப் பய்ல்கிட்ட தலையை ஆட்டுறாள்..."

"சரி விடு.... அதையே சொல்லிச் சொல்லிக் காட்டாதே... எப்போ கல்யாணத்தை வச்சுக்கலாம்?"

"அதை இப்போவா பேசுறது? இவள் தங்கைன்னா, அவன் எனக்கு தம்பி. தங்கைக்குப் பிரியம் காட்டறதுல, தம்பிக்குத் துரோகம் பண்ணிடப்படாதேன்னு பாக்கேன்..."

"சின்னப் பிள்ளை மாதிரி உளறாதேப்பா... ஆறு குளிக்கிற இடத்துலதான் சுத்தமாய் இருக்கணும்... ஒரு பொண்ணு

குடும்பத்துக்கு வந்த பிறகுதான், புருஷன் அவளைக் கவனிக்கணும்...”

அண்ணனை. மௌனமாகப் பார்த்த வசந்தா சொல்ல வேண்டாம்... சொல்ல வேண்டாம்... அண்ணா எனக்கு... அந்த ஐ.பி.எஸ். ஆபீஸர்தான் வேணும்’ என்று சொல்ல நினைத்தாள் எப்படிச் சொல்வது?

எப்படியோ, வீடு அமைதிப்பட்டது. அவர்கள் அமைதிப் படாமலே. அது அமைதிப்பட்டது. சரவணன், தனது அறைககுள் போனான். அயர்ந்து படுத்தான். அப்படியே தூங்கிவிட்டான். துக்கபாரம் விழிகளை அழுத்த, உழைப்புப் பாரம் கட்டிலை அழுத்த, அரை மயக்கமானவன் போல் கிடந்தான். இரவில, அண்ணி சாதத்தட்டோடு வந்தாள். அங்கேயே தூக்கக் கலக்கத்தோடு சாப்பிட்டுவிட்டு, துக்கக் கலக்கத்தோடு படுத்துக் கொண்டான்.

மறுநாள், காலையில் கண்விழித்து, அப்படியே உட்கார்ந்திருந்தான். அலுவலகம் போகிற நேரம்கூட வந்து விட்டது. அண்ணி வந்தாள்.

“ஏதோ... கோர்ட் நோட்டீஸாம்... நேற்றே வந்தது... ஒன்கிட்ட கொடுக்க மனசு வரல...”

சரவணன் படித்தான். உடம்பை நெளித்தான். அவனுக்கு, நண்பன் என்று சொல்லிக் கொண்ட ஒருவன், அதிலும் அதிகாரி நண்பன், அந்த வீட்டிலுள்ள நாற்காலி மேஜைகளையும் பீரோவையும், ஸோபா ஸெட்டையும், ஒரு கம்பெனியில் மாதத் தவணையில் வாங்கிக் கொடுத்திருந்தான். சரவணனும் மாதாமாதம் அந்த நண்பனிடமே தவணைப் பணத்தைக் கட்டிவிடும்படி, ரூபாய் கொடுத்தான். அவன் கட்டியிருப்பான் என்றுதான் நினைத்தான். இப்போது, அந்தக் கம்பெனி திவாலாகி, நீதிமன்ற ‘ரிஸீவர்’ எடுத்திருக்கிறாராம். சரவணன் பணமே கட்டவில்லை என்று நோட்டீஸ் வந்திருக்கிறது. பணத்தை வாங்கியவன் மாற்றலாகி, இப்போது போபாலில் இருக்கிறான். மனித நாகரிகம் கருதி, நம்பிக்கையின் அடிப்படையில், அவனிடம் ரசீது கேட்காதது எவ்வளவு தப்பாய்ப் போயிற்று? என்ன உலகம்? என்ன மனிதர்கள்? இனிமேல் நட்புக்கே ரசீது வாங்க வேண்டுமா?

சு. சமுத்திரம்

அண்ணி, அன்போடு கேட்டாள்.

"என்னப்பா... முகம் ஒரு மாதிரி ஆகுது?"

"எதைத் தாங்கினாலும் துரோகத்தைத் தாங்க முடியல அண்ணி... நம் வீட்ல இப்போ இருக்கிற சாமான்களை ஒரு 'நல்லவன்' தவணையில் வாங்கிக் கொடுத்தான். அவன் கிட்டயே. மாதாமாதம் பணத்தைக் கொடுத்தேன்... உடனே கெட்டவனாய் ஆயிட்டான். போகிற போக்கைப் பார்த்தால், இன்னும் இரண்டு நோட்டீஸ்களையும் எதிர்பார்க்கேன். அவனும் கட்டியிருக்கமாட்டான்... நோட்டீஸ் வரும்... வீட்டையும் காலி செய்யும்படி, வீட்டுக்காரன் நோட்டீஸ் விடப்போறான்... வீட்டுல துரோகம். நட்புல துரோகம்... ஆபீஸ்ல துரோகம்... எத்தனை துரோகத்தை ஒருத்தனே சமாளிக்கறது அண்ணி?"

"ஆபீஸ்ல என்னப்பா?"

"நான்... ஆபீஸ்ல ஒழுங்காய் இருக்கேன்... அதுதான் பிரச்சினையாய் வளருது. ஒரு நாளைக்கு விளக்கமாய் சொல்றேன்..."

"கவலப்படாதேப்பா... நேர்மை வேற... கடவுள் வேற இல்ல... கடவுள் கைவிட மாட்டார்... ஒன் அண்ணாவோட தர்மம் ஒன்னை உயர்த்திச்சு... ஒன்னோட தர்மம் வசந்தாவைக் காப்பாற்றிட்டு... இதைவிட என்ன வேணும்? பேசாமல், இன்னைக்கு ஏதாவது ஒரு கோயிலுக்குப் போயிட்டு வா... எல்லாப் பிரச்சினையும் தானாய் தீரும்!"

சரவணனுக்கு, அண்ணி சொல்வது சரியாகப்பட்டது. அங்கேயே அப்போதே அலுவலகத்திற்கு டெலிபோன் செய்தான். அன்னம்தான் எடுத்தாள். "நான்... சரவணன்... நீங்க அன்னமா? இன்னைக்கு ஆபீஸ் வரமாட்டேன் ஏ.ஒ.கிட்ட சொல்லிடுங்க..." என்று சொல்லிவிட்டு, போனை வைத்தான்.

அவனையே பார்த்தபடி நின்ற அண்ணி போய்விட்டாள்.

சரவணன், கோயிலுக்குப் புறப்படப் போனான். பிறகு யோசித்தான். என்ன கோவில்... என்ன குளம்... உமாவுந்தான் கோயிலுக்குப் போகிறாள். சௌரிராஜன் வீட்டிலேயே பூஜை செய்கிறாராம்... பத்மா பஜனை கூடப் பாடுவாளாம்... காண்டிராக்டர், வீட்டுக்குள்ளேயே சின்னதா, நல்லதா கோயில்

வேரில் பழுத்த பலா

கட்டியிருக்கிறாராம். இந்தப் பெரிய மனிதர்கள் வழிபாட்டை ஏற்றுக் கொள்ளும் ஆண்டவன், இந்தச் சின்னவனின் வழிபாட்டை ஏற்றுக்கொள்ள, அந்த ஆண்டவனுக்கு ஏது நேரம்.

சரவணன் படுத்துக்கொண்டான். இரண்டு மணிநேரம் எழவில்லை. எழுந்தபோது, அவன் கண்களில் வசந்தா தென்பட்டாள். அம்மா, எதுவுமே நடக்காதவள் போல், வெற்றிலை பாக்கை இடித்துக் கொண்டிருந்தாள். அவனுக்கு, வீடே ஆபீஸ் மாதிரி தெரிந்தது.

சரவணன் எழுந்தான். வீட்டைவிட, அலுவலகமே தேவையில்லை என்று புறப்பட்டான்.

8

அலுவலகத்திற்குள் நுழைந்த சரவணன், நுழைந்தபடியே நின்றான். ஒருவேளை வீட்டில் இன்னும் தூங்கிக் கொண்டும், தூக்கத்தில் கனவுக்காட்சி வந்து கொண்டும் இருக்கிறதோ? சுற்றும் முற்றும் பார்த்தான்.

அவனை எதிர்பாராத கான்டிராக்டர் சௌமி நாராயணன் திருதிருவென்று விழித்தார். நிர்வாக அதிகாரியின் மேஜையில் ஒரு கையை ஊன்றியபடி, அலுவலகத்தையே கான்டிராக்ட் எடுத்ததுபோல, உமாவைப் பார்த்துப் பேசிக் கொண்டிருந்த அந்த மனிதர், அசையாமல் நின்றார். அவர், தன்னையும் கொத்தடிமையாய் ஒப்பந்தம் எடுத்திருப்பது போல், குழைந்தும் நெளிந்தும் பேசிய சௌரிராஜன், பத்மா, விலாவில் இடிப்பதை உணர்ந்து, அவளைப் பார்த்தார். அவளோ சரவணன் நிற்கும் இடத்தைச் சுட்டிக் காட்ட முடியாமல் திண்டாடிக் கொண்டிருந்தாள். ஒயிலாக நின்றபடி, பல்

தெரியச் சிரித்த உமா, சிரிப்பைப் பாதியில் விட்டாள். மொத்தத்தில் அந்த மூவரும், ஏதாவது சோப்புக் கம்பெனி விளம்பரத்தில், சிரித்தும், திடுக்கிட்டும், நிற்பதுபோல் போஸ்கள் வருமே. அந்தப் போஸ்களைக் காட்டியபடி நின்றார்கள். அலுவலகக்காரர்கள் அத்தனை பேரும் வேலையை விட்டுவிட்டு, விறைத்து உட்கார்ந்தார்கள்.

சரவணன், அடிமேல் அடிவைத்து நடந்தான். செளமி நாராயணன், 'கும்பிடு' போட்டார்.

"என்ன மிஸ்டர் செளமி... என்ன இந்தப் பக்கம்?"

"பிரண்ட்ஸ பார்த்துட்டுப் போகலாமுன்னு வந்தேன் ஸார்..."

சரவணன், செளமி நாராயணனை ஏற இறங்கப் பார்த்தான். நாற்பத்தைந்துக்கும் ஐம்பதுக்கும் இடைப்பட்ட வயது. சிவப்பு நிறம். வட்டமுகம், நாகரிகமான சந்தனப் பொட்டு, சபாரி உடை, சாய்வான பார்வை. அயோக்கியப் பயல்... பழிபழியாய் போட்டுட்டு... ஆபீஸ் வரைக்கும் வந்திருக்கான்... எவ்வளவு திமிர் இருக்கணும்?

செளமி நாராயணன் நழுவப் போனார். சரவணன் நாவால் தடுத்தான்:

"நில்லுங்க மிஸ்டர். செளமி!... நீங்க ஏதோ டெம்போவுக்கு 'பில்' கொடுத்ததாயும்... நான் பணம் கட்ட மறுத்ததாயும் எழுதியிருக்கீங்க."

"ஏதாவது ஸார்..."

"நீங்க எதையும் சொல்லவேண்டாம்... போன வாரந்தான் எனக்கே விஷயம் தெரியும்... இந்தாங்க ரூபாய்..."

"வேண்டாம் ஸார்.... வாறேன் ஸார்..."

"இப்படி கூழைக்கும்பிடு போட்டுட்டு... ஒங்களால எப்படி ஸார் என்னைப்பற்றி இல்லாததும் பொல்லாததுமாய் எழுத முடிஞ்சது? இங்கே ஒங்களுக்கு பிரண்ட்ஸ் இருக்கிற தைரியமா?"

"எனக்கு வாக்குவாதம் பிடிக்காது... வாறேன்."

"நில்லுங்க... டெம்போப் பணத்தை வாங்கிட்டுப் போங்க..."

''வேண்டாம்... நான் வசூலிக்கிற விதமாய் வசூலிச்சுக்குவேன்...''

“அப்படின்னா, நீங்க இங்கே வந்திருக்கப்படாது.”

“பப்ளிக் பிளேஸ்... நண்பர்களைத்தான் பார்க்க வந்தேன்... சௌரிராஜன் ஸார்... நான் வாறேன்...”

“டேய் நில்லுடா... ஒன்னத்தாண்டா... நில்லு...”

அலுவலகத்தார் அசந்தார்கள். அன்னம் பதறிப்போனாள்... உமா ஓடப் போனாள். பத்மா பயத்தில் சௌரிராஜனைப் பிடித்துக் கொண்டாள். கான்டிராக்டர், கசாப்புக்கடை ஆடு மாதிரி நின்றார். சரவணன் அவரை வழிமறித்தான். ஊழியர்கள் வந்து, வட்ட வட்டமாய் நின்றார்கள். அஸிஸ்டென்ட் டைரக்டர் சரவணன், இப்போது ஆவேசியானான்.

“ஒன் மனசுல என்னடா நினைச்சுக்கிட்டே? இந்த ஆபீஸ் ரகசியங்களைத் திருடுனது மட்டுமில்லாமல், இங்கேயே வந்து உலாத்துற அளவுக்கு ஒனக்கு யாருடா தைரியம் கொடுத்தது? சொல்றதை நல்லாக் கேளு... இப்போ கூட... ஒன்னை என்னால போலீஸ்ல ஒப்படைக்க முடியும்... ஆனால் ஒன்னை மாதிரி நான் நடந்துக்க விரும்பல. இனி ஒரு தடவை.... ஒன்னை இந்த ஆபீஸ்ல நான் பார்த்தேனா, போலீஸுக்கு போன் செய்யமாட்டேன்... நான் பனை மரத்துல ஏறி நொங்கு வெட்டுனவன்... தென்னை மரத்துல ஏறி தேங்காய் பறிச்சவன்... ஒன் கழுத்துக்கு மேல் தலையிருக்காது... எதுக்குய்யா, ஆபீஸிற்கு வந்தே? ஏ.ஓ! நீயா இவனை வரச் சொன்னே?”

“இல்லே ஸார்... இல்லவே இல்ல ஸார்...”

தங்கமுத்து, ‘ஏ.ஓ’ வைக் கேட்டான்: “நீதானய்யா போன்ல பேசி வரச் சொன்னே...”

சரவணன், அவனைக் கையமர்த்தினான்.

“மிஸ்டர் சௌமி... கெட் அவுட்... கெட் அவுட் மேன்... விபரீதமாய் ஏதாவது நடக்கும் முன்னால ஓடிடு. இந்தாப்பா அடைக்கலம்!... இவரை அடுத்த தடவை பார்த்தால்...”

“அடுத்த தடவை என்ன ஸார்? இப்பவே... கொடுத்த பணத்தை வாங்காமல்... அடுத்துக் கெடுத்த பயல்...”

சரவணனின் கையாட்டலுக்கு, அடைக்கலமும் உட்பட்டார். செளமி நாராயணன், பல்லைக் கடித்துக்கொண்டு வேக வேகமாய் வெளியேறினார். வாசலில் சிறிது நின்று, "என்னை நீங்க துரத்துனதாய் நினைக்காதீங்க... இன்னைக்கோ, நாளைக்கோ... நீங்களே என்னை வரவேற்கதுக்கு வாசலில் நிற்கப் போறீங்க..." என்றார்.

"அப்படி ஒரு நிலைமை வந்தால்... ஒண்ணு, நீ உலகத்துல இருக்கமுடியாது. அல்லது... நான் இந்த ஆபீஸ்ல இருக்கமாட்டேன். போங்க மிஸ்டர்... டில்லியில் எங்க ஆபீஸ்லயே ஒன் கோ-பிரதர் டெப்டி டைரக்டராய் இருக்கலாம்... ஆனால் கொலை சமயத்துல எவனும் உதவமாட்டான்..."

செளமி நாராயணன் ஓடிவிட்டார்.

சரவணன், நிர்வாக அதிகாரியைப் பார்த்தான். அவர் நிலை குலைந்தார். பத்மா, பதுங்கிக் கொண்டாள். உமாவைக் காணவில்லை. இரணியனைக் கொன்ற பிறகும், ஆவேசம் அடங்காத நரசிம்மமூர்த்தி போல், சரவணன் அலுவலகம் முழுவதையும் சுற்றினான். இதற்குள் தத்தம் இருக்கைகளில் உற்சாகமாக உட்கார்ந்த ஊழியர்கள், அவனுக்கு வீரவணக்கம் செலுத்தினார்கள்.

"குட்மானிங் ஸார்..."

"வணக்கம் ஸார்."

"ஸார் குட்மார்னிங்." "ஸார் வணக்கம்."

சரவணன் அவர்கள் வணக்கத்தை முகத்தை ஆட்டி வரவேற்றான். "இதுதான் சரி... அடிதடி உதவுறது மாதிரி அண்ணன் தம்பி உதவமாட்டான்..." என்று தங்கமுத்து, தன்பாட்டுக்குப் பேசிக்கொண்டிருந்தான். அத்தனை ஊழியர்களும் சரவணனை, விழியுயர்த்திப் பார்த்தார்கள். "இப்படியெல்லாம் இவருக்குப் பேச வருமா?" என்று ஒருத்தி, தன் சந்தேகத்தை அன்னத்திடம் மெல்லக் கேட்டாள். அவளோ, எல்லோருக்கும் கேட்கும்படி, கத்தலுக்கும், உரையாடலுக்கும் இடையேயான குரலில், பகிரங்கமாய்த் திருப்பிக் கேட்டாள்.

"ஏன் வராது? சாதுக்குக் கோபம் வந்தால் காடே தாங்காது. ஆபீஸ் எப்படித் தாங்கும்?"

சு. சமுத்திரம்

சரவணன், தனது அறைக்குள் வந்தான். அதற்காகக் காத்திருந்தவர் போல், சிதம்பரம் வந்து, ஒரு தம்ளரில் தண்ணீர் வைத்தார். அவன் எதுவும் பேசாததைக் கண்டு திரும்பினார். திரும்பிய தீ முகத்தில், நேருக்கு நேராய் தென்பட்ட நிர்வாக அதிகாரியை முறைத்தபடியே, சிதம்பரம் வெளியேறினார்.

சரவணனுக்கு, தன்மீதே எரிச்சலாக இருந்தது. என்ன இருந்தாலும் நான் இந்த அலுவலகத் தலைவன். என்னோட கோபத்தை, இப்படி காட்டியிருக்கக்கூடாது. சிக்கல்கள் வந்தாலும், அவற்றில் சிக்காமல் சீராக நிற்பவனே மனிதன்... எனக்கு என்ன வந்தது? ஒருவேளை, கோவிலுக்குப் போயிருக்கலாமோ? நல்ல வேளை, போகல... கோவிலை நினைத்தாலே... இப்படி வந்திருக்கு... போயிருந்தால் கொலையே நடந்திருக்கும்... இவ்வளவு நடந்தும் நிர்வாக அதிகாரி முகத்தில் ஒரு அழுத்தம் தெரியுதே... கல்லுளிமங்கன் மாதிரி இருக்கானே... இந்த கான்டிராக்டர்கூட 'நீங்களே என்னை வரவேற்பீங்கன்'னு சபதம் போட்டுட்டுப் போறான்... என்னவாய் இருக்கும்?

சரவணன் நிலைகொள்ளாமல் தவித்தான். ஒரு மணிநேரத்தில் அவன் கேள்விக்குப் பதில் கிடைத்தது.

நிர்வாக அதிகாரியே வந்து ஒரு ரகசியக் கவரை அவனிடம் கொடுத்துவிட்டு, நிற்காமலே போய்விட்டார். அவன், கவரை அவசர அவசரமாய்க் கிழித்தான். உள்ளே இருந்த வெள்ளைக் காகிதத்தைப் பிரித்தான். அவன் முகம், வெள்ளையாய் வெளுத்தது. மேஜையில், அதை மல்லாக்க போட்டபடியே, பல தடவை படித்தான். ஒரு தடவை கொதித்தான். மறுதடவை தவித்தான். பிறகு எரிந்தான். அப்புறம் அணைந்து போனவன்போல் ஆகிவிட்டான். நாற்காலியில் முடங்கியபடியே, அதைப் பார்த்தான். ஆங்கில வாசகங்களை, தமிழாக உட்படுத்திக் கொண்டான்.

தாக்கீது

(1) சௌநா ஸ்டேஷனரி மார்ட்டிற்கு, இந்த நிதியாண்டில் இருந்து, மூன்று வருட காலத்திற்கு, எழுது பொருள் சாமான்களை வாங்கிக் கொள்வதற்கு, கான்டிராக்ட் இதன் மூலம் வழங்கப்படுகிறது. அஸிஸ்டென்ட் டைரக்டர் திரு. சரவணன்

இந்தக் கம்பெனியின் உரிமையாளர் திரு. செளமி நாராயணனுடன் உடனடியாகத் தொடர்பு கொண்டு, இத்துடன் இணைக்கப்பட்டுள்ள ஒப்பந்தப் படிவத்தைப் பூர்த்தி செய்து, அவரது கையெழுத்தை உடனடியாக வாங்கி அனுப்பவேண்டும் என்று கோரப்படுகிறார்.

2. சென்ற ஒப்பந்த காலத்தில் 'செளநா மார்ட்' சிறப்பாகப் பணியாற்றியதற்கு நன்றி தெரிவித்து, திரு. சரவணன், அதன் உரிமையாளர் திரு. செளமி நாராயணனுக்குக் கடிதம் எழுதவேண்டும் என்றும், அதன் நகல் தலைமையிடத்திற்கு அனுப்பப்பட வேண்டும் என்றும் கேட்டுக் கொள்ளப்படுகிறார்.

இது அவசரம்.

சீனிவாசன்

டெப்டி டைரக்டர்

(டைரக்டருக்காக)

சரவணன் குமைந்தான். கொந்தளித்தான். கை கால்கள் குடைந்தன. தலை மரத்துப் போனது. கைகள் கனத்துப் போயின. கால்கள் துவண்டு போயின. வெளியே கேட்கும் பேச்சுக்குரல், யாரோ கிணற்றுக்குள் இருந்து பேசுவதுபோல் கேட்டது. காதுகள் இரைத்தன. கண்கள் எரிந்தன. வெளியே தென்பட்ட உருவங்கள், நிழல் படிவங்களாய்ப் பட்டன. உள்ளே யாரோ வந்தது போலிருந்தது. எதையோ எடுப்பது போலிருந்தது. அவனையே உற்றுப் பார்ப்பது போலிருந்தது. அப்புறம் போவது போலிருந்தது. ஆணா? பெண்ணா? தங்கமுத்தா... அன்னமா? அவனால் சிந்திக்க முடியவில்லை. சீராக இருக்க முடியவில்லை. நாற்காலியில் தலையைப் போட்டு உருட்டினான். பிறகு ஒரு ஓரமாகக் கிடந்த சாய்வு நாற்காலியில் சாய்ந்தான்.

ஒரு மணி நேரம், காலமும் அவனும் உருண்டோடியபடி கழிந்தது. சரவணனுக்கு லேசாக உணர்வு தட்டியது. கனவுலகில் இருந்து பலவந்தமாக தன்னைப் பிரிந்தது. நனவுலகில் இறங்கிக் கொண்டான்.

"என்ன அநியாயம் இது? சொல்ல முடியாத கொடுமை... வெளியே சொன்னால், ஒழுங்கு நடவடிக்கை வரும்...

உள்ளத்திற்குள்ளேயே போட்டுக் கொண்டால், உடலுக்குள் ஒழுங்கீனங்கள் ஏற்படலாம். பலருக்கு ரத்தக் கொதிப்பும், இதய நோயும் வருவது இப்படித்தானோ? அவனால் நினைத்துக்கூடப் பார்க்க முடியவில்லை.

சௌநா உரிமையாளர் சௌமி நாராயணன். மத்திய அரசின் பாதுகாப்பு விதிகளின்கீழ் வரும் இதே இந்த அலுவலகத்தில், ‘உள்ளறுப்புக்காரர்களை’ கைக்குள் போட்டுக் கொண்டு, அலுவலக ரகசியங்களைத் திருடியிருப்பதைச் சுட்டிக் காட்டியிருந்தான். உடனடியாக, ஒரு ஜாயிண்ட் டைரக்டர் வந்து, விசாரணை நடத்துவார் என்று எதிர்பார்த்தான். ‘டெலக்ஸில்’ பதைபதைத்து ‘பாதுகாப்பைப் பலப்படுத்து’ என்று வரும் என்று எதிர்பார்த்தான். ஆனால், எழுதியதைப் பற்றிப் பேச்சில்லை. மூச்சில்லை. பெற்றுக் கொண்டோம் என்று ஒரு வரிப் பதில் கூட இல்லை. அவ்வளவு அலட்சியம். உதாசீனம் யாருக்கோ வந்த நோய். அதே சமயம், எந்த காண்டிராக்டர் கைது செய்யப்படக் கூடிய நிலைக்குக்கூட வரவேண்டுமோ, அவனுக்குக் காண்டிராக்ட் கொடுக்கப்படுகிறது. மன்னிப்புக் கடிதம் எழுதுவது மாதிரி எழுதவேண்டும் என்ற ஆணை. இது என்ன டிபார்ட்மென்ட்? என்ன நியாயம்? அவனுக்கு காண்டிராக்ட் கொடுத்ததன் மூலம், அவன் தன்மீது தெரிவித்த குற்றச்சாட்டுகளை அங்கீகரித்ததாய் ஆகாதா? அப்படித்தான்... அப்படியேதான்.

“என்மீது விசாரணை வரும்... ஏதாவது ஒரு ஜாயிண்ட் டைரக்டருக்கு, சென்னையில்... அண்ணன் மகனுக்குக் கல்யாணம்... மாமா மகனுக்குக் கருமாந்திரமுன்னு... ஏதாவது நடக்கும்போது, விசாரணை வரும்... அதுவரைக்கும் நான் ஆயுள் கைதி... அப்புறம்தான் தூக்குக் கைதி.

பொதுமக்களுக்கு, இலாக்காக்களின் அக்கிரமங்கள்தான் தெரியும். இந்த இலாக்காக்களுக்குள்ளேயே நடக்கும் அக்கிரமங்கள் யாருக்குத் தெரியும்? ஒவ்வொரு அலுவலகமும், ஒரு எலிப் பொந்து... எறும்பு மொய்க்கும் இடம். ஆபீஸர் எனப்படும் பாம்பு... எலி வளைக்குள் இருக்கும் எலிகளைப் படாதபாடு படுத்துவதும், கடித்துத் தின்பதும் எத்தனை பேருக்குத் தெரியும்? அல்லது... எறும்புகள் மொய்க்கும் இடத்தில், நேர்மைச் சிறகால் பறக்கும் வண்ணப்பூச்சி வந்து

உட்கார்ந்துவிட்டால்... அந்த எறும்புகள் அதை என்ன பாடு படுத்தும்? இவற்றில் இரண்டில் ஒன்றுதான் இன்றைய அலுவலகம்... என்னைப் பொறுத்த அளவில், இந்த செளமி நாராயணனின் சட்டகர் என்ற டெப்டி டைரக்டர் பாம்புக்கு எலியானேன். பல்வேறு எறும்புப் பேர்வழிகளுக்குப் பூச்சியானேன்... என்னய்யா கவர்மெண்டு? பல்வேறு துறைகளைக் கொண்ட அரசில், ஒரு சின்னத் துறையில், பல பெரிய அதிகாரிகளில் ஒரு சின்னப் பெரிய அதிகாரி, தனது சட்டகருக்கு, அரசே 'அவார்ட்' வழங்குவதாய் காட்டிக் கொள்ள முடிகிறது என்றால், இது என்ன இலாகா... இதில் நான் இன்னும் இருப்பதா...

"செளமி நாராயணன் சபதம் போட்டுட்டுப் போயிருக்கான். அவனை நேருக்கு நேராய் என்னால் பார்க்க முடியுமா? பார்த்தியா என்பது போல், பார்ப்பான். அதைத் தாங்கிக் கொள்ள முடியுமா? தாங்கித்தான் ஆகணும்! தங்கை வசந்தாவின் பிரகாசமான எதிர்காலத்திற்காக, அண்ணி இன்னும் வயல் வேலைக்குப் போகாமல் இருப்பதற்காக, எதிர்காலத்தில், இந்த இலாகாவிற்கே நான் தலைமை அதிகாரியாய் ஆவதற்காக, பொறுத்துத்தான் ஆகணும். அதோடு வேலையை விட்டால் மாடு கூட மேய்க்க முடியாது...

முடியாது... முடியவே முடியாது... எதிர்காலத்திற்கு அஞ்சுகிறவனால், இந்த நிகழ்காலத்தில் கூட நிம்மதியாய் இருக்கமுடியாது. இந்த அக்கிரமங்களை அங்கீகரித்து, இந்த அசிங்கம் பிடித்த நிர்வாக அதிகாரியைப் பார்த்தபடியே, என்னால் ராசியாக முடியாது... ராஜினாமாதான் செய்யப் போறேன். நேர்மைக்காரனின் நடவடிக்கையைச் சரிபார்க்க வேண்டிய பொறுப்பு அக்கிரமக் காரர்களின் கையில் உள்ளது. ஓநாய், ஆட்டுக்குட்டியிடம் நியாயம் பேசிய கதைதான்... இந்தக் கதை எனக்கு வேண்டாம். என்னில் எழுதப்படவேண்டாம்."

சரவணனுக்குள், அசைக்க முடியாத ஒரு உறுதி பிறந்தது. அவனுக்கே ஆச்சரியம். நெருக்கடி வரும்போது மனித மனம். அபரிமிதமான சக்தியை அளிக்கும் என்பது எவ்வளவு உண்மை! உலகம் பரந்தது. வாழ்க்கை விசாலமானது. அதை, இந்த அலுவலக டப்பாவிற்குள் அடைக்கலாகாது... விடுபடணும். விட்டே ஆகணும். சரவணன் சிரித்தான். வெடிவெடியாய்ச் சிரித்தான். வெறுமையாய்ச் சிரித்தான்.

சு. சமுத்திரம்

விரக்தியின் விளிம்பில் நின்று, அதனால் முடக்கப்பட்டு, பிறகு அந்த விரக்தியின் வயிற்றைக் கிழித்துக் கொண்டு வெளிப்பட்டவன் போல், சரவணன் அமைதியடைந்தான். அன்னம், எதற்கோ உள்ளே வந்தாள். அவன் இருந்த கோலத்தைப் பார்த்துவிட்டுப் பதறினாள்.

"ஸார்... ஸார்!"

"இதை முதலில் படிங்க."

இலாகா பொறுப்பாளர்களின் உத்தரவைப் படிக்கப் படிக்க, அவளும், சரவணன்போல் அரைமயக்க நிலைக்குப் போனாள். பிறகு உறுதியுடன் நிமிர்ந்தாள்.

"இது... அக்கிரமம் ஸார்... அநியாயம் ஸார்... விடப்படாது ஸார்."

"நீங்க... சாயங்காலம் ஆபீஸ் டயத்துக்கு அப்புறம் கொஞ்சநேரம் இருக்க முடியுமா?"

"இதைவிட எனக்கு என்ன ஸார் வேலை?..."

"தொந்தரவுக்கு மன்னிக்கணும்.... ஆனால்... இதுதான் என்னோட கடைசித் தொந்தரவு..."

"ஸார்... ஸார்..."

"யெஸ்... மேடம்.. யெஸ்"

"சாப்பிடுங்க ஸார்..."

"எனக்கா... சாப்பாடா... எப்படி இறங்கும்?"

சரவணன் பேசாமல் இருந்தான். அவனையே அசைவற்றுப் பார்த்த அன்னம், அங்கே நிற்க முடியாமல், நடந்து நடந்து, நின்று நின்று போய்க் கொண்டிருந்தாள். சரவணன், அவளைக் கூப்பிட்டான்.

"மேடம்... இந்த லெட்டர் விவகாரத்தை யார்க்கிட்டேயும் பேசப்படாது... தங்கமுத்துகிட்டே கூட... பிராமிஸ்?"

"யெஸ் ஸார்... ஈவினிங்ல எவ்வளவு நேரம் வேணுமின்னாலும் இருக்கேன் ஸார்..."

"தேங்க் யூ..."

"சாப்பிடுங்க ஸார்."

"நன்றி..."

9

அலுவலகத்தின் நேரம், கான்டிராக்டரின் கையாட்கள்க மட்டுமல்ல. காலாட்களாகவும் நடப்பதுபோல் தோன்றும் செளரி - பத்மா - உமா கம்பெனிக்கும், ஒரு சில உதிரி மனிதர்களுக்கும், அவசர அவசரமாகவும், சரவணனுக்கு ஆமை வேகத்திலும், அன்னத்திற்கு, நத்தை வேகத்திலும் கழிந்திருந்தது. மாலை, ஐந்து மணியைக் கடந்து, அதற்கு மேலும் நீண்டு கொண்டிருந்தது. ஆனாலும், அந்த கான்டிராக்ட் ஆட்கள் போகவில்லை. செளரிராஜன், மேஜையை தாளம் போட்டபடியே உள்ளே பார்த்தார். "இன்னும் செளமி நாராயணனுக்கு, லெட்டர் போடாமல் இருக்கான்... எப்போ போடுவான்? கல்லு மாதிரி இருக்கான்... எதையும் கண்டுபிடிக்க முடியல... இந்த ஆபீஸ்ல பழமும் தின்னு, கொட்டையும் போட்டவன் நான்... என்னோட 'பிரண்டையா' நீ எடுக்கப் பார்த்தே? ஒன்னையே

நான் எடுக்கேன் பார். ஒன் கையில இருக்கிற காகிதத்தோட ஒவ்வொரு எழுத்தும்... டில்லியில் டைப் அடிக்கறதுக்கு முன்னாலயே எனக்குத் தெரியுமாக்கும்..."

காத்துக் காத்து, ஏதோ வேலை இருப்பது போல் பாசாங்கு செய்த செளரி, இரண்டு பெண்டாட்டிக்காரன் மாதிரி. பத்மா - உமா சகிதமாய் போய்விட்டார். அவர்கள் போவதற்காகவே காத்திருந்த அன்னம். சரவணனின் அறைக்குள் வந்தாள். அவனைப் பார்க்கவே, அவளுக்குப் பாவமாக இருந்தது. அடியும், தலையும் அச்சடித்தது மாதிரி இருந்தவரு. இப்போ நச்சடித்தது மாதிரி ஆயிட்டாரே... பாவிங்க... இப்படி ஆக்கிட்டாங்களே... சாப்பிடக்கூட மறுத்திட்டாரே... கடவுளே... கடவுளே... நாங்க என்னமோ இருக்கோம். நீ எப்படி இருக்கே? இருக்கியா?'

சரவணன் விழியுயர்த்தினான். வாயசைத்தான். அன்னம் உட்கார்ந்தாள்.

"ரெடியோ மேடம்..."

"ரெடி ஸார்..."

"டெமி அபீஷியல்.. டி.ஓ லெட்டர்.... என் பேரு, பதவியை போட்டுக்கங்க... உம்... சொல்லட்டுமா? எஸ் ஸார்..."

"ஐ ஹியர்பை டெண்டர் மை ரிசிக்னேஷன்..."

''ஸார்... ஸார்... ராஜினாமாவா செய்யப் போறீங்க? ராஜினாமாவா?"

''ஆமாம்மா... என்னால வேலை பார்க்க முடியாது... நாளையில் இருந்து ஆபீஸுக்கே ஒரு பெரிய கும்பிடு... உம்.. எடுத்துக்கங்க..."

"நான் எழுதமாட்டேன் ஸார்..." குறிப்பெடுக்க மாட்டேன் ஸார்... வேணுமுன்னால் மெமோ கொடுங்க ஸார்..."

அன்னத்தின் கண்கள் கலங்கின. அப்புறம் அவற்றில் இருந்து, நீர் சொட்டுச் சொட்டாகி, வெள்ளைத் திரிபோல், கன்னங்களில் பாய்ந்தன. வாயில் விம்மல்கள், வெடிவெடியாய் வெடித்தன. முகத்தைத் திருப்பிக் கொண்டாள். பிறகு எழுந்து, சுவர் பக்கமாய் நின்றபடி கேவினாள். பின்னர் அடம்பிடிக்கும் குழந்தைபோல், சரவணனை, விம்மலுக்கு ஒரு தடவை பார்த்துக்

கொண்டாள். சரவணன், தலை நிமிர்த்தினான். எழுந்து போனான். என்ன செய்கிறோம் என்று தெரியாமல், அவள் கையைப் பிடித்திழுத்து, நாற்காலியில் உட்கார வைத்தான். இருக்கையில், மீண்டும் உட்கார்ந்தபடியே, தழுதழுத்த குரலில் ஒப்பித்தான்.

"ஒங்களோட அன்புக்கு அடிபணிகிறேன் மேடம்... எனக்கும், வேலையை விட்டுவிட்டால், அடுத்த சாப்பாடு நிச்சயமில்லே... வயது வந்த தங்கையைக் கரையேத்த முடியாது. முடியக் கூடியது. என் அண்ணி பழையபடியும் வயல் வேலைக்குப் போறதுதான்... ஆனால் அப்படி ஒரு நிலைமையை என்னால் தாங்கிக்க முடியுமா என்கிறது நிச்சயமில்ல... இவ்வளவையும் மீறி, நான் ராஜினாமா செய்யுறேன்னால், என் மனம் படுற பாட்டை நீங்க புரிஞ்சுக்கலாம்... பிளீஸ்... நான் சொன்னத எடுங்க... ஐ ஹியர்பை... உம் எடுங்க..."

"எடுக்க முடியாது ஸார்..."

"அப்படின்னா... போங்க..."

"போக முடியாது ஸார்..."

"சரி நானாவது போறேன்..."

"போக விடமாட்டேன் ஸார்..."

எழுந்து, இரண்டடி நடந்தவனை, அன்னம் வழி மறித்தாள். அவனோ, அவளை தர்மசங்கடமாகப் பார்த்தான். அவள் காட்டிய பாசம் அவனை உலுக்கத்தான் செய்தது. உலுங்கிய உள்ளத்தை, மூச்சில் பிடித்து வைத்து, ஒரே மூச்சாய்ப் பேசினான்.

"இந்த ஆபீஸ்ல என்னால குப்பை கொட்ட முடியாதும்மா..."

"குப்பைக் கூளங்களை அப்படியே விட்டுடப்படாது. நீங்க கொட்டாட்டால், வேற யாராலும் முடியாது."

"கேட்கறதுக்கு சந்தோஷமாகத்தான் இருக்கு... ஆனால்..."

"இந்த அக்கிரமத்தை மேல் அதிகாரிகளுக்கும், மந்திரிக்கும் தெரிவிக்கலாமே... அதுவரைக்கும் கான்டிராக்டரை உள்ளே விடாமல் பார்த்துக்க முடியாதா ஸார்?"

"அதையும் யோசித்தேன்... இது அவசர அவசரமான காலம்... எந்த ஆபிஸர் அநியாயமாய் நடந்தாரோ, அவர்கிட்டயே நான் எழுதுன புகார் தீர்ப்புக்குப் போகும். அப்புறம் நான்தான் தீர்ந்துபோவேன்... இப்போவாவது... மரியாதையாய் வேலையை விட்டுட்டு, வேற வேலை தேடலாம், அது இல்லாமல், நான் எதையோ எழுதப் போய், அதையே சாக்காக்கி, அவங்க என்னை டிஸ்மிஸ் செய்தால், எனக்குச் சேரவேண்டிய பணமும் சேராது. வேற வேலையும் கிடைக்காது. அதோட... இந்த அற்ப மனிதர்கள் கண்ணுல விழிக்க விரும்பல..."

அன்னம் கொதித்துக் கேட்டாள்:

"மூன்றே மூன்று பேரை வெச்சு ஏன் ஸார் ஆபீஸ் ஆட்களை தீர்மானிக்கிறீங்க? ஓங்களுக்காக காலையில், எத்தனை பேர் கான்டிராக்டரை முரட்டுத்தனமாய்ப் பார்த்தாங்க தெரியுமா! சௌரிராஜன் தானா ஓங்களுக்குப் பெரிசாத் தெரியணும்? தங்கமுத்து இல்லையா... சிதம்பரம் இல்லையா... இவங்க போகட்டும்... நான் எதுக்கு ஸார் இருக்கேன்? உட்காருங்க ஸார்... கடைசில பெரிசாய் இருக்கிற ஆபீஸருக்குத் தெரியப்படுத்துங்க ஸார்..."

"நீங்க நினைக்கறது மாதிரி இது சின்ன விஷயம் இல்ல மேடம். மனுப் போட்டதில் இருந்து, அது முடியுறது வரைக்கும் மன நிம்மதியில்லாமல் போயிடும்... இந்த டிபார்ட்மென்டை எதிர்த்து நிற்கிறதுக்கு ஆள் பலமோ... பண பலமோ... எந்தப் பலமோ... என்கிட்ட இல்லை. நல்லவனுக்கு அடையாளம், சொல்லாமல் போகிறதுதான்..."

அன்னத்தின் கண்களில் ஒரு ஒளி. அவனை, நேருக்கு நேராய்ப் பார்த்தாள். தீர்க்கத்தோடு தீர்மானமாய்ப் பேசினாள்.

"ஒரு வேளை கான்டிராக்டரை உள்ளே விடாமல்... அதனால் சஸ்பெண்டாகி... போராட்டம் முடியுறது வரைக்கும் பாதிச் சம்பளந்தானே வருமுன்னு யோசிக்கிறீங்களா?"

சரவணன் தலையாட்டினான்.

"வீட்டுக்கு வீடு வாசல்படிதான் ஸார். ஓங்களை மாதிரி நேர்மையானவங்க எங்கே போனாலும் வம்புதான். அதனால...

வேரில் பழுத்த பலா

தெரிஞ்ச வம்பு, தெரியாத வம்பை விட நல்லது... ஓங்களுக்கு அப்படி ஒரு நிலைமை வந்தால், நான் இருக்கேன் ஸார்... என்னோட கல்யாணத்துக்காக பத்தாயிரம் ரூபாய் சேர்த்து வச்சிருக்கேன்... தொள்ளாயிரம் ரூபாய் சம்பளத்துல, முந்நூறு ரூபாய் எனக்குப் போதும்... மாதா மாதம் அறுநூறு ரூபாய் தந்துடுறேன்... கல்யாணப் பணத்தையும் தாறேன்... ஓங்களோட தன்மானப் போராட்டத்தைவிட எனக்குக் கல்யாணம் முக்கியமில்லை. ஏன் ஸார் யோசிக்கிறீங்க?"

அன்னத்தையே வெறித்துப் பார்த்த சரவணன், அவளின் அன்புப் பிரவாகத்தில் கரைந்து போனான். ஆனாலும், அவன் அவளை சிரமத்திற்கு உள்ளாக்க விரும்பாததுபோல், தழுதழுத்த குரலில் பதிலளித்தான்.

"ஓங்களோட தாயுள்ளத்துக்கு எப்படி நன்றி சொல்றதுன்னே தெரியலம்மா... இந்த ஒரு வார்த்தையே போதும்... ஆனால், அப்படி ஒரு நிலைமை ஏற்பட்டு, ஓங்க உதவியை நான் ஏற்றுக்கிட்டால், ஊர் என்ன பேசும், நம்மோட உறவைப் பத்தித்தான் என்ன நினைப்பாங்க... ப்ளீஸ் டிக்டேஷன் எடுங்க..."

"ஊரோ, ஆபிஸோ பேசுனால் பேசட்டுமே ஸார்... ஊருக்குப் பயப்படணுமுன்னு நீங்க நினைச்சால், என்னை வேணுமின்னால் உறவாக்குங்க... இதோ என் கழுத்து... நீங்க எப்போ வேணுமானாலும் ஒரு மஞ்சள் கயிறைப் போடலாம்..."

சரவணன் திடுக்கிட்டு எழுந்தான். அவளையே உற்று உற்றுப் பார்த்தான். அவளோ, வரம்பு மீறிப் பேசிவிட்டதை உணர்ந்தவள் போல், நெற்றியை கைகளால் தேய்த்தாள். இருவருக்கும் இடையே எத்தனையோ ஏற்றத்தாழ்வுகளைக் கண்டவள் போல், தவித்தாள். அவனின் நேரடிப் பார்வையைச் சந்திக்கும் தைரியமில்லாமல், முகத்தை வேறுபுறமாகத் திருப்பப் போனாள். பிறகு அவனை, மேல் நோக்காய்ப் பார்த்து, "ஸாரி ஸார்... தெரியாமல் பேசிட்டேன் ஸார்... என்னோட கல்யாணத்துக்காகப் பேசல ஸார்... சத்தியமாய் ஓங்களோட எதிர்காலத்தை நினைச்சு... தத்துபித்துன்னு உளறிட்டேன் ஸார்... இனிமேல் அப்படிப் பேசமாட்டேன் ஸார்... டிக்டேஷனும் எடுக்க மாட்டேன் ஸார்" என்றாள்.

சரவணன், அன்னைத்தை ஆடாது பார்த்தான். அசைந்து அசைந்து பார்த்தான். இவளுக்கு எவ்வளவு பெரிய மனசு!...

எனக்காக எப்படியெல்லாம் துடிக்காள்! அலுவலக மரங்களின் உச்சாணிக்கிளைகளில், அணில் கடித்த பழங்களையும், பிஞ்சில் பழுத்த பழங்களையும் பிடுங்காமல் பார்த்த எனக்கு, இவ்வளவு நாளாய்... இந்த வேரில் பழுத்த பலா பார்வைக்குப் படாமல் போய்விட்டதே? இப்போ, இவளை இவளையே... இவளை மட்டுமே... நாள் பூராவும் பார்த்துக் கொண்டே இருக்கணும் போல் தோணுதே! இதுக்குப் பெயர்தான் காதலோ... வசந்தாவிடம் சொன்னதுபோல், காதல் பிரக்ஞை இல்லாமல் வருவது... எனக்கும் வந்துட்டுதோ!...

சரவணனுக்கே ஆச்சரியம். ஏதோ நடந்தது போலிருந்தது. கையை நீட்டியது போலிருந்தது. அவள், தன் மார்பில் தானாய் சாய்ந்தாளா, அவனாய் சாய்த்தானா? அவனுக்கும் புரியவில்லை, அவளுக்காவது தெரியுமா என்று அறிவதுபோல், தன் மார்புக்குள் அடைக்கலமானவளைப் பார்க்கிறான். அவள், 'கண்மூடித்'தனமாய் கிடக்கிறாள்.

திடீரென்று டெலிபோன் ஒலி.

சரவணன், அவளை மென்மையாய் விலக்கிவிட்டு, ரீஸீவரை எடுத்தான்.

"யாரு... வசந்தாவா? அண்ணி பேசணுமா? கொடு... உம், என்ன அண்ணி... வசந்தா மாறிட்டாளா? அந்தப் பயலுக்குச் செருப்பைத் தூக்கிக் காட்டினாளா? குட்... போலீஸ் அதிகாரிதான் வேணுமா? என்ன... வசந்தாவே என்கிட்டச் சொல்லச் சொன்னாளா? சரி... நான் அவன்கிட்ட உளறல... அப்புறம் அண்ணி... ஒங்க வீட்டுக்கு ஒங்க தங்கையை எனக்குக் கொடுக்கிறதாய் எழுதிட்டிங்களா? இன்னும் எழுதலியா? வேண்டாம். வீட்ல வந்து விவரமாய் சொல்றேன். டெலிபோன்ல பேசிப் பழக்கம் இல்லாட்டாலும் நல்லாத்தான் பேசுறிங்க."

டெலிபோனை வைத்த சரவணனை, அன்னம் சங்கடமாகப் பார்த்தாள்... அழப் போகிறவள் போல் கேட்டாள்;

"யாரோட தங்கை? யாரோட கல்யாணம்?"

"நீ... இன்னைக்கு எங்க வீட்டுக்கு வா... என் தங்கைக்குப் புத்திமதி தேவை... இந்தக் காலத்துல எப்படி எப்படிக் காதலிக்கணும் என்கிறதைவிட.... எப்டில்லாம் காதலிக்கக்கூடாது என்கிறது முக்கியம் பாவம்... அவளுக்குத் தெரியல.. நீ வந்து

அட்வைஸ் பண்ணணும் திருந்திட்டாளாம்... இருந்தாலும் நீயும் வந்து சொல்லணும்..."

"யாரோட தங்கை... யாரோட கல்யாணம்... லெட்டர்னு சொன்னீங்க..."

"ஓ... அதுவா? எங்க அண்ணிக்காக, அவங்களோட தங்கையை கட்டிக்க, நான் தயாராய் இருக்கிறதாய் அண்ணியை லெட்டர் எழுதச் சொல்லியிருந்தேன்..."

"எப்போ... எப்... எழுதப் போறாங்...களாம்."

"இனிமேல் ஏன் எழுதுவாங்க!... ஆமா... நீ ஏன் ஒரு மாதிரி ஆயிட்டே? இனிமேல் வேற பெண்ணை நான் நினைப்பேனா? இன்னும் ஒன்னால என்னைப் புரிஞ்சுக்க முடியல... சரியான லூஸு..."

சரவணன், அவள் கைகளைப் பற்றினான். அவள், அவன் தோளில் முகம் புதைத்து, "நீங்கதான் ஸார் லூஸ்... சரியான் லூஸ்... என்னைப் புரிஞ்சுக்க இவ்வளவு நாள் எடுத்துக்கிட்ட லூஸ்" என்று சொல்லிச் சொல்லிச் சிணுங்கினாள், சிணுங்கிச் சிணுங்கிக் கூவினாள்.

சரவணன், அன்னத்தின் கைகளை ஆறுதலாகவும், ஆறுதல் தேடியும் பற்றிக் கொண்டிருக்கிறான். அகநானூற்றுப் பாடல்களின் தனமாய்ப் போன அவன் உள்ளத்தில் புறநானூறு போர்க்குரல் கொடுக்கிறது. அது இப்படித் தீர்மானித்தது.

நாளைக்கே அமைச்சருக்கும். அமைச்சகச் செயலாளருக்கும், தலைமை டைரக்டருக்கும், எல்லா விவரங்களையும் எழுதப் போகிறான், என்ன ஆனாலும் சரி... சௌமி நாராயணனை, அலுவலகத்திற்கு உள்ளே விடப்போவதில்லை. அவனே, மாநில அரசு நிறுவனத்திற்கு கான்டிராக்ட் கொடுக்கப் போகிறான். இது கைசுத்தமான கான்டராக்ட் என்று அனைவருக்கும் புரியும். தவறுதான் மேலிட ஆணைக்கு எதிராக இப்படி நடக்கக் கூடாதுதான் முன்பின் நடக்காததுதான். ஆனாலும் இது தவறப்போன நீதியை தவறாமல் இருக்கச் செய்யும் தவறு... ஆரோக்கியமான தவறு சாயப்போகும் குலைவாழையை நிமிர்த்துவதற்காக, அதைத் தாங்கிப் பிடிக்கும் முட்டுக்கம்பு... ஒரு அரசு ஊழியனை, நேர்மையாய்ச் செயல்பட முடியாமல் தடுப்பது சட்டப்படி குற்றம்... சமூகப்படி துரோகம்... இதை

சு. சமுத்திரம்

அரசே செய்தாலும், குற்றம் குற்றந்தான். அதுவும் குற்றவாளிதான்.

சரவணனின் உள்ளுலகில் அலுவலகப் போர், படம் படமாய் விரிகிறது. அதைப் பயமுறுத்த வேண்டும். பயப்படலாகாது, கண்முன்னால் கரடுமுரடான பாதை கூட இல்லை. இனிமேல் அவனேதான் பாதையே போடவேண்டும்... பரீட்சார்த்த பாதை... அக்கினிப் பாதை...

சரவணன் படபடக்கவில்லை. குழம்பிப்போகவில்லை. அன்னத்தை, குதூகலமாய்ப் பார்க்கிறான். அவளும், 'ஓங்களுக்கு அந்தக் கால வழக்கப்படி வெறுமனே திலகமிடுபவள் அல்ல நான்' என்று சொல்லாமல் சொல்வதுபோல் கரத்தை தூக்கி நிறுத்தி, முஷ்டியாக ஆக்குகிறாள்.

1

ஒரு நாள் போதுமா?

ஒரு கூட்டத்தைப் பார்த்தவுடனேயே, அது எப்படிப்பட்ட கூட்டம் என்று இலக்கணப்படுத்தி விடலாம், அரசியல்வாதிகள், தங்களின் கொள்கை முழக்கங்களுக்கு ஏற்ப 'தொண்டர் கூட்டம்' 'குண்டர் கூட்டம்' என்று ஒரு கூட்டத்தையே தங்கள் போலித்தனங்களுக்கு ஏற்ப போலியாக்கினாலும், பொதுவாக சென்னை நகரில் ஒரு கூட்டத்தை அடையாளம் கண்டுபிடிப்பது பொதுமக்களுக்கு மிகவும் எளிதான காரியம். இன்னும் சொல்லப்போனால் இது ஒன்றுதான் அவர்களுக்கு எளிதான காரியம். ஆனாலும் இதற்கு விதிவிலக்குப் போல அதாவது விதியே, எக்கேடாவது கெட்டு, எப்படி வேண்டுமானாலும் போங்கள் என்று தங்களை விலக்கு செய்தது போல் - இதோ இந்தப் பரந்த விரிந்து பருத்த சென்னை மாநகரில், எல்டாம்ஸ் சாலை மவுண்ட்ரோட்டில் வந்து சங்கமிக்கும் இடத்திற்குச் சிறிது

தொலைவில் திருமுருகன் ஆலயத்திற்கு அருகே பெருந்திரளாய் கூடி நிற்கும் அந்தக் கூட்டத்தை எப்படி அடையாளப் படுத்துவது? எந்த வகையில் சேர்ப்பது?

அந்த முருகன் கோவிலுக்கு அருகே நின்றதால் மட்டுமல்ல, பெரும்பாலானவர்களின் கரங்களில் திருவோடு மாதிரி இருந்ததால், அது பண்டாரக் கூட்டம்போல் தோன்றும். ஆனால் இரும்பாலான வட்ட வடிவமான ஓரளவு பெரிய அந்த 'பாண்டு'க் கூடையைப் பார்த்த கண்ணோடு அந்த மக்களைப் பார்ப்பவர்கள் அப்படிச் சொல்லமாட்டார்கள். சின்னத் திருவோடு பாண்டாரங்களின் வயிறுகளில் இருந்து பல பானைகளை - சதையாலான பானைகளை வயிறு தவிர மீதி எல்லா உறுப்புகளும் இயங்குகிறதோ இல்லையோ, அவை இருப்பதை உடம்பில் காட்டின. ஒரு சிலர் வாயில குதப்பும் வெற்றிலையையும் சாலையில் தெறித்த சிவப்புத் துளிகளையும் வைத்து. அவர்களை, கல்யாண விருந்துக் கூட்டம் என்றும் சொல்லலாம். உற்றுப் பார்த்தால் அப்படியும் சொல்லமுடியாது. கல்யாணக் கூட்டம் சாப்பிட்டுவிட்டு வெற்றிலை போடும். ஆனால் இந்தக் கூட்டத்து மனிதர்கள் வெற்றிலையையே சாப்பாடாக மென்று பார்ப்பவர்கள். வெற்றிலை சப்பத்தியாம். கொட்டைப்பாக்கு உருளைக்கிழங்காம். உமிழ்நீர் சாம்பாராம் வாயே வயிறாம்.

ஒருவேளை இவர்களை இழவுக் கூட்டம் என்று சொல்லலாமா? தலை காய்ந்த தோற்றத்தையும் வெறுமையான கண்களையும் பொறுமையான கால்களையும் வெறுமையான கண்களையும் பொறுமையான கால்களையும் வைத்துக் கணக்குப் போட்டால் மரணக் கணக்கிற்கு இதுவரை கேள்வியாக இருந்து. இப்போது பதிலாகிப் போன ஒரு சடலத்தின் இழவுக்காக நிற்பவர்களைப் போல் இவர்கள் தோன்றினாலும், ஒரு சின்ன வித்தியாசம் இவர்களில் ஒவ்வொருவரும், தானே செத்து, தனக்குத்தானே இழவு நடத்திப் பார்ப்பவர்கள் போல் தோன்றினார்கள். இந்த வகையில் இவர்கள் சுயம்புச் சவங்கள், ஆகையால், இவர்களை எப்படிப்பட்ட கூட்டம் என்று வசதி வாய்ப்பு உள்ளவர்களால் எளிதில் கண்டுபிடிக்க இயலாது; பார்ப்பவர்களுக்கு மட்டுமல்ல, பார்க்கப்படுகிறவர்களுக்கும், ஆனாலும், தமிழனின் தனிப் பண்புப்படி,ஐவர்களுக்கு ஏதாவது முத்திரை குத்த வேண்டுமே. என்ன முத்திரை குத்தலாம்?

மனிதக் கூட்டம் என்று மட்டும் சொல்லலாமா? மனிதன் என்றால் இன்னொரு அர்த்தமும் உண்டு என்பதை ஒப்புக் கொள்வதற்காக இருந்தால், அப்படி அழைக்கலாம். எப்படி அழைத்தாலும், அவர்கள் கவலைப்பட மாட்டார்கள். பல்லவனில் போகும், மத்திய தர மைனர்கள், ‘வரவர நாடே கெட்டுப் போச்சு’ என்று இந்தக் கூட்டத்தைப் பார்த்துப் பேசிக்கொள்கிறார்கள். சாலையில், கார்களில் சவாரி செய்பவர்கள், கூட்டத்தைப் பார்க்கிறார்களே தவிர, அந்தக் கூட்டம் எதற்காக அப்படி நிற்கிறது என்று யோசித்துப் பார்க்க மறுக்கிறார்கள். தங்களின் பொன்னான நேரத்தை வீணாக்க விரும்பாதவன்போல் போகிறார்கள். அவர்களில் ஒரு சில ‘பிஸிகள்’ இந்தக் கூட்டத்தால் காரை வேகமாகச் செலுத்த முடியவில்லையே என்பது மாதிரி, முறைப்பது போல்கூட போகிறார்கள். சில படித்த பெண்கள் அவர்களீன் அழுக்கு தங்களின் புடவையில் பட்டுவிடக் கூடாதே என்பதுபோல் விலகிப் போகிறார்கள். ஒரு சில உறவுக்கார நடுத்தர வர்க்கக்காரர்கள், தங்களிடம் சம்பந்தப்பட்டவர்கள் கடன் கேட்டுவிடக்கூடாதே என்று தங்களுக்குத் தாங்களே ஒரு கற்பனையை உருவாக்கிக் கொண்டு, அவசரமாய்ப் போகிறவர்கள் போல் போகிறார்கள்.

எல்லாருமே அந்தப் போக முடியாதவர்களைப் பார்த்து, ஏதோ ஒரு எதிர்மறை உணர்வில் போய்க் கொண்டிருக்கிறார்கள். ஆனால் அவர்கள்.

ஒருவனை வீரனாக்க ஒன்பது பேரைப் பேடியாக்கும் சினிமாக்காரனைப் போல், இதையே எழுதும் சரித்திர நாவலாசிரியப் பொய்யர்களைப் போல் பட்டணத்துப் பங்களாக்களின் மவுசையும் மதிப்பையும் “கொச்சைப்படுத்துவது போல்” தோன்றும், தலை தட்டும் குடிசைகளில் இருந்து, காலையில் ஆறு மணிக்கே அங்கு வந்து முருகன் கோவிலில் உச்சிக்கால பூஜை நடத்தப்படும் இந்தச் சமயம்வரை, அங்கேயே தவமிருக்கிறார்கள். இவர்களின் தலைகள், அங்குமிங்குமாகச் சுழல்கின்றன. ஒரு சிலர் அந்தக் கூட்டத்தின் இலக்கணப் படியான ‘பிரபுக்கள்’, சிங்கிள் டீயைக் குடித்துவிட்டு பீடியைத் தின்பது போல் உறிஞ்சுகிறார்கள். கட்டம் போட்ட கிழிசல் சட்டையைக் கொண்ட ஒரு அறுபது வயதுக் கிழவர்

பொறுமையோடு எழுந்து சிறிது தூரம் நடந்து மீண்டும் இருந்த இடத்திலேயே வந்து அமராமல், இடம் பெயர்ந்து உட்கார்ந்தாலாவது 'கிராக்கி வருமா' என்பதுபோல் இன்னொரு இடத்தில் உட்காருகிறார். ஒரு சில நடுத்தர வயது மனிதர்கள் தாடி வைத்திருக்கிறார்கள். தாடி என்று சொல்வதைவிட அதை வறுமையின் முள்ளென்று சொல்லலாம்.

முருகன் கோவிலுக்கு எதிர்த்தாற் போலிருந்த சாலையை அணைத்து, பிளாட்பாரத்தின் தளம் தெரியாதபடி நெருங்கி உட்கார்ந்த இந்தக் கூட்டத்தில் சிறுவர்களுக்கும் குறைவில்லை, பாண்டுக் கூடையைச் சுற்றிவிட்டுக் கொண்டே பசியின் தலைச் சுற்றலை மறக்கப் பார்க்கிறார்கள் ஆனால் கூடை சுற்றச்சுற்ற அவர்கள் தலைகள் முன்னிலும் வேகமாகச் சுற்றுவது போல் உணர்கிறார்கள். ஓய்வு பெற்ற உத்தியோகக்காரர்களை விட அதிக வயது கொண்ட கிழவிகளின் எண்ணிக்கை முப்பதுக்கும்மேல் போகும். பல் போனாலும் வயிறு போகாத பாவத்தால் அவர்களும் உட்கார்ந்து பார்க்கிறார்கள். இவர்களைவிட அதிகமான இளம் பெண்கள் தார்ப்புழுதி அப்பிய கால்களைத் தரையில் ஊன்றி, முதுகை வளைத்து ஒருக்களித்து உட்கார்ந்து, தொலைவில் தெரிகின்ற ஒவ்வொருவரையும் மேஸ்திரியாகப் பாவித்து, நேரத்தால் வீணடிக்கப்பட்டவர்கள் போல் கசிந்த கண்களோடு 'பசி' யோகத்தால் நிஷ்டையில் இருப்பவர்கள்போல், கண்களை விலக்காமல் கால்களை நகர்த்தாமல் காத்திருந்து காந்திருந்து, காத்திருப்பதே புரியாமல் வாழ்க்கைக்குக் காத்திருக்கிறார்களா அல்லது மேஸ்திரிக்குக் காத்திருக்கிறார்களா என்பது அறவே தெரியாமல் அப்படியே இருக்கிறார்கள். ஆனால் அவர்கள் பெற்ற சின்னஞ்சிறு செல்வங்கள் அவர்களின் கால்களையே தொட்டிலாய் நினைத்து அமர்கின்றன. பல்லவன் பஸ்களையே சிறு தேர்களாய் நினைத்து கண்சிமிட்டுகின்றன. என்றாலும் சில குழந்தைகள் முடங்கிக் கிடக்கின்றன. அடித்துப் போட்ட நாயின் உப்பிய வயிறுபோல் வீங்கிய வயிற்றைத் தாங்கும் வழி தெரியாது குப்புறக் கிடக்கின்றன.

அத்தனை கண்களும், ஒரே ஒரு திசையைப் பார்த்து மொய்க்கின்றன. அன்று யாரும் வரவில்லை. இதற்குள் ஏழெட்டு மேஸ்திரிகள் வந்திருக்க வேண்டும். யாரையும் காணவில்லை.

இனி வந்தாலும் பாதி நாள் வேலைதான். பாதி நாளானாலும் போக வேண்டும். வயிற்றில் பாதி நிரம்பினாலாவது போதும்... ஆனால், நிரப்புபவர்களைக் காணவில்லை... இவர்களைப்போல் கூடியிருக்கும் ராயபுரத்திற்கும், சூளைக்கும் சைதாப்பேட்டைக்கும் சொல்லி வைத்ததுபோல் போய் விட்டார்களா? நாளைக்காவது வருவார்களா?

கட்டாஞ்சுவர் போன்ற மேனியில் கிழிந்த பனியனும் நைந்த டவுசரும் போட்டிருந்த ஒட்டர்கள் கண்ணாம்பாய் குழைந்து போய் நின்றார்கள். 'மண் வேலையில்' கை தேர்ந்த இந்த சேலத்து மனிதர்கள், அருகருகே நின்ற தத்தம் மனைவிகளை ஆதங்கமாகப் பார்த்துக் கொண்டார்கள். கையோடு பிடித்து காலோடு அணைத்திருந்த கடப்பாரையை தொடைகளில் உருட்டிக் கொண்டார்கள். 'பாண்டுக் கூடையை'க் கவிழ்த்து விளையாடப் போன ஐந்து வயது மகளை ஒரு ஒட்டப் பெண் தலையில் குட்டினாள். அந்தக் குழந்தை அழாமல் பரிதாபமாகப் பார்த்தது. ஒருவேளை காலையில் கஞ்சி குடித்திருந்தால் அழுதிருக்கும்.

உத்திராட்சக் கொட்டையைப்போல், இரண்டு 'மடங்கு' பெரிய நூல் கட்டிய வட்டக் குண்டை வலது கையில் பிடித்தபடி மணியாஸ் கட்டையையும், 'லெவல்' பார்க்கும் மூலமட்டத்தையும் பிளாட்பாரத்தில் போட்டு அவற்றை இடக்கையால் குழந்தையை தடவுவது போல் தடவி விட்டுக் கொண்டிருந்த கொத்தனார்களில் பலர் வயிற்றுக்கும் தொடைக்கும் இடையிலுள்ள உடல் பாகத்தை மணியாஸ் கட்டையாலும் 'எல்' வடிவத்தில் அமைந்த மூலமட்டத்தாலும் அமுக்கிக் கொண்டார்கள். 'பைப் ரிஞ்சையும்' 'ஆக்ஷாபிரேமையும்' கையோடு வைத்திருந்த பிளம்பர்களின் கண்கள் வெள்ளரிப்பழங்கள் போல் கருவிழி போனதாய்க் காட்சியளித்தன. கூர்க்கம்பிகளாய் முடிந்த வாளையும், திருகாணி போன்ற உழைப்பாயுதங்களையும் வைத்திருந்த ஆசாரிகள், தலைப்பாகைகளை எடுத்து இடுப்பில் கட்டிக் கொண்டார்கள்.

மாயமோ, மந்திரமோ, மண்ணாங்கட்டியோ, அன்று எந்த மேஸ்திரியும் வரவில்லை. இன்று கான்கிரீட் போடுவதற்குக் கட்டிடம் இல்லையா? கதவு போட, கட்டிய வீடு இல்லையா? கலவை போட சிமெண்ட் இல்லையா? என்ன இல்லை? நேற்று,

இங்கே ஒரு கலாட்டா நடந்தது உண்மைதான். சோடா பாட்டில்கள், சுக்கு நூறாக உடைந்ததும் உண்மைதான். சில கூலிக்காரர்கள் 'நாங்கள் ஏமாளியல்ல சாமி... வேலைக்கு ஆள் கொண்டு போறவருக்கு ஐம்பது ரூபாய் தேறுமுன்னா, எங்களுக்கு ஒரு இருபது தேரப்படாதா' என்று கேட்டதும் உண்மைதான். இந்த கேள்விக்கும், சோடா பாட்டில் வீச்சுக்கும் சம்பந்தமில்லை என்பதும், மனிதர்களை வாங்க வந்த மேஸ்திரி - மனிதர்களுக்கும் தெரியும், 'இனிமேல்... இந்த ஏரியாவுல கால் வச்சால்... என்பேரை மாத்திக் கூப்பிடுன்'னு ஒரு மேஸ்திரி கூப்பாடு போட்டாலும், அவர், தன் வார்த்தைகளை, சொல்கிற வேகத்திலேயே மறக்கக்கூடிய மனிதர் என்பது அங்கே இருப்பவர்களுக்கும் தெரியும்.

உழைப்பால் ஏற்படும் களைப்பைவிட உழைப்பை விற்பதற்காய் நின்ற களைப்பு மேலோங்க, ஒரு சிலர் எழுந்தார்கள். எழுந்தவரில் ஒரு வாலிபப் பையனுக்கு, வயிற்றுக்குள் இருந்த வாயு, இடுப்பில் 'திருகாணி' போல் பிடி போட... 'எப்பாடி' என்று முனங்கிக் கொண்டே பைசா நகரத்துக் கோபுரம் போல் வளைந்த அவன், மேலே நிமிர முடியாமலும் கீழே உட்கார முடியாமலும் நெளிய, அவனோடு சேர்ந்து எழுந்த கொத்தனார் கொண்டையா, 'இன்னாடா... குழி குளிக்கப் போறவன் மாதிரி நெளியுறே?" என்றார். மௌனத்தின் உருவகமான அந்தக் கூட்டத்தில் முதல் ஒலியாக முழங்கிய அந்தக் கிழவரை அந்த வாலிபன் சங்கோஜத்துடன் பார்த்தான். பிறகு இடுப்பை நிமிட்டி விட்டுக் கொண்டே கேட்டான்:

"நீ ஏன் பேசமாட்டே? ஒனக்கு வந்தா தெரியும்..."

"ஒன்னோட வலி மேஸ்திரி வந்தா பூடும்... இது வாயு வலியில்லை... வாழ்வோட வலி... இன்னா முத்து... நான் சொல்றது சர்த்தானா?... இவன் மாதிரிதான் எனக்கும் வலிக்குது. ஒனக்கும் வலிக்குது..."

'பெரியாள்' முத்து அவரை வெறித்துப் பார்த்துவிட்டு பிறகு எழுந்து பதிலளித்தார்.

"நீ சொல்றதும் சரிதான்... ஆனா... ஒனக்குப் பொருத்தமில்ல..."

"இன்னாடா சொல்றே?"

"நாங்க... பெரியாள் வேலைக்குப் போறவங்க... கம்மனாட்டிங்க மிஞ்சி மிஞ்சிக் கொடுத்தால் பன்னிரண்டு ரூபாய் தர்வான்... அதுலயும் சில சமயம் ரெண்டு ரூபாய் முள்ளங்கி பத்த மாதிரி... மேஸ்திரி மவராசனுக்கு அழுகணும். ஒனக்கு இருபத்திரண்டு ரூபா. ஒன்க்கும் வலிக்கின்னா இன்னா அர்த்தம்? எண்ணக் குடம் போட்டவனும் தண்ணிக்குடம் போட்டவனும் ஒரே சீரா பொலம்புனா... இன்னா அர்த்தம்?"

உதிரிப்பூக்கள் போல், தலைமுடிக் கற்றையை ஒழுங்கு படுத்தாமல், மேலும் கீழுமாக அப்பி வைத்தபடி கழுத்தின் மேல் பகுதியைச் சொறிந்து கொண்டிருந்த தாயம்மா சல்லடைபோல், படர்ந்த தேம்பல் உடம்பை குலுக்கிக் கொண்டே, அதட்டினாள்.

"ஏய்... இன்னாசி! எண்ணெய் குடந்தான் உசத்தின்னு பேசாதடா... நம்மள மாதிரி ஏழைங்களுக்கு தண்ணிக் குடந்தான் ஒசத்தி... ஒரு கரண்டி எண்ணெயில்... ஒடம்ப தேச்சுக்க முடியுது... ஒரு செம்பு தண்ணி கிடைக்குதாடா? கார்ப்பரேஷன் கம்மனாட்டிங்க வூட்டு வரிக்கி மட்டும் வந்துடுறாங்க..."

"ஒன்காவது குட்ச கீது... எனிக்கி, அதுகூட இல்ல..."

"ஒன்பாடு தேவலம்மே... இந்தப் பிளாட்பாரத்துலயே படுத்துட்டு... இங்கேயே வேலக்கி காத்திருக்கலாம். நானு எம்மாந் தொலவு நடக்கணும்"

"எக்கா... நீ அறிவோட பேசறியா? பணக்காரங்க, 'குடிசை ஜனங்க தேவல... சாப்பாடு தவிர வேறு பிரச்சினை இல்ல... நம்மள மாதிரி பிள்ளைங்களுக்கு நகை நட்டு பண்ற கவல இல்ல... தெவசம் கிவசம் என்கிற பிரச்சினை இல்லை'ன்னு சொல்றது மாதுரியே நீயும் பேசுகிறியே... பேசாம இங்க வந்து குந்து... நானு... ஒன் குடிசைக்கு பூடுறேன்..."

"இன்னாம்மே நீ... ஒரு பேச்சுக்குக் கூட... உன்னண்ட பேசப்படாதா?." இதற்குள், சேலத்து ஓட்டர், தெருவில் குதிரைச் கொண்டையுடன், 'பிரா' மார்பகத்துடன் தொப்புளுக்குக் கீழே புடவைபட அலுக்கிக் குலுக்கி நடந்த ஒரு பெண்ணையே வாயைப் பிளந்தபடி பார்த்தார். அவர் வாயையே பார்த்து, தன் வாயை மென்று கொண்ட கொத்தனார், அவரை அதட்டுவது மாதிரியான பொய்க் கோபத்துடன் பேசினார்.

"டேய்... மாரி... அந்த ஜோர்ல மயங்கிடாதடா... இதுங்கல்லாம் ரேட்டுங்களாக் கூட இருக்கும்."

"என்ன சாமி... நீ ஒன் வயசுக்கு தோதுவா பேசமாட்டே?"

"நான் ஒன் வயசுக்கு தோதுவா பேசுறேண்டா..."

"நீ வேற... அவனவன் குழி வேலைக்கிக் கூப்பிட ஆளில்லையேன்னு தவிக்கான்... நீ ஒன்னோட ஆசய... என்னோட ஆசயா வச்சுப் பேசுறே..."

"விட்டேன்னா ஒரு குத்து... பிள்ளை ஏண்டா... கம்மனாட்டி அதைப் பார்க்கிறே?"

"நீதான் விடமாட்டீயே சாமீ... என்னோட டவுசரை தொப்புளுக்குக் கீழே இழுத்துப் போடுறேன், ஏன்னா... டவுசர் பட்டை கிழிஞ்சிட்டு... கீழே இழுத்தால்தான் மானத்தை மறைக்கலாம். ஆனால் அந்தம்மா... மானத்தை இழுத்துக் கீழே போடுறது மாதிரி சேல இழுத்துப் போடுறாங்களே... ஒரே காரியத்த ரெண்டு பேரு செய்யறப்போ...

ஏவ்வளவு வித்யாசம் இருக்குன்னு நெனச்சேன்... நீ என்னடான்னா..."

ஒட்டரின் மனைவி கணவரை அதட்டினாள்.

"அறிவுலாம பேசாதய்யா... ஜாம்பஜாரு டைய்லரன்டா போயாவது பாரு... இல்லன்னா... மானம் பூடும்... இப்ப காட்டியே... ஒன் டவுசர்ல... ஒட்டுப்போட்டு தச்சிருக்கு... பேசுது... பெரிய பேச்சா..."

மனைவி சொன்னது சரியெனப்பட்டதுபோல், முப்பத்தைந்து வயது மதிக்கத்தக்க அந்த ஒட்டர், மண்வெட்டியை தோளில் போட்டுக் கொண்டு நடக்கப் போனார். அவரோடு சேர்ந்து இன்னும் பலர் நடக்கத் துவங்கினார்கள். கொத்தனாரான கொண்டையா, வட்டக் குண்டை இடுப்பில் செருகிக் கொண்டு பூணூல் மாதிரி தெரிந்த கயிற்றை மடியில் செருகிக் கொண்டு நடக்கப் போனார். ஒட்டர் அவரைப் பார்த்துச் செல்லமாகக் கண்டித்தார்.

"நீ... ஏன் சாமி பொறப்படுறே? தொழில்காரன் நீ... மூணு மணிக்குக் கூட... மேஸ்திரி வந்து... ராசா மாதிரி கூட்டிப் போவான்... நீ ஏன் வார?"

"பேசாதடா... இன்னிக்கி... பெரியாளாய் கூட... வேலப் பார்த்தாகணும்..."

இடுப்புப் பிடியில் இருந்து மீண்ட 'வாயு' வாலிபன், பரிகசித்த குரலோடு, முதுகை வளைக்க முடியாமல் வளைத்து, சிரிக்க முடியாமல் சிரித்துப் பேசினான்:

"பொல்லாத கெயவன்யா... சம்பாதிக்கிறதெல்லாம் இன்னாயா பண்றே? இன்னிக்கு... ஒரு நாள் ரெஸ்ட் எடுத்தா குடியா முழுகிடும்."

"ஆமாண்டா... நான் தெனமும் வேல கெடச்சு... தெனமும் இருபது முப்பது சம்பாதிச்சு, குடிசையில் கொட்டி வச்சுருக்கேன்... இப்போ குட்சதாங்க முடியல... நீ வாணுமுன்னா வந்து வாரீக்கின்னு போறியா?"

"ஒன் காசு, பிசாத்து காசு, எனக்கு எதுக்குய்யா? தள்ளாத வயசுல ஏன் பணம் பணமுன்னு அடிச்சுக்கிறேன்னு சொல்லங் காட்டி..."

'டேய் சோமாறி... வாணுமுன்னா என் வீட்ட வந்து பாருடா... ஒன்னோட குடிசையிலயாவது ஒன் நயினா நார்க்கட்டுல வாங்கி போட்டுகினான். என்னோட வீட்ல ஒக்கார ஒரு பலகக்கூட கெடயாது இரண்டு பொண்ணுக்கு கல்யாணம் பண்ணிவச்சேன். ஒரு மொவளயாவது வடிக்க வைக்கலாமுன்னு ஸ்கூல்லே சேத்தேன். போன மாசம் முப்பது நாளில் இருபது நாளா மொடங்கிக் கிடந்தேன். வாத ஜுரம், ஒனக்கு நானு சம்பாதிக்கறதான் கண்ணுல படுது... கஷ்டப்படுகிறது தெரியமாட்டேங்கிறது பாரு..."

"அய்ய இன்னா வாத்யாரே டமாஷ்க்கு சொன்னால் கோவிச்சுக்கிற்யே... உன் கிட்ட டமாஷ் பேசாம நானு யாகிட்ட டமாஷ் பேசுவேன்."

"வயசுப் பொண்ணுக்கிட்ட பேசு."

"சாரத்துல ஏறி, பாண்டுல கல்லு மண்ணை கொண்டு போற பேஜார்ல, வயசுப்பொண்ணு நெனப்பும் வரல... நானு வயசுப் பையன் என்கிறதும் வரல... ராத்திரிக்கு கெனாவுல கூட கல்லுமண்ணு சுமக்கறாப் போலவும்.... சாரத்துல இரு கீழே விழுந்து, காலு ஒடிவது மாதிரியும் தோணுது... சீ... இன்னாய்யா

பொய்ப்பு... கஷ்டப்படுறவனுக்கு கனாவுல கூட கஷ்டந்தானா வரணும்?"

தாயம்மா குறுக்கிட்டாள்.

"கொத்தனாரே, எனக்கு ஒரு ஐடியா தோணுது... இந்த அறியாத வயசுப் பொண்ணுங்கள... கோட்டாப் பண்ற காலேஜ் பசங்கள... சாரத்துல ஏத்தி, பாண்டுவ தலையில கொடுத்துட்டாப் போதும். பொண்ணுங்க தாராளமாய் நடமாடலாமுன்னு நெனக்கிறேன்."

"பசங்களக் கோட்டா பண்ற பொண்ணுங்கள என்ன பண்றது?"

''எந்தப் பொண்ணும் வலியப் போகமாட்டாள், நெனச்சுக்கோ..."

"நீ அன்னாடம் காய்ச்சிப் பொண்ணுங்கள மன்சில வச்சுப் பேசுற தாயம்மா. நம்மள மாதுரி கஷ்டப்படுறவனோட பொண்ணுங்க தலையில இருக்கிற பாராங்கல்ல தூக்கிச் சுமக்க, மார்ப தம்பிடிச்சு நிமிர்த்துறது, வாயப்பிளந்து பார்க்கிற கம்மனாட்டிப் பயலுவ கீராங்க... சினிமாக்காரங்களோட போட்டோக்களை எங்கெல்லாமோ வெச்சுக்கிட்டு அவங்க வீட்டுப்பக்கம் காத்துக்கிடக்கிற கஸ்மால முண்டங்களும் இருக்காங்கோ. தெரிஞ்சுக்கோ..."

"எனக்கென்னமோ... உடம்புல உழைப்பு இல்லாட்டி மனசுல கோளாறு வருமுன்னு தோணுது... நீ... இன்னாம்மே ஸ்ரீதேவி மாதிரி குழையுற?"

தொலைவில் மேஸ்திரி யாரும் தென்படுகிறாரா என்று துழாவிய கண்களோடு பார்த்துவிட்டு சலித்தவள் போல முகம் சிலுக்கப் பார்த்த சித்தாள் பெண் ஒருத்தியைப் பார்த்து தாயம்மா அப்படிக் கூறியதும், அதுவன,ர வட்டம் போலிருந்த மோவாயில் எல்லைக் கம்பிகள் போல் தாடி படர. கழுத்தைச் சற்று நீட்டி, கண்களை சிறிது துருத்தி உதட்டில் பற்கள் பட ஏதோ ஒரு போருக்கு ஆயத்தமானவர் போல், தொலை நோக்காய் பார்த்துக் கொண்டிருந்த நாற்பது வயது மதிக்கத்தக்க பெயிண்டர் பெருமாள் கைகால்களை வெட்டி உதறிப் போடுகிறவர் போல் உதறிக் கொண்டு எழுந்து பேசினார்.

"அண்ணாநகர்... ஹவுஸிங் போர்ட் கட்டுற இடத்துல ஒரு சித்தாள் பொண்ண காண்டிராக்டர் ஜாடைமாடையாய் கிண்டல் ப்ண்ணியிருக்கான். அந்தப் பொண்ணு கண்டிச்சிருக்காள். ஒருநாள் ஸ்டோர் ரூம்ல அந்தப் பொண்ணு செமெண்ட் மூட்டையைத் தூக்கச்சே., காண்டிராக்டர் அவள் கையைப் பிடிச்சு இஸ்துக்கிறான். அவள் கூப்பாடு போட... வாட்ச்மேன் அங்கே போய் காண்டிராக்டரை கண்டிச்சிருக்கான். ஒரு வாரத்துல அந்த வாட்ச்மேனை... எதையோ திருடிட்டான்னு சொல்லி, காண்டிராக்டர் போலீஸ் லாக்காப்புல போட்டு, கடைசில அவனை ஒரு வருஷம் ஜெயிலுல போட வச்சுட்டானாம்... அந்தப் பொண்ணு தூக்குப் போட்டுச் செத்துட்டாளாம். இந்தச் சங்கதி நம்ம வாயில் வர்ல... ஸ்ரீதேவியோ... கிரிதேவியோன்னு பேசறோம்."

பேசிய வாய்கள் அடைத்துப் போயின. மேஸ்திரிகளின் வருகையைப் பார்த்த கண்கள் பிரமித்து நின்றன. சில சித்தாள் பெண்கள் தங்களுக்கு ஏற்பட்ட அல்லது ஏற்படவிருந்த அபாயங்களை நினைத்துப் பார்த்து நெஞ்சச் சுமையில் பெருமூச்சு விட்டார்கள். பெயிண்டர் பெருமாள் கேள்விப்பட்ட சம்பவத்தை நினைத்துப் பார்க்க முடியாதவர் போல் அங்குமிங்குமாக நடைபோட்டார். அங்கிருந்த் எல்லாமே அஸ்தமித்தது போல் ஆகாயத்தையே அண்ணாந்து பார்த்த தாயம்மா வெறுமையோடு பேசினாள்.

"பொண்ணா பிறக்கறது தப்பு... அப்படியே பொறந்தா காட்டியும் சித்தாள் பொம்மனாட்டியா பிறக்கறது ரொம்ப தப்பு பாவம்... யாரு பெத்த பொண்ணோ? அவளுக்காக சப்போர்ட் பண்ணுன மவராசன்... இப்போ ஜெயிலில் எப்படி வாடுறானோ?"

பெருமாள் உலவிக் கொண்டே பேசினார்.

"நம்மள மாதுரி சாதாரண ஜனங்களோட நிசமான கவனத்த திருப்புற விதத்தில் நாட்டில் பத்திரிகைகளும். பாட்டும் நடக்குது. நடிகை ஷோபா செத்துட்டான்னு நான் பேசுகிறோம்... நம்ம பொண்ணுங்க செத்தால்... பிணம் போன பொறவுதான். துக்கம் விசாரிக்கப் போறோம்... போன வாரம் இப்படித்தான் அந்தக் கிழவி ரோஸம்மாவ..."

தாயம்மா இடைமறித்தாள்:

சு. சமுத்திரம்

"அதைச் சொல்லாதீங்க பெயிண்டர், நீங்க இன்னொரு வாட்டிச் சொன்னால் நானும் இந்த சணத்துலேயே செத்தாலும் செத்துடுவேன். வாணாம் மவராசா அந்தக் கத."

பெருமாளும் உணர்ச்சி வசப்பட்டவர்போல். கைகளை பின்புறமாகக் கட்டிக் கொண்டு நின்றார். டீக்கடையில் ஒருவர் மாற்றி ஒருவராக டீக்குடித்துக் கொண்டிருக்கிறார்கள். பெருமாள், யாருக்கோ போட்டு வைத்திருந்த கண்ணாடி டம்ளர் டீயை எடுத்து, தாயம்மாவிடம் நீட்டினார். அவள் "இதைவிட வெத்தல பாக்கு..." என்று இழுத்த போது, அவர், தன் சைட் பைக்குள் இருந்த பையை எடுத்து, அகல விரித்து, வெற்றிலையையும், பாக்குத் தூளையும் நீட்டினார்.

திடீரென்று கிழக்குப் பக்கமாக இரண்டு வாலிப உருவங்கள் வருவது தெரிந்தது. அவர்கள் அங்குமிங்குமாகப் பார்த்துக் கொண்டு, அகன்ற கண்களோடு, விரிந்த கால்களோடு வருவதைப் பார்த்ததும், தாயம்மாவும், பெருமாளும், அவர்கள் சென்னைக்குப் புதிது என்பதைக் கண்டு கொண்டவர்கள்போல், ஒருவரை ஒருவர் புதிதாய் பார்ப்பது போல் பார்த்தபோது, கொத்தனார் கொண்டையா, "பெருமாள் தம்பி... ஜெயிலுல இருக்கிற வாட்ச்மேனுக்கு நாம ஏதாவது பண்ண முடியாதா" என்றார். தாயம்மா, தொலைவில் தெரிந்த உருவங்கள் மீது நாட்டிய கண்வீச்சை கொத்தனார் மீது போட்டுக் கொண்டே பேசினாள்.

"நம்மள மாதுரி ஏழை பாளைகளால என்ன பண்ண முடியும்? நமக்குள்ளதான் ஒற்றுமை கீதா?... பெயிண்டரைப் பார்த்து, கொத்துக்காரர் வயிறெறியுது; கொத்துக்காரர் மேல பிளம்பருக்குப் பொறாமை; பிளம்பர் மேல ஆசாரிக்கு; பெரியாளுக்கு சித்தாள் மேல; அவ்வளவு ஏன் போகணும்? இப்போ எனக்கு ஐம்பத்தஞ்சு வயசு ஆவுது. நாற்பது வருஷமா... சித்தாளாய் கீறேன். என்னாலே கான்கிரீட் பூட்டமுடியும்; லெவல் பார்க்கமுடியும்; மோல்ட சரியா பண்ணமுடியும் நானு ஆம்புளையா இருந்தால்... இந்நேரம் கொத்தனாராய் மாறி இருபத்திரண்டு ரூபா சம்பாதிச்சிருப்பேன். என்ன பண்றது? போறாத காலம் பொம்மனாட்டியா பொறந்துட்டேன். எட்டு ரூபாய் சம்பளத்துலே... நாற்பது வருஷமாய் சித்தாளாவே கீறேன்... எங்கே காட்டியும் ஒரு பொம்மனாட்டி மேஸ்திரியாவோ

கொத்தனாராவோ கீறாளா? நமக்குள்ள ஆயிரம் போறாம. பெயிண்டர் அடிக்கிற நிறத்துல. ஆசாரி போடுற கதவுல, ஒட்டர் தோண்டுற வாணத்துல... கொத்தனார் கட்ற சுவர் - ஒரு கட்டிடம் அப்படியே நிக்குது ஆனால் எங்கெல்லாமோ சிதறிக் கிடக்குற சாமான்களை உயிரைக் கொடுத்து ஒரே இடமாய் ஆக்குற நாம். அந்த வீடு மாதிரி நிக்கோமோ? பிறகு, ஏன்... காண்டிராக்டர் பொம்மனாட்டி கையைப் பிடிக்க மாட்டான்? வாட்ச்மேன் ஏன் ஜெயிலுக்குப் போகமாட்டான்?"

தாயம்மாக் கிழவி பேசி முடித்துவிட்டு, பெருமாள் தன்னைப் பாராட்ட வேண்டும் என்பது போல் அவரைப் பார்த்தாள். அவரும் ஒரு பார்வையாலேயே அவளைப் பாராட்டியிருப்பார். அல்லது மற்றவர்களைப் பார்க்கிற தோரணையின் மூலம் அவளின் உத்வேகத்தை அங்கீகரித்திருப்பார். அதற்குள் அந்த இரண்டு உருவங்களும் வந்து விட்டன. அங்கே கூடியிருக்கும் கூட்டத்தைப் பார்த்ததும் மனம் போன போக்கில் நடந்தவர்கள், மனம் நின்றது போல நின்றார்கள். பிறகு மீண்டும் நடக்கப் போனார்கள். ஏனோ நடக்கவில்லை.

அந்த உருவங்களில் ஒன்று ஆண். முப்பது வயது என்று சொல்வதே அதிகம். 'கான்க்ரீட்' கலவை மாதிரி உடம்பின் அணுக்கள் ரத்தத்துடன் பிசையப்பட்டு, அழுத்தமாக இறுக்கப்பட்டது போன்ற உடம்பு, அவன சற்று ஒல்லியாகத் தெரிந்தாலும் போன் வெயிட் ஆசாமி. கூர்மையாக முற்றுப் பெற்ற மூக்கு கறுப்பாக இருந்தாலும் பளபளப்பான கறுப்பு கடைந்தெடுத்த தேக்குத் தூண்கள் போன்ற கால்கள். இன்னொன்று பெண், அவளுக்கு இருபத்திரண்டு வயது இருக்கலாம். தலையே ஒரு பாரமாகி, அதைத் தாங்க முடியாதவள் போல துவண்ட உடம்பு, அளவான எலும்பமைப்பு உள்ளதால், அந்தக் குழைவே ஒரு நளினமாகத் தெரிந்தது. சுட்ட செங்கல் நிறம் அழுத்தமான புருவங்கள் ஆனாலும், எடுத்தெறிந்து பார்ப்பது போலான பார்வை கர்வமான பார்வையல்ல. கர்வபங்கப் பார்வையும் அல்ல

இருவரும், தயங்கியபடி நின்றார்கள், எல்லோரும் அவர்களைப் பார்த்துக் கண்களை விரிவாக்கினார்களே தவிர, வாயைத் திறக்கவில்லை இறுதியில் அவனே பேசினான். பேசிவிட்டு,

அவர்கள் தன்னை கிண்டல் செய்யப் போகிறார்களோ என்பது மாதிரி தன்னையும் கூட்டத்தையும் மாறி மாறிப் பார்த்துக் கொண்டான்.

"இங்க... ஏதாவது விசேஷமா?"

கொத்தனார் கொண்டையா, எகத்தாளமாகச் சொன்னார்.

"நாங்கதான் விசேஷம்."

"இல்ல... கூட்டமா நிக்கியளேன்னு கேட்டேன்."

"ஏன் நிற்கப்படாதா?"

"நான் என்ன மவராசாவா?இல்ல மந்திரியா? உத்திரவு போட நானே பஞ்சம் பிழைக்க வந்த பன்னாடை...."

பெயிண்டர் பெருமாள் பின்புறமாகக் கட்டிய கைகளை முன்புறமாக வீசிப் போட்டுவிட்டு, அன்பு ததும்பக் கேட்டார்;

"தம்பிக்கு எந்த ஊரு?"

"திருநெல்வேலி ஜில்லாவுல ஆலங்குளத்துக்கு பக்கத்துல ஒரு கிராமம்... நேத்துதான் மெட்ராஸ் வந்தோம்..."

"என்ன விசேஷம்?"

"ஊர்ல... வயல் வேலைக்குப் போவேன்... இவள் நாற்று நடவுகளை எடுக்கன்னு போவாள்... இப்போ மணல் தேரி மாதிரி ஆயிட்டு... வெயிலுல நிலமெல்லாம் பொசுங்கிட்டு..."

"ஒனக்கு நிலம் உண்டா?"

"கடன்தான் உண்டு"

"பிறகு ஏன்... ஏதோ பத்து ஏக்கர் நிலம் வச்சிருக்கிற விவசாயி மாதிரி வயலப்பத்தி இப்படி வருத்தப்படறே?"

"நீங்க சொல்லுறது நியாயமாப் படல... கிராமத்துல, நிலம் வச்சுருக்க விவசாயி ஒரு வருஷம் மழை பெய்யாட்டாலும்... விதை நெல்ல குத்தியாவது சாப்புடலாம்... வயலுல விளையாட்டாலும் கருப்பட்டி காச்சாவது பிழைச்சிக்கிடலாம்... ஆனால் கூலிக்கு விவசாய வேலைக்குப் போற என்னை மாதிரி ஆளுவளுக்குத்தான்... குளம் ரொம்ப முக்கியம் வெளிப்படையா சொல்லப்போனால்... நிலம் பிறத்தியாருக் குன்னாலும் அந்த நிலத்தோட... அருமை... எங்களுக்குத் தான் தெரியும்... அந்த

நிலத்துல விளைச்சல் இல்லாட்டா, நாங்க முளைக்க முடியாது"

"அதாவது... பங்களாம்மா பையனோட அருமை... அந்த வீட்ல வேலை பார்க்கிற ஆயாவுக்குத் தெரியுறது மாதிரி" என்றார் கொண்டையா.

விவசாய ஆயாவான அந்த இளைஞன் அவர் சொல்வது புரியவில்லையானாலும் ஏதோ தன் நிலைக்கு இரங்கிப் பேசுகிறார் என்று நினைத்து திருப்தியோடு புன்னகை செய்தான்.

தாயம்மா ஒரு சந்தேகப் பிரேரணையைக் கொண்டு வந்தாள்.

'ஆமா, ஊர்ல இருந்து... நீயும் ஒன் சம்சாரமும் வெளியேறுறதுக்கு பஞ்சம் மட்டுந்தான் காரணமா?"

அவன் ஏதோ சொல்லப் போனான் அந்தக் கூட்டத்திடம் முறையிடப் போவதுபோல் தோளில் கிடந்த தனது துண்டை எடுத்து முழங்கையில் போட்டுவிட்டு விருத்த வியாக்கியானங்களோடு பேசப்போகிறவன் போல் உட்காரப் போனான். உடனே அவன் மனைவி அவன் விலாவில் இடித்து மின்வெட்டுப் போல உதட்டைச் சுருக்கி, கண்களை மேல்வாக்கில் தூக்கிப் போட்டாள். அவன் பெட்டிப் பாம்பானான்.

அவனிடம், மேற்கொண்டு யாரும் எதையும் கேட்கவில்லை. அவன் மனைவியையே அகன்ற வாயோடு பார்த்த தாயம்மா 'ஒன் அயவுக்கு சினிமாவுல நடிச்சா லட்சம் லட்சமாகச் சம்பாதிக்கலாம். சினிமாக்காரன் பார்த்தாமுன்னா விடமாட்டான்' என்று சொல்லப்போனவள், பெயிண்டர் பெருமாளைப் பார்த்ததும் வாயை மூடிக்கொண்டாள். பிறகு அவளுடைய பெயரைக் கேட்டாள்.

"வச்ச பேரு அன்னவடிவு. சிலரு அன்னமுன்னு கூப்பிடுவாங்க. சிலரு வடிவுன்னு கூப்பிடுவாங்க"

"ஒன் ஆம்படையான் எப்படிக் கூப்பிடுவான்? அட வெட்கத்தைப் பாரு! ஒன் ஆம்படையான் பேரு என்னம்மா? கொத்தனாரே! இந்தப் பொண்ணு வெட்கப் படறதைப் பாரு! திருநெல்வேலி பொம்மனாட்டிங்க கட்டின ஆம்படையான... "நாயே' 'பேய' என்று கூப்பிட்டாலும் கூப்பிடுவாங்க. ஆனால்

பேர் சொல்லி மட்டும் கூப்பிடாதுங்க. எனக்குத் தெரியும். அதனால்தான் கேட்டேன். ஏம்மே! ஒன் ஆம்படையான் பேரை சும்மா சொல்லு. நீ இப்போ இருக்கிறது மெட்ராஸ். சும்மா சொல்லும்மா...”

முன்பு வாயுப் பிடியில் அல்லாடிய அதே பையன். இப்போது சிரிப்புப பாதியும், கோபம் மீதியுமாய் கேட்டான் :

“ஆயா, நீ என்ன கவர்மெண்ட் மஸ்டர்ரோல எழுதிப் படிக்கது மாதிரி பேர் கேக்குற, பாவம், நாட்டுப்புறங்களைப் போய் டபாய்க்கிறயே.”

‘‘என்னோட சர்வீஸ்க்கு... நானு மஸ்டர் ரோல் கூட எழுதலாண்டா?”.

“நீ எழுதினால்... அது கார்ப்பரேஷன் மஸ்டர் ரோல் மாதிரி பூடும்?”

“இப்ப மட்டும் என்னவாம்?”

திடீரென்று பேச்சு நின்றது. எல்லாரும் பார்க்காத சமயத்தில் ஒருவர் அங்கே வந்து நின்று பார்த்தார். இரண்டாக மடித்துக் கட்டிய லுங்கி; கையில் கடிகாரம். இன்னொரு கையில் தூக்குப்பை. கவிழ்த்துப் போட்ட மீசை, தெனாவட்டான பார்வை... மேஸ்திரி... அந்த அடிமைகளின் உழைப்பை விலை பேச வந்திருக்கும் தரகர். அவர்களுக்கு அவர்தான் மந்திரி. போலீஸ்காரர்... இவர்களுக்கு அடுத்தபடியாக வரும் ஆண்டவன். எல்லோரும் எழுந்து, அவரை மொய்த்துக் கொண்டார்கள். அவர், அவர்களை மேலும் கீழுமாகப் பார்த்தார்.

“சிப்ஸ் போட்டு... மேல்தளம்... பூசணும்... அஞ்சு பெரியாள்... அஞ்சு சித்தாள் வேணும்...”

ஐந்தல்ல; ஐந்தைந்து இருபத்தைந்து பேருக்கும் அதிகமாக அவரைச் சூழ்ந்து கொண்டார்கள். கண்களால் கெஞ்சியவர்கள். அவரது கண் பார்வைக்காக அது போகிற இடமெல்லாம் தன் பார்வையை மோதவிட்டவர்கள். முன்னாலும் பின்னாலுமாக முண்டியடித்தவர்கள். மொத்தத்தில் பிச்சைக்காரர்கள்கூட, அப்படி மொய்க்க மாட்டார்கள். உழைப்பை பிச்சையிலும் படுபிச்சையாய் வழங்கியும், அது தெரியாத அந்த உழைப்புச் சதைகள், தங்களை விற்கக் குழைந்தார்கள். கம்பீரமான உடல்கள், கத்தாழைபோல் துவண்டன.

மேஸ்திரி சிறிது விலகி நின்று பேசினார்:

“காண்டிராக்டர் மோசமான கஞ்சன்... வழக்கப்படி பெரியாள் சித்தாள் கூலி கிடையாது... பாதி நாளைக்கு.... பெரியாளுக்கு நாலு ரூபா.... சித்தாளுக்கு மூணுரூபா தான் தரமுடியும். இஷ்டம் இருந்தால் வாங்க... இல்லன்னா நடையைக் கட்டுங்க. அப்புறம் இசக்கு மசக்கு பேசப்படாது.”

“ஒரு சிலர் நகன்றார்கள். பெரும்பாலோர், வேலை முக்கியம் கூலியல்ல என்பதுபோல், நின்ற இடத்திலேயே நின்றார்கள். மேஸ்திரிக்கு இன்னும் ரேட்டைக் குறைந்திருக்கலாமே என்று ஒரு ஆசை... தன் முன்னால் குழைந்த குழைவுக்கும், குழைந்தவர்களின் உடல் பலத்திற்கும் ஒரு விகிதாச்சாரத்தை ஏற்படுத்திக்கொண்டு ஒவ்வொருவராகப் பார்த்து, தன் பக்கம் நிற்கச் சொன்னார். அந்தக் கூட்டத்தோடு கூட்டமாகப் போய் நிற்கப்போன் தாயம்மாவைப் பார்த்து அதட்டினார்.

“நீ அந்தாண்ட போ... போன வாரம்... ஒண்ணுக்குப் போற சாக்குல ஒரு மணி நேரத்த வேஸ்ட் பண்ணுனே... ஒன் உடம்புக்கு முடியாது. ஒத்திப்போ...”

தாயம்மா கெஞ்சினாள்:

“அப்படிச் சொல்லப்படாது மேஸ்திரி... இன்னிக்கு வேலைக்குப் போனாத்தான்... நாளைக்கு டாக்டராண்ட போவலாம் பத்தோட பதினொண்ணா சேர்த்துக்கோ.”

“அந்தக் கத வாணாம்.”

“நீயே தள்ளுனா... நானு யார் கிட்ட போவேன்? சொல்லு நயினா...”

“ஆமா... நீ வயசுப் பொண்ணு... ஒன்னைத் தள்றேன். ஏம்மா, நீ ஊருக்குப் புதிசா? கட்டிட வேல தெரியுமா?”

அன்னவடிவு கணவனைப் பார்த்துவிட்டு, அவன் அனுமதி கிடைத்த அனுமானத்தில் பதிலளித்தாள்.

“கட்டிட வேல பழக்கமில்ல. இவுகளை வேணுமுன்னா கூட்டிக்கிட்டுப் போங்க.”

“நீ வாறீயா? அதுதான் கேள்வி.”

“சரி வாறேன்.”

"கட்டிட வேலை பழக்கமில்லன்னு சொன்னே."

"செத்தால்தானா சுடுகாடு தெரியணும்? ஏழைகளுக்கு வீட்ல இருக்கது, சுடுகாட்ல இருக்கறது மாதிரி தானே."

"பரவாயில்லையே... நல்லாத்தான் பேசுற... இப்படி வா..."

அன்னவடிவு புருஷனைப் பார்த்தாள்... பிறகு "இங்கேயே லாந்துங்க. நான் வாரது வரைக்கும் வெளியில் போவப்படாது" என்று சொல்லிக்கொண்டே மேஸ்திரி நின்ற பக்கமாக நகர்ந்தாள்.

பப்ளிக் சர்வீஸ் கமிஷன் சேர்மன் மாதிரி, மேஸ்திரி முன்னால் நடக்க, அவரோடு தொங்கிக் கொண்டு போகிறவர்கள்போல் தேர்ந்தெடுத்த 'பெரியாள்'களும், 'சித்தாள்'களும் நடந்தார்கள். அன்னவடிவு, கணவனைத் திரும்பத் திரும்பப் பார்த்துக் கொண்டே நடந்தாள். திடீரென்று அவளோடு வந்து சேர்ந்த கணவன் "நான் நீ வேலை பார்க்கிற இடத்துக்குப் பக்கத்தில் வந்து நிக்கேன்'' என்றான். அவனை அதட்டப்போன மேஸ்திரிக்கு அதட்டுவதற்கு இன்னொரு ஆள் கிடைத்தது.

தாயம்மா, கெஞ்சிக் கொண்டே ஓடிவந்தாள்.

"மேஸ்திரி... இன்னிக்கு மட்டுமாவது கூட்டிட்டுப் போ மேஸ்திரி... நாளைக்கு எப்படியும் டாக்டராண்ட போகணும்."

"நீ.... ஒண்ணுக்குப் போறதுக்கா?"

அந்தப் பக்கமா நடந்துவந்த பெயிண்டர் பெருமாள் அதட்டினார்:

"யோவ், நீயில்லாம் மனுஷனாய்யா? அந்த அம்மாவுக்கு என்ன கோளாறோ? ஒன்னோட மூணு வருஷமா வேலைக்கு வர்ர பொம்மனாட்டி... நாற்பது வருஷமா சித்தாளாய் வேலை பார்க்குறவள். இந்த நாட்ல யானைக்குக்கூட பென்ஷன் கொடுக்கறாங்களாம். ஆனால் யானையைவிட அதிகமா வேல பார்த்த அம்மாவுக்கு பென்ஷன் வாணாம், வேல கூடவா கொடுக்கப்படாது? அந்த அளவுக்கா நெஞ்சில ரப்பு ஏறிட்டு? உன்னைச் சொல்லிக் குற்றமில்லய்யா? எல்லாத்துக்கும் எங்களச் சொல்லணும். அட... நீ வேல கூட கொடுக்க வேண்டாம். பேச்சாவது மனுஷத்தன்மையாய் இருக்கப்படாதா?"

நடந்து கொண்டிருந்த மேஸ்திரி, சிறிது நின்றார். பெயிண்டர் பெருமாளைப் பார்க்கும் போதெல்லாம் அவருக்குப் பயம். கூடுமான வரை, அவரை வேலைக்குக் கொண்டுபோகமாட்டார். வேலையில் குறையும் சொல்ல முடியாது. அவர் கேட்கிற கேள்விகளை தள்ளவும் முடியாது. கொள்ளவும் முடியாது.

மேஸ்திரி, தயங்கி நின்ற போது, பெருமாள் நிதானமாகக் கேட்டார்.

"நீய இந்த அம்மாகிட்ட எத்தனையோ வாட்டி கட்டிட வேலைக்கு ஐடியா கேட்டிருக்கே... அந்தம்மா கொடுத்த அத்தனை ஐடியாவையும்... என்ஜினியருங்களே ஆச்சரியப்பட்டு அமல் செய்து இருக்காங்க. முன்னால மாதிரி, 'இதால' வேல பார்க்க முடியாட்டியும், ஒன்பதோட பத்தா நீ நெனச்சால் சமாளிக்கலாம். அப்புறம் ஒன் இஷ்டம்."

மேஸ்திரி தயங்கியபடியே பதிலளித்தார் :

"இப்போ ஆளுங்கள எடுத்திட்டேன்... இதற்கு மேல கூட்டிகிட்டுப் போனால் காண்டிராக்டர் கத்துவான்... ஒங்க முகத்துக்காக நாளைக்கி வேணுமுன்னால் கூப்பிடுறேன். இப்போ யாரை கழிக்க முடியும்?"

அன்னவடிவு கணவனை நிமிர்ந்து பார்த்தாள். தாயம்மாவை அவளின் தள்ளாத இயலாமையை ஏறிட்டுப் பார்த்தாள். பிறகு தோளை நிமிர்த்தியபடி சொன்னாள்:

"நான் வேணுமுன்னால் நின்னுக்கிறேன். இந்தம்மாவ கூட்டிக்கொடு போங்க..."

வேறு வழியில்லாமல், மேஸ்திரி, தாயம்மாவைச் சேர்த்துக் கொண்டார்.

"நீயும் வா... பரவாயில்லை..." என்று அன்னவடிவைப் பார்த்துச் சொல்லப்போனார். பிறகு குற்ற உணர்வாலோ அல்லது பெருமாளுக்குப் பயந்தோ, நினைத்ததைச் சொல்லவில்லை. தாயம்மா, அன்னவடிவின் கைகளைப் பிடித்துப் பாசம் பொங்க அழுத்திவிட்டு, மேஸ்திரியின் பின்னால் நடந்தாள். பெயிண்டர் பெருமாள் அந்தக் கிராமத்துப் பெண்ணை நிமிர்ந்து பார்த்தார். பிறகு "நாளைக்கு அந்த டீக்கடைப் பக்கம் வாங்க, எந்த மேஸ்திரி கிட்டயாவது சேர்த்து விடுறேன்" என்று சொல்லிவிட்டு, வேகமாக நடந்தார்.

அன்னவடிவும், அவள் கணவனும் டீக்கடைப் பக்கமாக நடந்தார்கள். கணவனின் பக்கத்தில் இருந்த கோணி மூட்டையை அவள் வாங்கப் போனாள். அவன் கொடுக்க மறுத்தான்.

இருவரும் டீக்கடையை நெருங்கியபோது, பிளாட்பாரத்தில் உழைப்பை விற்பதற்காக உட்கார்ந்து, உட்கார்ந்து எழமுடியாமல் போன ஒரு மனிதர் திடீரென்று வாந்தியெடுத்தார். அன்னவடிவு டீக்கடையில், பாய்லருக்கு அருகே இருந்த பாதியளவு நீர் நிறைந்த டம்ளரை, கடைக்காரரிடம் கேட்காமலே எடுத்துக் கொண்டு, அந்த மனிதரைப் பார்த்து ஓடினாள்.

காலையில் டீயையும், பீடியையும் மாறிமாறித் தின்று வேலைக்குப் போகவேண்டும் என்ற மனோ திடத்தால், பித்த மயக்கத்தைக் கட்டுப்படுத்திய அந்த உழைப்பாளி, இப்போது உழைப்புப் போனதால் எல்லாம் போகட்டும் என்பதுபோல், வயிற்றை விட்டுப் பிடித்தார். அது வாந்தியின் வடிவில் ஒப்பாரி ஒலியோடு வெளிப்பட்டது. அவர் -

வாந்தியெடுத்துக்கொண்டே இருந்தார்.

அதில் வறுமையின் நிறமான மஞ்சள் இருந்தது.

இயலாமையின் மயக்கமான பித்தம் இருந்தது.

வறுமையை உண்ட வயிறு இப்போது அதனை வாந்தியாகத் திருப்பிக் கொடுத்தது.

2

மாலை மயங்கிக் கொண்டிருந்தது.

பிளாட்பாரத்தின் தூண்கள் போல் நின்றவர்கள், தூங்கிக் கிடந்தவர்கள், சோம்பிக் கிடந்தவர்கள், ஆகாயத்தைத் துழாவிப் பார்த்தவர்கள், பூமியைக் குத்திப் பார்த்தவர்கள். வயிற்றைப் பிடித்துக் கொண்டவர்கள்- ஆகிய ஆண், பெண், சிறுவர், சிறுமியர் அத்தனை பேரும், வானத்தைப் பார்க்கும் மானாவாரிக் குளம்போல் மேஸ்திரிகளுக்காக நின்று ஒவ்வொருவராகப் போய்விட்டார்கள்.

அன்னவடிவும், அவள் கணவனும், அந்தத் தேநீர் கடைக்கருகே வெறுமையாய் உட்கார்ந்திருந்தார்கள். வருவோர் போவோர் கண்குத்திப் பாம்பாய் பார்ப்பதைப் பார்த்து கீரிபோல் சீறப் போனவள், எலிபோல் அடங்கிப்ப்போனாள். கணவனைப் பார்த்து 'எங்கே போனாலும்... டவுனுப்பக்கம்

வேண்டாம்' என்று தான் சொன்னதை, அவன் கேட்காமலே இங்கு வந்ததை ''பார்த்தியாளா' என்று சொல்லிக் கண்டிக்கப்போனாள்.

பிறகு கஷ்டப்படும்போது குத்திக் காட்டுவது கொலையைவிடக் கொடுமையானது என்று உணர்ந்தவள் போல் உணர்வின்றி உட்கார்ந்திருந்தாள். அவனும் மோவாய் நிமிர, முன்தலை சாய, ஆகாயத்தில் இருந்து தேவதூதன் வருவது வரையிலும் காத்திருக்கக் கங்கணம் கட்டியவன் போல், கால நேர கன பரிமாணங்கள் மறந்துபோய் மரத்திருந்தான். அன்னவடிவு திடீரென்று அவன் முழங்காலை ஆட்டி, மகிழ்ச்சியோடு கத்திக் கொண்டே எழுந்தாள்.

“அந்தா... மூலவீட்டு... மாமாவும்... அத்தையும் வாராவ.... கும்புடப்போன சாமி குறுக்க வந்தது மாதிரி,” என்றாள்.

அவனும் எழுந்தான்.

ஜரிகை வேஷ்டியுடன், பட்டுப்புடவையுடன், மோதிரக் கையோடு, வைரமூக்குத்தி மூக்கோடு, மைனர் செயின் கழுத்தோடு, அரைக்கிலோ நெக்லஸ் கொத்துச் செயின் வகையறாக்களோடு திருமுருகன் கோவிலுக்கு தேங்காய் பழத்தோடு போய்விட்டு, விபூதி பிரசாதம் குங்குமம் மறைத்த நெற்றிகளோடு, அர்த்தநாரீஸ்வர உருவம்போல் உடலோடு உடல் ஒட்ட, காலோடு கால் தட்ட, திரும்பிக் கொண்டிருந்த துரைப்பாண்டியும், அவரது பத்தினி வெள்ளையம்மாளும் அவர்களைப் பார்த்து ஆச்சரியப்பட்டு, அந்த ஆச்சரியத்தால் அதிர்ச்சியுற்றார்கள். துரைப்பாண்டி அனிச்சையாகக் கத்தினார்.

“என்னடா... வேலு... திடுதிப்புன்னு இந்தப் பக்கம்...”

“இப்பதான் சின்னையா... முருகனை வேண்டிக்கிட்டேன்... ‘எங்க ஊரு ஆளு யாரையாவது கண்ணுல காட்டு’ன்னு மனசுல கும்பிட்டேன்... அவன் ஓம்மக் காட்டிட்டான்.”

“என்னடா இது... திடுதிப்பின்னு? இது ஒன் சம்சாரமா?”

அன்னவடிவு, தன்னை அறிமுகப்படுத்திக் கொண்டாள்.

“என்ன மாமா, அப்படி கேட்டுப்புட்டிய? நான் முப்புடாதி பாட்டியோட பேத்தி. இவரு உம் அய்யாவுக்கு பெரியய்யா

மவனாச்சே. அத்தையும் நீரும் வயலுக்கு வந்தப்போ, இவிய தேங்காய் பறிச்சாவே. நான் தேங்காய் சீவிக் கொடுத்தேனே... அந்த ஞாபகம் இருக்கா?"

"அத்தை" சிறிது தூரம் நடந்து போய் ஒதுங்கி நின்று கொண்டாள். மாமா பிடிகொடுக்காமல் பேசினார்.

"என்னப்பா... இப்டி சொல்லாமக் கொள்ளாம..."

"என்ன சின்னய்யா செய்யறது? ஊர்ல... மழை தண்ணி இல்ல. விவசாயம் நடக்கல... நாங்க நடக்க வேண்டியதாப் போச்சு..."

"இந்தா பாரும்... மாமா கிட்டயும், அத்தை கிட்டயும் மறைக்காமச் சொல்லும். ஒரு பெரிய மனுஷன்கிட்ட சொல்லித்தான் ஆகணும்..."

"அதுவும் சரிதான்... ஒம்மகிட்ட எதுக்காக சின்னயா மறைக்கணும்? நாங்க... ஊர விட்டு வந்ததுக்கு... பஞ்சம் மட்டும் காரணமல்ல... தெக்குத்தெரு நாராயணன் மகன்... அடைக்கலம் தெருயுமுல்லா? அந்தப் பயமவன்... இவளப் பார்த்து ஏடாகோடமாய் பேசியிருக்கான்... ஒரு தடவ... கைய வேற பிடிச்சி இழுத்திருக்கான். என்னால தாங்க முடியல... கோபத்துல ரெண்டு தட்டுத் தட்டுனேன்... காயமுமில்ல... ரத்தமுமில்ல... அவங்க பங்காளிவ திரண்டு வந்துட்டாங்க.... இந்த எளியவனால தாக்குப்பிடிக்க முடியுமா? நம்ம பங்காளிகல்ல பெரியவரு நீரு... ஒம்ம மாதுரி எல்லோரும் மெட்ராஸ் வந்தாச்சு. நான் ஒத்தயா என்ன பண்ண முடியும்? கொலை விழுற அளவுக்கு வந்துட்டு. அதப்பத்தி கூட கவலப்படல. இவள ராவோட ராவாய் தூக்கிட்டு போறதுக்குக்கூட திட்டம் போட்டுட்டாவ. போலீஸ்காரன் கிட்ட சொன்னால், ஒன் பொண்டாட்டிய ஸ்டேஷனுக்கு வரச் சொல்லுங்கறான். ஒண்ணும் ஓடல. ஓடி வந்துட்டோம்."

"இனுமே என்ன செய்யுறதாய் உத்தேசம்?"

இதற்குள் விலகி நின்ற அத்தை "நீங்க வாரீங்களா... நான் போகட்டுமா?" என்று சொல்லிக்கொண்டே போய்விட்டாள். துரைப்பாண்டி சொன்னதையே சொன்னார்.

"இப்போ என்ன செய்யுறதாய் உத்தேசம்?"

“அதுதான் புரியலே சின்னய்யா... ஒரு இருபத்தஞ்சு ரூபா கொடுத்தால் காய்கறி வியாபாரம் செஞ்சி பிழைச்சுக்குவேன்.”

“நான் இன்னிக்கு சீட்டுப்பணம் கட்டணும். அதுக்கே இல்ல...”

“இல்லன்னா உங்க மில்லுலயாவது, மளிகைக் கடையிலாவது. அரிசி மண்டியிலாவது, மரத்தொட்டியிலாவது எந்த வேலையாவது கொடுங்க. அநாதை மாதிரி நிக்கோம்.”

“அது வாரதுக்கு முன்னால தெரியணும்பா. ஒன்ன மாதிரி ஆளுங்களுக்கு இடம் பொருள் ஏவல் தெரியாண்டாமா? அந்தப் பய கையைப் புடிச்சா முன்னால், பெரிய மனுஷங்கிட்டே சொல்லாம, அடிச்சால்? அவனுவ வளையலாப் போட்டிருப்பான்? காலம் கலி காலம்பா. அதுக்கு ஏத்தாப் போல நடக்கணும். சரி நான் வரட்டுமா?

ஒரு பாதத்தை இன்னொரு பாதம் தேய்க்க, நிலை கொள்ளாமல் நின்று கொண்டிருந்த அன்னவடிவு. அருகே நின்ற மின் விளக்குக் கம்பத்தில் முதுகைச் சாய்த்து உட்கார்ந்தபடியே “மாமாவை போகவிடுங்கள்! அவரும் இவ்வளவு நேரம் நம்மகிட்ட பேசுனதே பெரிசு” என்றாள். வேலு, அவளை கோபமாகவோ தாபமாகவோ பார்த்தபோது, துரைப்பாண்டி (அந்த வட்டாரத்தில், அவர் டி. பாண்டி) நழுவி விட்டார். வேலு மனைவியின் அருகே உட்கார்ந்தான்.

இருவரும், ஒருவருடன் ஒருவர் பேசவில்லை. போனவரையும் பார்க்கவில்லை. பொழுது கழிவதும் தெரியவில்லை. வேலு தலையைச் சாய்த்து கரங்களை அதற்கு அணை கொடுத்தபடி வெறித்து நோக்கினான். அவளோ, சற்று நேரத்திற்கு முன்புவரை, ஊர்க்காரர்கள் கண்ணில் படுகிறார்களா என்று ஆர்வத்தோடு பார்த்தவள், இப்போது அவர்களின் கண்களில் விழக்கூடாது என்று நினைத்து, முகத்தைக் கவிழ்த்தபடி, முதுகை நிமிர்த்தினாள். பசி மயக்கத்தை மானமயக்கம் விழுங்கிவிட்டது. திக்குத் தெரியாத இடத்தில், திசை தெரியாமல் தங்களுக்குத் தாங்களே தனிமைப்பட்ட அந்த இளம் ஜோடி, ஒருவர் இருப்பது இன்னொருவருக்குத் தெரியாதது போல், உட்கார்ந்திருந்தார்கள். நெடியதோர் நேரத்திற்குப் பிறகு, வேலு தன் பாட்டுக்குப் புலம்பினான்.

ஒருநாள் போதுமா?

"இந்த மனுஷனோட அக்காவ இதே மாதிரி ஒருவன் கிண்டல் பண்ணியிருக்கான். உடனே எங்கய்யா அவனை அவன் வீட்ல போயி தூக்கிக்கிட்டு முச்சந்தில கிடத்தி மிதிச்சாராம். அது, அந்தக் காலம். இவரு ஒன் கைய அந்தப் பய பிடிச்சத பெரிசா நினைக்கல பாரு."

"செத்த பேச்சை ஏன் பேசறியே? ஒருவன் நம்மள உதாசீனம் செய்யறான்னா, நாமும் அவனை உதாசீனம் பண்ணணும். இவரு என்ன நமக்குப் படியளக்கிற பரமசிவமா?"

"ஒன்னக் கூட்டிவந்து திக்குத் தெரியாத காட்ல..."

"சும்மா பினாத்தாதேயும். ஊர்ல இருந்ததைவிட இப்போ சந்தோஷமாத்தான் இருக்கேன். அங்கே தாலிக்கயித்த பிடிச்சுக்கிட்டே தவமிருந்தேன். இங்க எது போனாலும் என் தாலிக் கயிறு போகாதுங்கிற தைரியத்துலே எந்தக் கஷ்டமும் பெரிசாத் தெரியலே."

"ஏதாவது வாங்கிட்டு வரட்டுமா, கையில் இரண்டு ரூபா மிச்சமிருக்கு."

"இருக்கட்டும்... அதோ பாரும். நிறைய சனங்க ரோட்லயே சோறு பொங்குறாங்க... நாமளும் பொங்கலாம். ஒரு கிலோ அரிசி இருக்கு."

"கடவுளே! ஒனக்கா இந்தக் கதி?"

"இந்த ஜனங்களப் பார்க்காம... என்னை மட்டும் பார்த்து நீரு புலம்பினால் இன்னும் மோசமான கதி வரும். சரி எந்திரியும்."

இருவரும் எழுந்து, தெருவோரத்தில், பூமியை வீடாகவும், ஆகாயத்தை கூரையாகவும் கொண்டு, சந்திர சூரியர் சாட்சியாக, சமைத்துக் கொண்டிருந்த, வேகாமல் வேகும், மனித ஜீவிகள் பக்கமாக நகர்ந்தார்கள். சாலையோர வேலிக்காத்தான் போல், ஒரு கோணியே வீடாகவும், வாசலாகவும் விளங்க, அதுவே காற்றிலாடும் திரைச்சீலையாகத் தெரிய, மனிதத்துவத்தின் எச்சங்களாய், எச்சில் படர்ந்த பகுதிகளில் சமையலுக்காக, சமைக்கப்படும் பொருள்போல் இயங்கிக் கொண்டு இருந்தார்கள்.

அன்னவடிவு, மூன்று கற்களை எடுத்து முக்கோணம் போல் வைத்தாள். கோணிப்பையைத் திறந்து, ஈயப் பாத்திரத்தை எடுத்தாள். வேலு, அதை வாங்கிக் கொண்டு, தொலைவில் இருந்த கழிப்பறை பக்கம்போய், அரைமணி நேரம் காத்திருந்து தண்ணீர் பிடித்து வந்தான். பிறகுதான், சமையலுக்கு நெருப்பும், நெருப்பிற்கு விறகும் தேவை என்பது தெரிந்தது. யாரோ காட்டிய வழிப்படி நடந்து, சுள்ளி விறகுகளை வாங்கி வந்தான். நெருப்புப் பற்றியது. நீர் கொதித்தது. காற்று அணைத்து கல்லடுப்பு சாயப்போனது. அன்னவடிவு சுட்டகல்லைப் பிடித்து சுட்டவிரல்களை குழாய் மாதிரி அடைத்துக் கொண்டு "பச்சை மிளகாயும் உப்பும் வாங்கிட்டு வாரும்" என்று சொன்னபோது, அருகே அடுப்புப் போட்டிருந்த ஒரு "வாணுமுன்னா, இந்த அம்மில துவையல் அரைச்சுக்கோ... எந்த ஊரும்மா?" என்றாள்.

இதற்குள் ஒரு பையன் வந்து "துரைப்பாண்டி முதலாளி ஒங்களை, சீ... ஒன்னை கூட்டிட்டு வரச்சொன்னார்" என்று சொல்லிவிட்டு, தன்னை பெரிய மனிதன்போல் பாவித்துக் கொண்டு வயிற்றையும் துருத்தி, வேலுவை சின்ன மனிதன்போல் பார்த்தான். அது ஊராக இருந்திருந்தால் 'யாருல... நீ... ஒப்பனை உதைக்கிற பயலே'ன்னு வேலு கேட்டிருப்பான். இது ஊரல்ல. பணக்காரர்கள் வாழும் இருபதாம் நூற்றாண்டிலும் ஏழைகள் கல் அடுப்பில் சமைக்கும் கற்காலம். மாபெரும் சென்னை நகரம். அதோடு நரகம். 'டா' போடாமல் கூப்பிட்டானே, அதுவே பெரிய சலுகை.

அடுப்பு ஊதுவதை முடிக்காத மனைவியிடம் சொல்லிவிட்டுப் போவதற்காக வேலு நின்றான். "ஒன்னதாம்பா... எத்தனை வாட்டி சொல்றது" என்றான் அந்தப் பையன். அன்னவடிவு, ஊதி முடிப்பதுபோல் தெரியவில்லை. காற்றின் மூச்சு அவள் மூச்சை களைக்க வைத்தது. களைத்தாலும், இது பிழைப்பல்லவா... எண்சாண் உடம்பின் மூலமல்லவா அவள் காற்றோடு போட்டிபோட்டு, காத்தாடிபோல் ஆடி. கூத்தாடிபோல் பல்வேறு கோணங்களில் நகர்ந்து, ஊதினாள். வேலு அந்த 'ஊதிய' மனிதரைப் பார்க்கப் போனான்.

கால்மணி நேரம் கழித்து திரும்பிய கணவனைப் பார்த்து, இன்னும் அடுப்பூதும் பெண்ணான அன்னவடிவு. "ஒங்க சின்னய்யா எதுக்குக் கூப்பிட்டாராம்?" என்றாள். வேலு எரிச்சலோடு பேசியபோது, அவள், கண்ணுள் இருட்டான புகை எரிச்சலை சகித்து, மூடிய கண்களைத் திறந்தாள்.

"இந்தத் தெருவுல சோறுபொங்கித் திங்கறதைப் பார்க்க அவருக்கு அவமானமா இருக்காம். நம்மால, நாம் பிறந்த ஊருக்கே அவமானமாம். ராத்திரி ஹோட்டலுல சாப்புட்டுக் கழிங்க. அப்புறமாய் வேற பேட்டைக்குப் போயிடுங்க'ன்னு சொல்லிவிட்டு, சொல்லி முடிக்கு முன்னாலேயே, பத்து ரூபா நோட்ட திணிச்சாரு."

"ஒங்க சின்ன அய்யா கொடுத்ததை என்ன செய்தீரு?"

"என்ன செய்திருப்பேன்னு நினைக்கே?"

"திருப்பிக் கொடுத்திருப்பீர்."

"பேசாமலா கொடுத்திருப்பேன்?"

"அந்தப் பேச்சத்தான் இன்னொரு தடவ பேசுமேன்?"

"சின்னய்யா... தெத்தப்படாது... திருடப்படாது. நேர்மையா எதுல வேணுமுன்னாலும் இருக்கலாம். பங்களாவுல திருட்டுச்சோறு சாப்புடுறதவிட, ரோட்ல கஞ்சிச் சோறு சாப்புடுறது எவ்வளவோ மேலு. ஏழை பாளைகளை கசக்கிக் கசக்கிப் பிழிஞ்சு கரண்ட் அடுப்புல சோறு பொங்குறதவிட... கல்லடுப்புல பொங்குற சோற வயிறு தாங்கு"முன்னு சொல்லிட்டு அவரோடு சொல்லுக்குக் காத்திராமல் வந்துட்டேன்.

"பரவாயில்லை. நான் நெனச்சது மாதிரியேதான் பேசியிருக்கியரு. கொஞ்சம் இந்த அடுப்ப ஊதும்... ஊதி ஊதி என் கண்ணுதான் ஊதிப்போச்சு."

சந்தி மனிதர்களின் சாப்பாட்டு விவகாரம் முடிந்து கொண்டிருந்தது. அதுவரை தங்களோடு தெருத்தம்பதியாக வந்து சேர்ந்த அவர்களைக் கவனிக்காத அந்த தெருப்புத்திரர்கள், தங்கள் வேலைச்சிரமத்தில் - சமையல் சித்தில் - தங்களையே மறந்திருந்த அவர்கள் இப்போது அவர்களை உற்றுப்

பார்த்தார்கள். 'கடிச்சிக்கா' ஏதாவது வேண்டுமோ என்பதுமாதிரி 'தாலா'வில் கஞ்சியை ஊற்றி, பச்சை மிளகாயைக் கடித்து வறுமைக்குச் சூடு போடுவது போல், கஞ்சியை ஊத்தி, ஊத்திக் குடித்த வேலு. மனைவியின் தட்டில், தன் தட்டில் இருந்த கஞ்சியை ஊற்றப் போக, அவள், அவன் தட்டைத் தாழ்த்தி, தன் தட்டை உயர்த்தி, தன் கஞ்சியை அவனுக்கு எடுக்கப் போக, 'தட்டுக்கெட்ட' ஊடல்கள் நடக்கும் வீடுகளுக்கு முன்னால் 'தட்டு ஊடல்' நடந்தது. இதர தெரு மக்கள் பேச வந்ததை மறந்து, அவர்களை ரசித்துப் பார்த்தார்கள்.

அன்னவடிவு, 'தெருவுல அடுப்பு மூட்டி, தின்ன வேண்டிய நிலைமை ஆயிட்டே' என்று தன்னையறியாமலே நினைத்தவள், அங்கிருந்த மனிதர்களைப் பார்த்ததும், அவர்களின் ஆதரவான முகங்களைப் பார்த்ததும், கடந்த பத்து நாட்களாக இருந்த பீதி அடியோடு அற்றுப் போனது போல், அவர்களைப் பார்த்துப் புன்னகை செய்தாள்.

கிருஷ்ணாயில் வாங்கிக் கொண்டு, அந்தப் பக்கமாக வந்த தாயம்மா, 'கொஞ்சம் கஞ்சி குடிக்கியா' என்று குரல் கேட்டு நிமிர்ந்தாள். பிறகு 'அடி ஆத்தே... கட்சில... இங்கேயே 'டேரா' பூட்டுட்டியா'... என்று சொல்லிக் கொண்டே, குத்துக்காலிட்டு உட்கார்ந்தாள். ரோட்டு வாழ்க்கைக்கு பரிச்சயமில்லாத அன்னவடிவை, பரிதாபத்துடன் பார்த்தாள். பிறகு அந்தப் பரிதாபத்தையே பேச்சாக மாற்றினாள்.

"ஓங்க... ஜாதி சனத்துக்கிட்ட போகாம, இப்படியா செய்யறது?"

அன்னவடிவு, ஒரு டம்ளரின் கஞ்சியை ஊற்றி, தாயம்மாவிடம் நீட்டிக் கொண்டே "எங்க சாதி சனம் இதோ இங்க இருக்கவங்கதான்..." என்றாள். தாயம்மா ஆச்சரியமாகக் கேட்டாள்:

"நானும் எத்தனையோ நாட்டுப்புறப் பொம்மனாட்டிகளைப் பார்த்துக்கினு இருக்கத்தான் செய்றேன். ஆனால் ஒன்னை மாதுரி துணிச்சலாயும், சூதுவாது இல்லாமலும் பேசுற பொம்மனாட்டிய இப்பத்தான் பார்த்திருக்கேண்டிம்மா."

அன்னவடிவு சிரித்தாள். ஒவ்வொரு பல்லும், தனித் தனியாகச் சிரிப்பது போல் கொள்ளைச் சிரிப்போடு, தாயம்மாவைப் பார்த்தாள்.

அவளோ, ஏதோ ஒன்றை யோசிப்பது போலத் தலையை ஆட்டிவிட்டு, பிறகு வடிவின் கையைப் பிடித்துக்கொண்டே கஞ்சியைக் குடித்து முடித்துவிட்டுப் பேசினாள்.

"நீ அறியாத பொண்ணு... என்னால தெருவுல தாக்குப் பிடிக்கமுடியாது. பொறுக்கிப் பயலுவ வருவாங்கோ, பக்குவமாய் பேசணும். கார்ப்பரேஷன் லாரியைப் பார்த்தா நாய் ஓடி ஒளியற மாதிரி, நீயும் சட்டிபானையோட ஒளியணும். போலீஸ்காரன் மிரட்டிப் பார்த்தால் மிரளாமப் பார்க்கணும். இதுல்லாம் ஒன்னால முடியாது. பேசாம என் குட்சையிலே தங்கிக்கோ; அப்புறம் பார்த்துக்கோலாம் அய்ய. தெ ஒன்னைத்தான். எய்ந்திரு."

அன்னவடிவு கிராமத்தில் தனக்கு ஏற்பட்ட அவமானப் பின்னணியில் யோசிப்பவள் போல், கோவிலில் உள்ள தட்சிணாமூர்த்தி சிலையின் தோரணையில் ஆகாய வெளியில் அளவளாவுகிறவள் போலப் பார்த்தாள்.

தாயம்மாவுக்கு, இப்போது அவள் தன்னோடு வரவேண்டும் என்பது தவிர, உலகில் வேறு எந்த லட்சியமும் இருப்பதாகத் தெரியவில்லை.

"ஏன் யோசிக்கிற? கடிச்சா தின்னுடப் போறேன்? எய்ந்திருமே. இந்தாப்பா ஒன்னத்தான், கோணியக்கட்டு, நாலு நாளிக்கி இருந்துக்கலாம். அப்புறமா ஆனது ஆவட்டம். எனக்காக விட்டுக் கொடுத்த மவராசிப் பொண்ணு, நானு, கண்ணுக்கு முன்னாடியே பார்த்துக்கினு இருக்கணுமுன்னு ஒரு ஆச."

அன்னவடிவு, தாயம்மாவைப் பார்த்தாள். பாகவதர் தலைமாதிரி அடர்த்தியாக இருந்தாலும், குட்டையாக இருந்த தலைமுடி, காதுகளை மறைக்க, உள்ளத்தைப்போல பெரிய கண்களோடு, உதடுகள் நேயத்தால் துடிக்க, வருடக்கணக்கான பழக்கத்தை, அதுவும் உறவு கலந்த பழக்கத்தை, ஒரு நொடிப் பழக்கமாக மாற்ற வைத்துவிட்டாள் இந்தம்மா. இதே இந்தத்

தெருவில், அரைமணி நேரப் பழக்கத்தை, ஆயுள் பழக்கமாகக் கருதும் அந்த தாயம்மாவின் கழுத்தைக் கட்டிப் பிடித்துக் கொண்டாள். அன்னவடிவு. தன்னையறியாமலே, விம்மப் போனாள்.

காலிப்பயல் ஒருவன் கையைப் பிடித்ததைப் பெரிதாக நினைக்காமல், ‘இவளால கொலயே விழும் போலுக்கே.” என்ன புருஷனுக்குத் தெரிஞ்சிடப் போவுதுன்னு இவள் முந்திக்கிட்டாள். பிறகு அழுவதை அவமானமாகக் கருதுபவள்போல், திடீரென்று எழுந்து சிறிது தூரம் நடந்து, தன்னைக் கட்டுப்படுத்திக் கொண்டு, திரும்பி வந்தாள்.

தாயம்மா, தன் கழுத்தில் தெறித்த ஈரத்துளிகளைத் துடைத்துவிட்டு, எதுவும் பேசாமல் பாத்திரங்களை எடுத்து, அருகே இருந்த கோணிக்குள் திணித்தாள். அவளின் அன்பு போல் அந்தக் கோணியும் பெருத்துக் கொண்டிருந்தது.

3

இருபது கிரவுண்ட் நிலத்தை, ராட்சதப் பல்லியோ அல்லது முதலையோ கால் பதித்து அப்பிக் கொண்டிருப்பது போன்ற கட்டுமானம். அந்த நிலத்தைச் சுற்றிப் போட்டிருந்த முள்வேலியும், அதை மறைத்த இரும்புத் தகடுகளும், அந்த அந்த ராட்சத மிருகத்தின் திறந்த வெளிச்சிறைச்சாலை போலத் தோன்றியது.

'கிரஷ்ஷர் யந்திரத்தின்' அண்டாப்பகுதி, பூமி சுற்றுவது போல சுற்றிக்கொண்டிருந்தது. பெட்டிகளில் ஜல்லிக் கற்கள், மணல், சிமெண்ட் கலந்த கலவையை, சில தொழிலாளிப் பெண்கள் தூக்கிக்கொண்டு இருந்தார்கள். அந்த யந்திரம் வாயைத் திறக்கும்போது, அதனை இவற்றால் இட்டு நிரப்பவேண்டும். இன்னொரு பக்கம், 'கண்' கொண்ட ஜல்லடையில், இரண்டு மூன்று பெண்கள், 'பாண்டு'வில் சுமந்துவந்த மணலைக் கொட்ட, கீழே தெளிந்து விழுந்த

மண்ணை, இன்னொரு பெண் வாரிக் கொண்டிருந்தாள். சல்லடையில் தங்கிய சரல்களை, மற்றும் இன்னொருத்தி, வெளியே கொட்டிக் கொண்டிருந்தாள்.

கட்டுமான வேலைகளின் எல்லா அம்சங்களும், அங்கே இயங்கிக் கொண்டிருந்தன. மார்ச் மாத இறுதிக்குள் 'பில்' முடியவேண்டும் என்பதற்காக 'பில்டிங்கை' முடிப்பது என்று முடிவாகிவிட்டது. செவ்வக வடிவில், நான்கு முறுக்கேறிய இரும்புக் கம்பிகள் வீதம் பல 'காலம்கள்' அடுக்கடுக்காக நின்றன. அவற்றைப் பார்க்கும் போது முறுக்கேறிய தொழிலாளர்கள், நான்கு நான்கு பேராய்ச் சேர்ந்து நிற்பது போலத் தோன்றியது. இன்னொரு, பக்கம் கான்க்ரீட்டால் நிரப்பப்பட்ட காலம்களில், சிலவற்றில் செவ்வக வடிவக் கம்பிகள் செலுத்தப்பட்டாகிவிட்டன; கான்க்ரீட்தான் போடவேண்டும். இந்தக் கட்டுமானத்திற்குக் கீழேயும் மேலேயும் பல கம்பிகள் நடப்பட்டு, அந்தக் கட்டுமானமே ஆயிரங்கால் மண்டபம் போல் ஆனது. ஒரு இடத்தில் 'வாண' வேலையும் நடந்துகொண்டிருந்தது. இந்த வகை தொழிலாளர்களில் அடிமட்டமான ஒட்டர்களும் சில சித்தாள் பெண்களும், மண்வெட்டியாலும், கடப்பாரையாலும், தரையைக் கொத்திக்கொத்தி நான்கடிக்கும் கீழே போய்விட்டார்கள். அவர்கள் தலைகள் தெரிந்தன.

ஆஸ்பெஸ்டாஸ் கொட்டகை போட்ட அலுவலகம்... சிமெண்ட் மூட்டைகளைக் கொண்ட ஸ்டோர் ரூம்... இவற்றைச் சுற்றி பக்கவாட்டில் போடப்பட்ட செங்கல் சுவர்கள் வளர்ந்தபடி இருந்தன. இன்னொரு ஓரத்தில்கட்டி முடிந்த பகுதிக்கு, கொத்தனார் பூச்சு வேலை செய்து கொண்டிருந்தார். ஜல்லிக் கற்களின் குவியல்... அவை போதாதென்று பெரிய பெரிய பாராங்கல்லை 'கையுடைப்பால்' ஜல்லிகளாக்கும் 'கல்லடுப்பு' மனிதர்கள். பாளம் பாளமாக இறங்கிய மரமுண்டங்கள்; அவற்றைப் பகுத்தும், வகுத்தும் அறுக்கும் ஆசாரிகள்; பலகைகளில் 'டிரில்' போட்டும் திருகாணி போட்டும் 'மேக்கப்' செய்யும் கார்பென்டர்கள்; முடியாத அறையில் சிப்ஸ் கற்களையும், செங்கல் கற்களையும் போட்டு, பிறகு 'கடுக்காய்' தண்ணீர் தெளிக்கும் 'சித்தாள்' பெண்கள்... ரப்பர் குழாயைத் தூக்கிப் பிடித்து, நீர் பாய்ச்சும் வாலிபன்;

அவனைப் பார்த்து உறுமுவது போல் ஊளையிடும் ஆயின் எஞ்சின். பல்வேறு வடிவிலான 'மோல்டுகள்', 'கவ்வை' போட்டுக் கொடுக்கும் 'பெரியாள்கள்': கற்களையும், மண்ணையும் சுமக்கும் பெண்கள்; ஜல்லிக் கற்களைக் கழுவும் பால்மணம் மாறா சிறுவர்கள்; மூலமட்டத்தாலும், குண்டாலும் 'லெவல்' பார்க்கும் கொத்தனார்கள். இவர்களை 'லெவல்' பார்க்கும் மேஸ்திரிகள்;

சாரம் கட்டி, ஏணிப்படிகளில் ஏறியபடியே தலையில் கல்லோ மண்ணோ ஏற்றி, தவழ்வது போல் உயரும் பெண்கள். பாசத்தால் கீழே புழுதியில் புரளும் தன் பிள்ளைகளைப் பார்த்து, 'ஒன்னப் பார்த்து... கொஞ்சம் தவழத் தெரிஞ் சுக்கிட்டேன் பாத்தியா' என்பது மாதிரியான அம்மாப் பார்வை. இப்படித் தவழ்ந்த நானு, ஒன்னை மாதுரி ஏணிப் படியில் தவழ்ந்து முன்னேற, எத்தனை நாளம்மா ஆகும்? என்பது அங்குமிங்குமாக ஆட்களை ஆட்டும் காண்டிராக்டர்களின் காலாட்களான சூப்பர்வைசர்கள். வெளியே 'டீ' சாப்பிடப்போகும் தொழிலாளிகள் அந்தக் கட்டிடத்தையே தூக்கிக் கொண்டு போகலாம் என்றும், அப்படிப் போனால், தான் அனுமார் மாதிரி பறந்துபோய் அதைத் தூக்கி வந்து காண்டிராக்டர் காலடியில் சமர்ப்பிக்க வேண்டும், என்று நினைத்ததுபோல் 'பறவைப் பார்வை' பார்க்கும் வாட்ச்மேன். அவரை வாட்ச் செய்யும் காண்டிராக்டரின் கையாள்.

மொத்தம் அறுபது பேருக்கு மேலிருக்கும் ஓரச்சுவரில் சாத்திய மர ஏணிகளில் மண் சுமையோடு ஏறி, குறுக்காய் போட்ட பலகை வழியாக நடந்து, ஒரு கால் மட்டுமே வைக்கும் படியான ஓரப் பலகையில் நடந்து தாவும் பெரியாள்களையும் சித்தாள் பெண்களையும் பார்த்து பூமாதேவியே, 'பத்திரமாய் நடங்கள் என் பிள்ளைகளே! நீங்கள் இடறி விழுந்தால் என்னால் தாங்க முடியாது. நான் தாங்கினாலும் என்னோடயே நீங்க தங்க வேண்டியதாயிடும்' என்று கார்பெண்டரின் உளியோசை மூலமும், கல்லுடைக்கும் சுத்தி ஓசை மூலமும் எச்சரிப்பது போலிருந்தது. முன்பு இடறி விழுந்து, மனிதச் சதையில் இருந்து மண் சதைகளாகப் போன தன் பிள்ளைகளுக்காக ஆயில் எஞ்சின் ஒலியில், பூமாதேவி ஒப்பாரி வைப்பது போலவும், ரப்பர் குழாயில் பீறிடும் நீர் மூலம் அவள் கண்ணீர் விடுவது போலவும் தோன்றியது.

அந்த அடிமை எறும்புகள் சாரிசாரியாக சாரங்களில் ஏறி இறங்கிக் கொண்டிருந்தார்கள். மண்பட்ட மேனியில் எலும்புகள், பீம்கள் மாதிரியும், கால்கள் 'காலம்கள்' மாதிரியும் தோன்றின. இந்த அடித்தளப் பெண்களின் மேக்கப்பிற்குக் குறைச்சலில்லை. சுண்ணாம்பு பவுடர் முகம், பாண்டுவில் இருந்து ஒழுகிய கான்கிரீட் கலவையை டிசைன்களாகக் காட்டிய புடவை, சுடு மண்ணில் நடந்து நடந்து ஏற்பட்ட கன்னங்கரிய காய்ப்புகளை செருப்புகளாகக் காட்டிய கால்கள்.

தாயம்மா, தன் சக்தியையும் மீறி, சல்லடையில் மண்ணைக் கொட்டிக் கொண்டிருந்தாள். அன்னவடிவு, அதை சல்லடை முழுவதும் கைகளால் பரப்பிக் கொண்டிருந்தாள். பிறகு, தாயம்மா ஏதோ சொல்ல, அன்னவடிவு மண்கொட்ட, தாயம்மா அதைப் பரப்பிக் கொண்டிருந்தாள். சிறிது தொலைவில் வாணம் வெட்டும் தன் கணவனையே பரிதாபமாகப் பார்த்த அன்னவடிவு, அவன் உடம்பில் வழிந்த வேர்வையைத் துடைக்கப் போகிறவள் போல், துடித்தாள். 'மெதுவாக வெட்டுங்க. நமக்கு இந்த உடம்புதான் மொதலு' என்று அங்கிருந்தபடியே கூறப்போனாள். அதற்குள் தாயம்மா, அவளிடம் சொல்லிவிட்டு, ஒரு ஓரமாய்ப் போனாள். அவள் போனதும் அன்னவடிவு மண்ணைக் கொட்டி, அதை தன் கையாலேயே பரப்பினாள். கணவனைப் பார்த்து நேரத்தை வீணாக்க விரும்பாதவள் போல், தாயம்மாவுக்கும் சேர்த்துப் பம்பரமாய் சுழன்று கொண்டிருந்தாள்.

கால்மணி நேரம் ஆகியிருக்கலாம்.

அலுவலக 'ஷெட்டில்' கான்டிராக்டருக்கு ஏதோ விளக்கம் சொல்லிக் கொண்டிருந்த, சூப்பர்வைசர் ஒருவர், மண்ணில் இருந்து கிளம்பிய பூதம் போல அன்னவடிவின் முன்னால் தோன்றி அவளை அதட்டினார்.

"தாயம்மா எங்கே?"

"அதோ அந்தப் பக்கமா போயிருக்காவ."

"அரைமணி நேரமா என்ன பண்றாள்."

"என்னால வெளிப்படையாகச் சொல்ல முடியல. காரணம் இல்லாம போவல."

“காரணமாவது மாரணமாவது... வாங்குற சம்பளத்துக்கு வஞ்சகம் இல்லாமல் வேல பார்க்க வேண்டாமா? அரைமணி நேரம் ஆகுது ஆளக் காணலியே. என்ன பண்றாள்?”

“என்னமும் பண்ணட்டுமே சாரே. அவிய வேலயயும் நான் சேத்துப் பார்க்கிறேன். இப்போ வந்துடுவாவ!”

“ஒன் முகத்துக்காக சும்மா போறேன்.”

“நீங்க ஒண்ணும் என் முகத்துக்காக போகவேண்டாம். என் வேலைக்காகப் போனால் போதும்.”

சினிமாக் கவிஞர்கள் மாதிரி இரட்டை அர்த்தத்தில் பேசிய அந்தப் பேர்வழியைப் பார்த்தபடி, அன்னவடிவு காறித் துப்பினாள். அவன் அதைப் புரிந்து கொண்டு அதற்குப் பதிலாக தன் அதிகாரத்தைத் துப்பத் தீர்மானித்தான்.

“அரைமணி நேரமா என்ன பண்றாள்? நான் சொன்னேன்னு அவளைக் கூட்டி வா.”

அவன் பேச்சைப் பொருட்படுத்தாததுபோல், அன்னவடிவு தன்பாட்டுக்கு மண்ணைக் கொட்டுவதும் அதைப் பரப்புவதுமாக தன்பாட்டுக்கு இயங்கினாள். வேறு வழியில்லாமல் உழைப்பின் முத்திரைகளாகத் தெரியவேண்டிய அவயவங்கள் அவன் ஊதாரி மனத்திற்குத் தீனியாகத் தோன்றின. அதட்டினான்:

“இந்தாம்மா ஒன்னத்தான்! அந்த அம்மாவக் கூட்டிட்டு வாறியா. இல்ல ஒனக்கும் சேர்த்து சீட்டுக் கிழிக்கணுமா?”

அன்னவடிவு, அவனை ஏறிட்டுப் பார்த்தாள். பிறகு அந்தப் பயலோட மூஞ்சியில் சில நிமிடங்களாவது விழிக்காமல் இருக்க நினைத்தவள் போல், தாயம்மா போன பக்கமாகப் போனாள். அதிகாரத்தைக் காட்டிவிட்டதால் அன்னவடிவு தன்னை விரும்புவாள் என்றும், ‘போசாரே’ என்று குழைவாள் என்றும் எதிர்பார்த்த சூப்பர்வைசர், அவள், அலட்சியமாகப் போவதை தனது ஆண்மைக்குறைவாக நினைத்து, ஆண்மைக் குறைவானவர்களுக்கு இயல்பாகவே ஏற்படும் ஆத்திரப் போதையில் நின்றான். ஐந்து நிமிடத்தில் தாயம்மாவும், அன்னவடிவும் திரும்பி வந்தார்கள். அவன் அதட்டினான்:

“அரைமணி நேரமாய் என்ன பண்ணினே...”

தாயம்மா, தவிப்போடு சொன்னாள் :

“பெத்த பிள்ள கிட்ட சொல்றது மாதிரி பினாத்துறேன் நாய்னா. ஆயாவுக்கு சரியா மூத்திரம் கழியமாட்டக்கு... பிட்டத்துல நோ்வெடுக்கு... ஒரே எரிச்சல்... அதனால்தான்...”

“அப்படினனா... ஆஸ்பத்திரிக்குப் போகணும். இங்கே ஏன் வாரே? செத்துத் தொலைச்சால் யார் பொறுப்பு?”

ஏதோ சூடாகக் கேட்கப்போன அன்னவடிவின் வலது கையை தாயம்மா அவனுக்குத் தெரியாமலே பட்டும்படாமல் கிள்ளிவிட்டு “பொறுத்துக்கோ நாய்னா” என்றாள்.

‘‘இனிமேல்... இப்படிப் போனால்... வெளில போக வேண்டியதிருக்கும்... ஜாக்கிரதை. அந்த அம்மாவ மரியாதையா நடந்துக்கச் சொல்லு...”

தாயம்மாவிடம், ‘புரோக்கர்’ வேலையை சூசகமாகச் சொல்லிவிட்டால், அவள் அன்னவடிவை சரிப்படுத்தி விடுவாள் என்ற நம்பிக்கையோடும், அப்படி அவள் சரியாகும் வரை, தாயம்மாவை விரட்டுவதென்றும், அப்படி அவளை விரட்டும் சந்தர்ப்பங்களைக் கொடுக்கும் வகையில், அவளுக்கு, சிறுநீர் கோளாறு அடிக்கடி ஏற்படவேண்டும் என்றும் நினைத்தபடி சூப்பர்வைசர் போனான். அவன் போன கால்மணி நேரத்தில், தாயம்மாவால், தன்னைக் கட்டுப்படுத்த முடியவில்லை. ஒதுக்குப்புறமாகப் போய்விட்டாள்.

பத்து நிமிடமாயும், அவள் திரும்பாததைப் பார்த்து விட்டு, சூப்பர் வைசர் மிக்க மகிழ்ச்சியோடு போனான். அன்னவடிவு, அவன் அங்கே இல்லாததுபோல் இயங்கினாள். அதுவே அவனை ஆவேசனாக்கியது.

“அந்தம்மா பழையபடியும் போயிட்டாளா?”

அன்னவடிவு பதில் பேசவில்லை.

தாயம்மா, புடவையை நனைத்தபடி ஓடிவந்தாள்.

“மன்னிச்சிடு மவராசா. தீட்டு நின்னுட்டுன்னு சந்தோஷப்பட்ட வயசில இந்தக் கருமாந்திரம்”

"என்னம்மா நெனச்சிக்கிட்டே? தெரியாமத்தான் கேட்கேன்... இது என்ன ஒன் ஆம்புடையான் கட்டுற பில்டிங்குன்னு நினைப்பா? வேணுமுன்னால் ஷெட்டுல வந்து ரெஸ்ட் எடுக்கிறீயா, டாக்டருக்கு போன் போட்டு வரச் சொல்லவா?"

அன்னவடிவால், இயங்க முடியவில்லை.

"ஸாரே... மரியாதி குடுத்து மரியாதி வாங்கணும்... அந்தம்மா... வயசென்ன? ஒம்ம வயசென்ன? எருதுவுக்கு நோவாம். காக்காவுக்குக் கொண்டாட்டமாம்."

"ஆமா... நீ எருத். நான் உன்மேல உட்காரப் போற காக்கா..."

தாயம்மா, தன்னை மறந்தாள்... 'கிட்னி' வேதனையை மறந்தாள். அன்னவடிவின் முகத்தைப் பார்த்து, அதில் படர்ந்த கோபத்தீயை தன் உடம்பெங்கும் பற்றவைத்துக் கொண்டவள் போல் கத்தினாள்.

"நீயெல்லாம் மஞ்ஷனாடா? பேமானி! அம்மா வயித்துல இருந்து பிறந்தியா? இல்ல ஆகாயத்துல இருந்து குதிச்சியா? கஸ்மாலம்... கம்மனாட்டி... ஒரு பொம்பளகிட்ட எப்படிப் பேசணுமுன்னு தெரியாத நீ, கூடப்பிறந்த அக்காமேல கூட உட்காருவே. போடா பொறுக்கி."

சூப்பர்வைஸர் தலைகுனிந்தபடியே நடந்தான். அலுவலக ஷெட்டுக்குள் நுழையும்போது மட்டும் அவர்களை கம்பீரமாகத் திரும்பிப் பார்த்துக்கொண்டே நுழைந்தான். சிறிது நேரத்தில் 'தாயம்மா... தாயம்மா..." என்று ஷெட்டுப் பக்கத்தில் நின்றபடியே, மேஸ்திரி கைதட்டிக் கூப்பிட்டார். மேஸ்திரி நிற்கும் இடத்தை நோக்கி ஓடினாள்.

"என்னம்மா நீ... பேஜாரு பண்ற... வேல பார்க்கலன்னு சொன்ன சூப்பர்வைஸரைப் பார்த்து பொறுக்கின்னு சொன்னீயாம்..."

"எந்தப் பொம்மனாட்டியாவது... வேலையில மட்டும் குற்றம் சொல்றவனைப் பார்த்து அப்படிக் கேட்பாளா?"

“ஓஹோ! அப்படின்னா... நீ அவனைத் திட்டுனது நிசந்தானா? ஒன்னால எனக்குக் கெட்ட பேரு... ஒன்னை நிறுத்தாட்டால் காண்டிராக்டர் என்னை நிறுத்திடுவேன்னு சொல்றார்... இந்தா ஒன் கூலி... மூணு ரூபாய்... நல்லா எண்ணிக்கோ... இனிமேல் ஒன் வாடையே... வாணாம்.”

“மேஸ்திரி! என்ன நடந்ததுன்னு கேளு... நான் சொன்னது தப்புன்னா... அப்புறம் ஒன் ஜோட்டாலே என்ன அடி.”

“அந்தக் கதெல்லாம் வாணாம்... இந்தா ஒன் பணம்.”

தாயம்மா. பணத்தை வாங்க மறுத்தபோது, மேஸ்திரி அந்த நாணயங்களை அவள் கைகளில் திணித்தார். அவளுக்கு ஏதோ ஒரு ஆவேசம் வந்தது. அந்தச் சமயத்தில் மேஸ்திரி, அவள் காதில் முணுமுணுத்தார்.

“தப்பா நினைக்காதேம்மா... நானு புள்ள குட்டிக்காரன். சும்மா மேலுக்கு அதட்டினாலும் ஒன்மேலே எனக்குக் கோபமில்லே. ஆனால் காண்டிராக்டர், சூப்பர்வைசரை விட்டுக் கொடுக்கல... நீ சூப்பர்வைசர சொன்னது, காண்டிராக்டரை சொன்னது மாதிரியாம்... அதனால நான் இருக்கணும்னா நீ இருக்கப்படாதாம். வேணுமின்னா போய் பேசிப் பாரு...”

‘‘சரி... அந்த தர்ம மவராசன் கிட்டயே நான் பேசிக்கிறேன்...”

தாயம்மா அலுவலக ஷெட்டுக்குள் இருந்த குட்டியறைக்குள் தலைவிரிகோலமாக ஓடினாள்.

வெள்ளை முடியை டையால் கறுப்பாக்கி, விகார முகத்தை சிரிப்பாக்கி, சுண்ணாம்புப் பூச்சு பூசுபவர் போல் தோன்றிய ஐம்பது வயது மதிக்கத்தக்க காண்டிராக்டர், நான்கைந்து சகாக்களுடன், விஸ்கி வகையறாக்களுடன் சிக்கன் பிரியாணி வகையறாக்களையும் சிக்கனமாக அல்ல. சிக்கெனப் பிடித்தபடி வாயில் பிடித்துக் கொண்டிருந்தார்.

தாயம்மாவைப் பார்த்தவர் - தம் தலைக்குள் ‘ரம்’ பாய்ந்தது போல் துள்ளினார்.

"ஏய், யாரு நீ? ஒன்னை யாரு உள்ளே விட்டது? டேய் சுந்தரம், சுந்தரத்த எங்கேடா?"

தாயம்மா, பயபக்தியோடு பேசினாள்.

"தப்பா நெனைக்கப்படாது நயினா. இந்த சூப்பர்வைசர் பையன் ஏடா கோடமாய் பேசுனான். நானும் பேசிட்டேன். அதுக்காக என்னை வேலையில் இருந்து இன்டாப் பண்றேன்னு மேஸ்திரி சொன்னார். நானு, இந்த ரூபாய்லதான் அரிசி வாங்கணும். டாக்டரண்டே போகணும்; அதனாலதான் அய்யாகிட்டே..."

'அய்யா' விஸ்கி மயக்கத்தில் கத்தினார்.

"ஒன்னே யாருடி உள்ளே விட்டது? பன்னாட மாதுரி வந்து குதிக்கிறே, ஏய் மேஸ்திரி, அவன், மேஸ்திரியைக் கூப்பிடு..."

அவருடன் குடித்துக்கொண்டிருந்த ஒருவர், தள்ளாடியபடியே எழுந்து, வெளியே போய், மேஸ்திரியைத் தள்ளியபடியே உள்ளே கொண்டு வந்தார். காண்டிராக்டர் கொடுத்த தண்ணிக்கு வட்டி கட்ட வேண்டாமா? அந்த மேஸ்தியிடம் ரோஷத்தைக் காட்டாவிட்டால், யாரிடம் காட்டுவார்? காட்டினார்.

"ஏய்யா... ஒனக்கு மூளை இருக்கா? இந்த சாவுக் கிராக்கிய எதுக்காக வேலைக்குக் கொண்டுவந்தே? இப்போவா நாளையோன்னு இருக்கிறதெயெல்லாம் என் தலையில் ஏய்யா தள்ளுறே? இந்த தாயம்மா, இந்தக் கட்டிடம் முழுதும் ஒண்ணுக்கு இருந்து, அதை கரைய வச்சுடப் போறாள். மொதல்ல ஒன் சீட்டக் கிழிக்கணும்."

தாயம்மாவுக்கு, தன்நோயே, அவன்களுக்கு கேலிக்கு உரியதாய் போனதை உணர்ந்தவளாய் நிமிர்ந்தாள். இனிமேல், அவன் அழைத்தாலும், இங்கே வேலை பார்க்கக் கூடாது. இன்றைக்கு மட்டுமே வாழ்ந்தாலும், மானத்தோடு வாழணும். வெளியே போனாலும் கம்பீரமாகப் போகணும். தாயம்மா, தன்மானத்தின் தாயாகி, கம்பீரப்பட்டு, கர்ஜித்தாள்.

"நாற்பது வருஷமா உழைச்ச எனக்கே இந்தக் கதின்னா, என்னோட உழைப்பை உறிஞ்சுன ஒன்ன மாதுரி பன்னாட

மனுசங்க கதி என்ன கதியோ? என் நோயப் பார்த்து, இரக்கப்படாம இளக்காரம்படுறியா?. படு... படு. நீ படுகிற காலம் வரும். அப்போ... சீ! நான் என் வாயால சொன்னா அசிங்கம். அது நடக்கத்தான் போவுது.

"ஏய்... போலீஸ்ல போன் பண்ணணுமா? ஏய் சுந்தரம்!"

"அட சரிதான் போய்யா... மனசாட்சியுள்ள மனுஷனாய்யா நீ? வேலையை விட்டு நீக்கு, பரவாயில்லை... நான் என்ன சொல்ல வந்தேங்கிறதை கூட கேட்க விரும்பலியே, நீயெல்லாம் மனுஷன்னா? அந்த சூப்பர்வைசர் ஒன் சம்சாரத்தோடயும் வெண்ட வெண்டயா பேசப்போறான் இல்லாங்காட்டி அவள இஸ்துக்கினு பூடுவான். அப்போ புரியும் அன்னவடிவோட வேதனை. ஏழைக்கி எதுவும் பண்ணித் தொலையணுமுன்னு சொல்லல. ஆனால் அவங்க என்ன சொல்ல வாராங்கன்னாவது கேட்க முடியாத அளவுக்கு நெஞ்சில மஞ்சா சோறா?"

'பெரிய மனுஷியேன்னு பாக்கறேன்... இல்லேன்னா...'

"அதனாலதான் 'டீ' போட்டு பேசினீயா... ஒண்ணே ஒண்ண மட்டும் மறந்துடாத கண்ணா... நீங்க ஒவ்வொருவனும் குடிக்கிற விஸ்கி... ஒரு மேஸ்திரியோட கூலி... ஏழைங்க சாப்புடுற பிரியாணி, ஒரு பெரியாளோட சம்பளம்... நீங்க வாயில திணிக்கிற முந்திரிப் பருப்பு, ஒரு சித்தாளோட பணம், நீ விஸ்கி குடிக்கல. பிரியாணி தின்னல. வெயிலுல நின்னு ஆகாயத்துக்குத் தாவி உழைக்கிற ஏழைகளைத் தின்னுறே. இந்த ஏழைப்பாளைங்க ஒன்னையும் தின்னுற காலம் வரும். அதுவரைக்கும் இதோ இந்த பிசாத்து மூணு ரூபாய் வச்சுக்கோ அப்புறமா கணக்குப் பார்த்து வாங்குற காலத்துல வாறேன்."

தாயம்மா, கையில் இருந்த நாணயங்களை விசிறியடித்தாள். அவை காண்டிராக்டரின் 'பிராண்டி பெக்கிலும்' இதரர்களின் பிரியாணிகளிலும் விழுந்து எதிர்காலத்தில் நடக்கப் போவதைக் காட்டுவதுபோல மதுபானத்தையும், மற்றவர்களையும் சிதற வைத்தன.

தாயம்மாவின் ஆவேசத்தில் அகப்பட்டவர் போல், மேஸ்திரி, அவளை மெள்ள அணைத்தபடியே வெளியே கொண்டு

ஒருநாள் போதுமா?

வந்தான். அவள், அவரை ஏறிட்டுப் பார்க்காமலேயே ஆவேசமாக நடந்தாள். அவளைப் பார்த்து ஓடி வந்த அன்னவடிவை திரும்பிப் போகும்படி கைகளால் ஆணையிட்டுவிட்டு, கால்களை நீட்டிப் போட்டாள்.

வெளியே வந்த தாயம்மாவுக்கு யதார்த்தம் சுட்டது. காசையாவது வீசியடித்திருக்க வேண்டாம் என்பதுபோல் நினைத்து டாக்டரிடம் போகவேண்டியதை நினைவுக்கு கொண்டு வந்தாள். பிறகு வீசியடித்தது சரிதான் என்பது போல், வீதியில் நடந்தாள்.

விதியே வீதியானதுபோல் தரை சுட்டது. தரையே தன் நிலையானது போல் அவள் தாவித்தாவி நடந்தாள். மீண்டும் புட்டத்தில் வலி. தயிர்கடையும் மத்துப்போல் புட்டத்தின் இருபக்கமும் ஏதோ ஒன்று, ஏதோ ஒன்றைக் குடைவது போன்ற பெருவலி. நெருப்பே தாளாத எரிச்சல். கத்தித்தீராத - கத்தமுடியாத - கடுப்பு. இத்துடன் நாற்பதாண்டு கால உழைப்பு. பிரசவமாகி இப்போது முதலும் முடிவும் அற்று முண்டமாய் அபார்ஷனாய் போன தவிப்பு.

தாயம்மாவைத் தாங்கிப் பிடிக்க யாரும் இல்லாததால் அவள் தன்னைப் பிடித்துக் கொண்டே நடந்தாள்.

4

அன்னவடிவு குடிசைக்குத் திரும்பியபோது, தாயம்மா தரையில் புரண்டு கொண்டிருந்தாள். அவளின் ஒரே சீமந்த புத்திரன் கோவிந்தனும், இன்னொரு பக்கம் குடித்துவிட்டுப் புரண்டு கொண்டிருந்தான். இருபத்திரண்டு வயது வாலிபன். ஆத்தாக்காரி கொண்டுவரும் காசை அவளுக்குத் தெரியாமல் எடுத்து, பலருக்குத் தெரியும்படி பட்டை போடுபவன்.

அன்னவடிவு, தாயம்மாவின் தலையைத் தூக்கி தன் மடியில் வைத்துக் கொண்டு நெஞ்சை நீவிவிட்டாள். காண்டிராக்டரின் முன்னால்கூட கண்ணீர் விடாத அந்த மூதாட்டி, இப்போது வடிவின் மடியிலேயே குப்புறப் படுத்து அவள் புடவையில் தன் கண்ணீரைத் துடைத்தாள். பிறகு மெல்ல எழுந்து தரையில் புரண்ட மகனைப் பார்த்து ஓலமிட்டாள்.

"ஏய்... சோமாறிப் பயலே... தோ... பாருடா... இது யாரு பெத்த பொண்ணோ என்னை

எப்படிக் கவனிக்குதுன்னு பாருடா? ஒன்ன வயித்துல சொமந்து பெத்தேன். நான் நோவில துடிக்கையிலும் நீ பட்டச் சாராயமடா போடுறே? பாடையில் போறவனே, நீ குடிச்சிட்டு கும்மாளம் பூடணும். நானு கல்லு மண்ணு சுமக்கணுமா? பாரு அன்னம்! போனவாரம் அடுக்களைப் பானையில... அஞ்சு ரூபா வச்சிருந்தேன். டாக்டராண்ட போவதாய் இருந்தேன். இந்த கஸ்மாலம்... அதை எடுத்துப் பட்ட பூட்டுட்டான். இல்லான்னா அப்பவே டாக்டருட்ட போய், நோய் குணமாயிருக்கும். இன்னிக்கு அப்படி ஒதுங்கி இருக்கவும் வாணாம். அந்தப் பண்ணிப் பசங்ககிட்ட பேச்சும் வாங்கியிருக்காணாம். பாரு இந்த தத்தேரிய. இவன் ஒடம்பில் ரத்தம் ஓடல... பட்டச்சாராயம் ஓடுது. எனக்கு முன்னாடியே பூடுவான் போல..."

தாயம்மா கண்களைத் துடைக்காமல், விழிகளைத் தளர்த்தாமல் மகனையே பார்த்தாள். அங்குமிங்குமாகப் புரண்டு கொண்டிருந்த கோவிந்தன், தடுமாறி எழுந்தான். அன்னவடிவை, அப்போதுதான் பார்த்திருக்கிறான். திடுக்கிட்டு எழுந்தான். கொடியில் கிடந்த லுங்கியை எடுத்து, குடிசைக்கு வெளியே வந்து, கட்டிக்கொண்டு போய்க் கொண்டு இருந்தான். தாயம்மா 'ஏ கஸ்மாலம், தோ கஞ்சி ஆவப் போவுது. குடிச்சிட்டு சாவு" என்றாள். அன்னவடிவு எதுவும் பேசாமல், துயரச்சாயலோடு, தாயம்மாவைப் பார்த்தபோது, அந்தக் கிழவி, பெருமை பிடிபடாமல் பேச்சால் ஆடினாள்.

"பாரு அன்னம்! ஒன்னப் பாத்தா பெட்டிப் பாம்பாய் ஆயிடுறான். ஒன்னைப் பார்த்ததும் ஓடிட்டான். கட்டையில் போவான். நல்லவன்தான். எல்லாம் சேர்ப்பார் சேர்க்கை. பொறுக்கிப் பயலுக சவகாசம்."

அன்னவடிவுக்கும், ஆச்சரியமாகவும், மகிழ்ச்சியாகவும் இருந்தது. இன்று காலையிலேயே சில பெண்கள் "சீக்கிரமா வீடு பாரு. அந்த கஸ்மாலம் குடிகார மொட்ட... ஒண்ணு கிடக்க ஒண்ணு நடந்துட்டா... அப்பால ஆரச் சொல்றது?" என்று உபதேசித்தார்கள். அன்னமும், பயந்து போனாள். ஆனால் அவனே, தன்னைப் பார்த்ததும், தலையைத் தொங்கப்போட்டுக் கொண்டு போய் விடுகிறான்!

அன்னவடிவிற்கு, யோசிக்க நேரமில்லை. கஞ்சி காய்ச்சுவதற்காக, மண்பானையை எடுத்துக் கொண்டு

குழாயடியை நோக்கிப்போனாள். அது குழாயல்ல. கார்ப்பரேஷன் ஒரு கழிசடை என்பதற்காக அடையாளம். அருகிலேயே கக்கூஸ். அங்கே கார்ப்பரேஷன் குழாய்நீர் வெட்கப்பட்டு நுழைய மறுத்ததுபோல் மறைந்திருந்து துர்வாசனையை, வெளியே ஒவ்வொருவருடைய மூக்கிலும் நுழைந்து கொண்டிருந்தது. மொத்தம் முந்நூறு குடிசைகள் உள்ள அந்தப் பகுதியில் மின்சார விளக்கே கிடையாது. இரண்டே இரண்டு தண்ணீர் குழாய்கள். அவற்றில் நீர் பிடிக்க பெண்கள் படும்பாடு தண்ணீர் படாதபாடு. ஓட்டுச் சாவடியில் கூடுவது போன்ற கூட்டம். ஆனால் அவர்களை ஏற்றிப்போக கார்கள்தான் இல்லை.

பெரும்பாலும் கட்டிட வேலைகளுக்குச் செல்லும் அந்தப் பெண்கள் மாலையில் வந்ததும் முதல் வேலையாக மளிகைக் கடைக்குப் போய் அரிசி வாங்குவார்கள். பிறகு லாந்தர் விளக்கை ஏற்ற மண்ணெண்ணெய் வாங்கவேண்டும். சமைப்பதற்குரிய சாமான்கள் ஏழுமணி முதல் ரெடியாகிவிடும். ஆனால் தெரு அடங்குவதற்குக் காத்திருந்து சமைப்பதற்கு ஒன்பது மணிக்கு மேலாகிவிடலாம். அடிவயிற்றில் நெருப்பைப் பிடித்துக்கொண்டே அவர்கள் குழாய் நீரைப் பிடிக்கவேண்டும். காலையில் அதிகாலையிலேயே எழுந்து வெளியே ஒதுங்க வேண்டும். கண்படும் காலை வந்து விட்டால் அவர்களால் காலைக்கடனைக் கழிக்க முடியாது. இருப்பது ஒரே ஒரு கக்கூஸ். அதுவும் துளி நீரில்லாதது. ஆண்களைப் போல் வெளியேயும் போகமுடியாது. உணவின் எச்சங்களை அடக்கி, அடக்கி, அவற்றை நோயாகவும், நொடியாகவும் கொண்ட பெண்கள் அத்தனை பேரும் குடங்களை வரிசையாக வைத்துக் கொண்டு காத்திருந்தார்கள். வேலைக்குத்தான் காத்திருக்கலாம். வேலையின் கூலியை உணவாக்கிவிடும் சமயத்திலயுமா?

அன்னவடிவு, ஒருத்தியை தன் பானையைப் பார்த்துக் கொள்ளச் சொல்லிவிட்டு, தாயம்மாவைக் கவனிக்க, குடிசையைப் பார்த்துப் போனாள். தாயம்மா தூங்கிக் கொண்டிருப்பதுபோல் தெரிந்தது. குழாய்க்குத் திரும்பி வந்த அன்னவடிவைப் பார்த்து ஒருத்தி பேசினாள்;

"ஒங்க நாட்டுப்புறம் மாதுரி வராதுல்லே? பாத்தியாமா எங்க நெலமய! தண்ணிக்காக எம்மா நேரம் காத்திருக்கோம்... இது சண்டை வாரது சகஜம்... இது புரியாம... சில பெரிய மனுஷங்க

'குழாய்ச் சண்டை மாதுரி ஆகப்படாது'ன்னு பெண்டாட்டி பிள்ளீங்களுக்கு ரோசன சொல்றாங்க. இவங்கள ஜோட்டால அடிக்கணும். பொறுக்கிப் பசங்க... அவங்க பொண்ணுங்க இப்படிக் காத்து நின்னாத் தெரியும். இதே ஏரியாவுல இருக்கிற பங்களாங்கள்ல பாத்ரூம்ல ரண்டு குழாய், கக்கூஸ்ல ரண்டு, சமையல் அறையில ரண்டு, பூந்தோட்டத்திலே ரண்டுன்னு எத்தனையோ குழாய்ங்க. ஆனால் ஆயிரம் பேர் இருக்கிற இங்க ரண்டு குழாய். ஒவ்வொண்ணும் மாறி மாறி 'ஆப்' எடுத்துக்கும். கக்கூஸ் நாத்தத்தைப் பாத்தியா? அங்க கிடக்கறதை எடுத்து கார்ப்பரேஷன் கட்டிடம் மேல வீசியடிக்கணும். அப்போதான் புத்தி வரும். பொறுப்புல இருக்கற பசங்களுக்கு..."

அந்தப் பெண், அப்படித் தீவிரமாகப் பேசியிருக்க மாட்டாள். அன்னவடிவு அவள் சொல்வது சரிதான் என்பதுபோல அனுதாபத்துடன் முன்னும் பின்னுமாகத் தலையை ஆட்டியதால், அவள் கொட்டிவிட்டாள். தன் பேச்சுக்கு மதிப்புக் கொடுத்த அவளுக்கு உதவுவது போல ஒரு பக்கெட்டில் பிடித்து வைத்திருந்த தண்ணீரை அன்னவடிவின் பானையில் ஊற்றினாள்.

குடிசைக்குத் திரும்பிய அன்னவடிவு அடுப்பைப் பற்ற வைத்தாள். தாயம்மாள் அவளுக்கு உதவுவதற்காக எழுந்திருக்கப் போனாள். அவள் அந்த முதியவளை சைகையால் தடுத்து விட்டாள். திடீரென்று வெளியே சத்தம். கோவிந்தனின் போர்ப்பரணி, தாயம்மா எழுந்து வாசலுக்கு வெளியே போனாள். அன்னவடிவு வாசலில், அதாவது தொங்கிக் கொண்டிருந்த கோணியைப் பிடித்துக் கொண்டு எட்டிப் பார்த்தாள். கோவிந்தன் ஒருவனின் தலைமுடியைப் பிடித்தபடி கத்திக்கொண்டிருந்தான்.

"சொன்னத இன்னொருவாட்டி சொல்லுடா கஸ்மாலம்? என் ஸிஸ்டரயா 'யாருடா ஒன் வீட்ல ஒன் வீட்ல இருக்கிற குட்டி? ஏதாவது கிராக்கியா'ன்னு கேக்குறே? சோதா... சோமாறி... என்ன பெத்த ஆத்தாள, தான் பெத்த மவளா கவனிக்கிற என் சிஸ்டரப் பார்த்தாடா கிராக்கின்னு கேட்டே? ஒன்கிட்ட இன்னா பேச்சு!"

கோவிந்தன், பேச்சை நிறுத்திவிட்டு, கை வீச்சையும் கால் வீச்சையும் துவக்கினான். இதற்குள், விட்டுடுடா, கஸ்மாலத்த'

என்றனர். 'விடாதடா சோமாறிய' என்றார்கள். எப்படியோ அமர்க்களம் ஓய்ந்தது.

அன்னவடிவு, அடுப்படிக்கு வந்தாள். தன்னால் இப்படிப் பல கலாட்டாக்கள் ஏற்பட்டு 'ராமன் கெட்டதும் பெண்ணாலே, ராவணன் கெட்டதும் பெண்ணாலே' என்று கெட்டுப்போனவர்கள் சொல்வது, தனக்கும் வருமோ என்று தவித்தாள். அதே சமயம் பெரும்பாலான குடிசை மக்கள், அந்தக் கஸ்மாலத்தைத்தான் கண்டித்தார்கள் என்பதை உணர்ந்தபோது அன்னவடிவு நிம்மதியடைந்தாள். வெளியே கோவிந்தன் புலம்பிப் புரண்டான்.

"என்னோட பிறப்ப எப்படிக் கேட்டுட்டான் பாரு! டேய்! ஒன்ன ஒன்ன... ஏண்டா கம்னாட்டி. அந்த அம்மாவப் பார்த்து ஒன் அம்மா ஞாபகம் தோணாண்டாம்? அக்கா ஞாபகம் தோணாண்டாம்? ஒனக்கு அப்படி தோணாதுதாண்டா நாயே... நீ அவங்களையும் தப்பாப் பார்க்கிறப்பயல். பொயுது விடியட்டும். காலையில பாரு வேடிக்கையை."

அடுப்புத்தீ பற்றி விறகுகளை சாம்பலாக்கிக் கொண்டிருந்தது. அன்னவடிவு, ஊரில் நடந்த நிகழ்ச்சியை நினைத்துப் பார்த்தாள். வசதி சொந்தக்காரர்களே, ஏனென்று கேட்கவில்லை. அப்படி ஏனென்று கேட்டவர்களும், அவளைத்தான் சந்தேகப்பட்டு குறுக்கு விசாரணை செய்தார்கள். ஆனால், இங்கே இரண்டு நாள் பழக்கத்தில், அதுவும் தன் முகத்தை நேராய் நிமிர்ந்து பார்க்கக்கூடத் தயங்கும் ஒருவன். தன்னைப் பேசியவனை, தன்னையும் பணயம் வைத்து அடிக்கிறான். இது இந்த சகோதர பாசம், சொந்தக்கார மாமாவிடம் கிடைக்காத பாசம், இவர்களிடம் கிடைக்குதே. இதுக்குக் காரணம் என்ன? எது?

அன்னவடிவு, காரணகாரியத்தில் ஈடுபடாமல், பாசப் பெருக்கில் விம்மினாள். கண்ணில் இருந்து சுரந்த நீரும், பாசத்தைக் கண்டுபிடித்ததில் ஏற்பட்ட ஆனந்த நீரும் கலவையாகி, துளித்துளியாகக் கீழே விழுந்து, கொழுந்துவிட்டு எரிந்த சுள்ளி நெருப்பை அணைக்கப்போனது.

கஞ்சிக் குடிப்புப் படலம் முடிந்தது.

அன்னவடிவு என்ன சொல்லியும் கேளாமல், தாயம்மா ஏதோ சாக்குப் போக்குச் சொல்லிவிட்டு, தெருவில் போய்ப் படுத்துக் கொண்டாள்.

ஒருநாள் போதுமா?

பாய் விரித்தாகி விட்டது. பக்கத்துக்கு ஒருவராக உட்கார்ந்து இருந்தார்கள்.

வேலு, மனைவியை ஆசையோடு நெருங்கினான். அவள் கையை இழுத்து தன்மார்பில் போட்டுக் கொண்டே "ரெண்டு வாரம்மா... பிரம்மச்சாரியா இருந்துட்டோம். எவ்வளவு நாளாச்சு? ஏன் பிள்ள ஒரு மாதிரி இருக்கே?" என்றான். அன்னவடிவு அடக்கிய ஆசை அமுங்கிப் போக பதில் சொன்னாள்.

"தாயம்மா பாட்டிய... வேல செய்யுற இடத்துல என்ன பாடு படுத்திட்டாங்க பாத்தியளா?"

வேலு. அவளுக்கு ஏற்பட்ட நிலைமையை, மனத்திற்குக் கொண்டு வந்து பார்த்தான். ஊனக்கண்ணில் அதிகமாய் படாதது ஞானக்கண்ணில்பட்டது. சலிப்போடு பதிலளித்தான்.

"எல்லாம்... நம்ம நேரம் பிள்ள... நமக்கு ஒத்தாசை செய்யுறவங்களுக்கும் உபத்திரம் வருது பாரு..."

வேலுவின் ஆண்மைச் சக்தி அனுதாபச் சக்தியாகியது. அவனும் மனைவியைப்போல் ஒரு 'சக்தியானான்'. வேறுபுறமாகத் திரும்பிப்படுத்துக் கொண்டான். அவனுடன் சேர்ந்து படுத்த அன்னவடிவு அவர் கோபப்பட்டுக் கொண்டாரே என்பதுபோல் அவன் கழுத்தில் கை போட்டாள். அவன் கோபப்படவில்லை. அவள் கையை எடுத்துத் தன் கையோடு சேர்த்துக் கொண்டான். கோபம் அவள் மீதல்ல.

சிறிது நேரத்திற்கு முன்பு வரை அவளை மெல்லக் கடித்து, சுவைக்கத் துடித்த வாய் இப்போது யாரையோ கடித்துக் குதறப்போவதுபோல் முறுக்கேறின. கடுஞ்சினத்திற்கு காதல் வழிவிட்டது.

5

காலம் ஓடிக்கொண்டிருந்தது. அங்குமிங்குமாக ஓடியாடி வேலை செய்த அன்னவடிவின் வயிற்றில் ஒரு திட்டைக் காட்டியது.

ஊரில், ஓலை வீட்டில் இருந்தாலும் திறந்த வெளியையும் பரந்த பூமியையும் அனுபவித்த அவளுக்கு ஆரம்பத்தில் அந்தக் குடிசையில் வசிக்க என்னவோ போலிருந்தது. நெருக்கித் தள்ளிய குடிசை வரிசைகளில் கால் நீட்ட இடமில்லாத மண் தளத்தில் கூனிக்குறுக்கிகிடக்கும் மக்களைப் பார்க்க பார்க்க இப்போது அவர்களை விட்டு அகலவே மனம் வரவில்லை. காலைக்கடனைக் கழிக்கக் காத்துக் கிடப்பதும், நீர் பிடிக்க பழிகிடப்பதும் பழக்கமாகிவிட்டது. கட்டிட வேலையில் சூப்பர்வைஸரை மாதிரி பல பேர்வழிகளின் நேர்வழியான கிண்டல்களையும் மறைமுகமான

அழைப்புகளையுங்கூட அவளால் சகித்துக் கொள்ளும் அளவிற்குப் போய் விட்டது. கூட வேலை செய்யும் இதர பாட்டாளிகள் இருக்கும்போது, தனக்கு எதுவும் ஏற்படாது என்ற தன்னம்பிக்கை ஏற்பட்டது. ஒரு தடவை அலுப்போடு தாயம்மாவிடம் சொன்னபோது, “ஆம்புள கிண்டல் பண்ணுனாத்தான் ஒரு பொண்ணு வெட்கப்படணும் இல்லன்னா துக்கப்படணும். இவனுக ஆம்புள வேடம் போட்டப் பொட்டப் பயலுவ. இவனுவளோட “பலா” சமாச்சாரத்த இவங்களோட சம்சாரங்ககிட்ட கேட்டாத் தெரியும் சேதி. சொந்தப் பெண்டாட்டியக் கூட திருப்திப்படுத்த முடியாத பொட்டப்பயலுவ பேச்சை பெரிசா எடுத்துக்காதே. மிஞ்சிப் போனால் நம்ம கோவிந்தன் கீறான். கட்டையில போறவனுக்கு பிளேடுன்னா அல்வா சாப்பிட்டது போல” என்று ஆறுதல் சொல்லிவிட்டாள்.

ஆனால் அப்படி ஆறுதல் சொன்னவள், இப்போது ஆறுதல் வேண்டிக் கிடக்கிறாள். கையில் பணம் இல்லாமல் அரசாங்க ஆஸ்பத்திரிக்குப் போன தாயம்மாவை டாக்டர்கள் பல நாள் இழுத்தடித்தார்கள். எக்ஸ்ரே என்றார்களே தவிர, அது எடுத்து முடிந்த பாடில்லை. சிறுநீரைச் சோதிக்க வேண்டும் என்றார்களே தவிர, அந்தச் சோதனையின் முடிவு சொல்லப்படவே இல்லை. ஒரு நாள் வேதனை தாளாது துடித்த தாயம்மாவை பெயின்டர் பெருமாளும் வேலுவும் ஆஸ்பத்திரியில் சேர்த்தார்கள். அங்கே கிழிந்த பாயில் அந்த கிழிந்துபோன மூதாட்டி தரையோடு தரையாகக் கிடக்கிறாள். அன்னம்மா அவளுக்குக் கஞ்சி கொண்டு போகிறாள்.

தாயம்மாவின் மகன் கோவிந்தன் அம்மாவுக்கு ஏற்பட்ட துக்கத்தை மறக்க அதிகமாய் குடிக்கிறான். அவ்வளவு ஏன்? வேலுவின் பீடிக்கு காசு கொடுக்காத அன்னவடிவே தன் முன்னால் வந்து தலைகவிழ்ந்து நிற்கும் இவனிடம் ஒரு ‘கிளாஸ்கு’ பணம் கொடுத்திருக்கிறாள். ஒருநாள் மனம் பொறுக்காமல் “தம்பி, நீ செய்யிறது நல்லா இல்லே. அம்மாவோட நிலைமையைப் பார்த்தியா? இப்போ அவங்க பிழைப்பாங்களா மாட்டாங்களா என்ற நிலைமைபோய் சீக்கிரமாய்

அவஸ்தப்படாம போய்ச் சேரட்டுமுன்னு நினைக்கிற அளவுக்கு ஆயிட்டுப்பா" என்று சொல்லிக் காட்டியபோது, கோவிந்தன் அழுதுவிட்டான். இப்போது அப்பப்போ ஆஸ்பத்திரிக்குப் போகிறான். அதற்கான பஸ் சார்ஜை அன்னவடிவே தான் கொடுக்கிறாள். அவன் தனக்களிக்கும் மதிப்பாலும் அடைக்கலம் கொடுத்தவளை அம்போ என்று விடலாகாது என்ற நன்றிப் பெருக்காலும் அன்னவடிவு வேறு குடிசை பார்க்கவில்லை.

ஆறு மாத காலத்தில் அவள் கையில் நூறு ரூபாய் சேர்ந்தது. தனக்கு ஒரு நூல் புடவையும் வேலுவுக்கும் கோவிந்தனுக்கும் நாலு முழ வேட்டியும் வாங்கிய பிறகும், ஐம்பது ரூபாய் இருந்தது. ஆனால் நான்கு நாளாக விடாமல் பெய்த மழை, பத்துநாள் மண்வேலையில் மண்போட்டு விட்டது. மழை, ஒன்று தூறலாக வந்திருக்க வேண்டும் அல்லது பேய் மழையாகப் பிடித்திருக்க வேண்டும். ஆனால் அந்த மழை. அரசாங்கம் கவனத்தில் எடுத்துக் கொள்ள முடியாத அளவிற்கும், குடிசை மக்கள் 'கண்டுக்க' வேண்டிய அளவிற்குமான 'சகுனி' மழை. குடிசைப் பகுதிகளில், இரண்டே முக்காலடி நீர் பெருகியது. ஆனாலும் (மூன்றடி பெருகினால்தான், சர்க்கார் வரும்) குடிசைகளில் ஒரு சாண் அளவிற்கு நீர் நின்றது. மக்கள், ஜன்னல் சுவரிலும், டிரங்க் பெட்டிகளிலும், வாசல் கதவை இழுத்துப் போட்டுக் கொண்டு உட்கா ந்திருந்தார்கள். புதைமண் போன்ற சேரும் சகதியும்; தெருவில் படுத்தவர்கள், திண்ணையில் உட்கார்ந்தபடியே தூங்க வேண்டிய கட்டாயம்

வேலை நின்றுவிட்டது. ஐம்பதும் போய்விட்டது.

நல்ல வேளையாக, அந்தக் கட்டிட வேலை, மீண்டும் துவங்கிவிட்டது. அதைத் திறப்பதற்கு, அமைச்சரோ அல்லது தலைவரோ தேதி கொடுத்து விட்டாராம். 'கல்' வேறு அடிக்கப்பட்டு விட்டதாம். குறைந்த பட்சம், கட்டிடத்தின் முன்பக்கத்தையாவது முடிக்க வேண்டுமாம். மேஸ்திரி சொன்னதை வேலு சொன்னதும் தலைப்பிள்ளை பெறப்போகும் இயற்கை விதியால், அளவுக்கு மீறிய 'மசக்கை'யில் அல்லாடிய அன்னவடிவு, தன்னைத்தானே கட்டுப்படுத்திக் கொண்டு

'பாண்டுக்கூடையை' எடுத்து வைத்துவிட்டு, கடப்பாரையை கணவனிடம் நீட்டினாள். நான்கு நாள் ஊத்துக்கோட்டைக்கு ஒரு லாரியில் வெளியூருக்கு கையாளாகப் போயிருந்த வேலு, அன்று காலையில்தான் திரும்பியிருந்தான். அப்போதுதான் மனைவியை தனிமையில் பார்க்கிறான். கையும் காலும் குறுகுறுத்தன.

அவள் தோளில் தன் வலது கையைப் போட்டபடியே "அன்னம் ஒட்காருமே" என்றான்.

"எப்போ ஒமக்கு 'வாணாம்' வந்ததோ, அப்போ"

சூரியகாந்திப் பூப்போல அன்னவடிவு சிரித்தாள். அதைச் சாக்காக வைத்துக்கொண்டு அவன் அவளைச் சாய்வாக இழுத்தான்.

"இதுல்லாம் ராத்திரிக்கு, இப்போ வேலைக்குப் போறோம். போவும் போது..."

"அது எனக்குத் தெரியாதாமே. தப்புத் தப்பு. தெரியாதா பிள்ள? ஒரே ஒரு முத்தம் மட்டும் கொடுக்கிறேன் வாங்கிக்க. இல்லன்னா கொடு, வாங்கிக்கிறேன்."

"இந்த கொடுக்கல் வாங்கல் எல்லாம் நைட்ல."

"ஒனக்கு என்ன பிள்ள கஷ்டம்?"

"முகதரிசனத்துல முக்கால் ஆசை போயிடுமாம். எனக்கு நீரு ராத்தில முழு ஆசையோட வரணுங்கற ஆசை."

அன்னவடிவு, நாணத்தால் தலைகவிழ்ந்தபோர்து, வேலு பொய்க் கோபத்தோடு, தலைநிமிர்ந்து, "ஒன்னை நான் ஏங்க வைச்சு வேடிக்கை பார்க்கேனா இல்லியான்னு பாரு. அய்யாவுக்காக நீ ஏங்கணும், அப்போ கூட அசைய மாட்டேன். பார்க்கலாமா?" என்றான். அவன் நிஜமாகவே கோபப்படுகிறான் என்று நினைத்து அவள் "சரி ஒண்ணே ஒண்ணு கொடுத்துத் தொலையும்" என்றாள். அவன், அதற்காகத் தன்னை ஆயத்தம் செய்யப்போனபோது மேஸ்திரி, "எதைத் தொலைக்கப் போறீங்க" என்று சொல்லிவிட்டு, பிறகு "என்ன வேலு. ஒன்னை வீட்ல வந்து வெத்லபாக்கு வச்சுக் கூப்பிட்டால் தான் வருவியா?" என்றார்.

சு. சமுத்திரம்

வேலுவும் "கூப்பிடுறீரோ இல்லியோ, வெதலபாக்குத் தாரும். அதையாவது ருசி பார்க்கலாம்" என்று அன்னவடிவை நோக்கி, கண்களால் சிமிட்டிப் பார்த்துக் கொண்டே, மேஸ்திரிக்குப் பதிலளித்தான்.

அன்னவடிவு நாணப்பட்டாள். கண்களை கைகளால் மூடிமூடித் திறந்தாள். இரவின் வருகைக்காக ஏங்கி, பகலை வேகமாகக் கழிக்க விரும்புகிறவள் போல பாண்டுக் கூடையுடன் வெளியே வந்தாள்.

கடப்பாரை ஏந்திய வேலுவும், பாண்டுக்கூடை சுமந்த அன்னவடிவும் கேடயமும் ஈட்டியுமாக நடந்தார்கள்.

6

முன்பு எந்த இடத்தில் வேலை பார்த்தாளோ, அங்கேதான் அன்னவடிவு வேலை பார்த்தாள். வேலுவுக்கும் அங்கேயே வேலை.

அது ஒரு ஆஸ்பத்திரிக்கான கட்டிடம். இக்கட்டிடம் துவங்கிய நாளில் இருந்து, உச்சியில் இருந்து இரண்டு பேர் விழுந்து, இப்பொழுது இன்னொரு ஆஸ்பத்திரியில் தாயம்மா மாதிரியே கவனிக்க எந்த டாக்டரும் இல்லாமல் துள்ளத்துடிக்கக் கிடக்கிறார்களாம். அரசுத்துறை ஒன்றிடம் இருந்து லோவஸ்ட் கொட்டேஷனில் காண்டிராக்ட் வாங்கிய 'மூர்த்தி அண்ட் மூர்த்தி கன்ஸ்டிரக்ஷன் லிமிடெட்'டின் உரிமையாளர் நாயகமும் ஒரு லோவஸ்ட் பேர்வழி என்று பேசிக் கொள்கிறார்கள். முன்பு இவர் அரசாங்கத்திற்குக் கட்டிக் கொடுத்த ஒரு கட்டிடம் விழப் போனதாம். பி.டபிள்யு.டி என்ஜினியர்கள் அதை முட்டுக் கொடுத்துத் தாங்கிக் கொண்டார்களாம்.

எப்படியோ விவகாரம் பத்திரிகைகளுக்குப் போய்விட்டதால் நாயகத்தின் கம்பெனியான 'விநாயகம் லிமிடெட்' 'பிளாக்லிஸ்ட்' செய்யப்படதாம். அதாவது அந்தக் கம்பெனிக்கு காண்டிராக்ட் கொடுக்கப்படாது என்று தள்ளி வைக்கப்பட்டதாம். இதனை சிபாரிசு செய்தது. சட்டமன்ற உறுப்பினர்களைக் கொண்ட ஒரு தணிக்கைக் கமிட்டியாம். ஆனால், பணபலமும், பிணபலமும் (அதாவது பலரை பிணங்களாக்கும் பலம்) அரசியல் செல்வாக்கும் கொண்ட அந்த மனிதர், தன் மகன் பெயரில் 'மூர்த்தி அண்ட் மூர்த்தியை' துவக்கி நடத்துகிறாராம். எல்லோருக்கும் தெரியுமாம்.

ஆகையால், நாயகம் ஒரு மூட்டை சிமெண்டும், ஐந்து மூட்டை மணலும் கலந்து போட வேண்டிய சுவர்பூச்சில், சிமென்டை பாதியாக்குவாராம், 'பீமிற்குள்' ஒரு சிமெண்ட் மூட்டை, இரண்டு மணல் மூட்டை, நான்கு 'முக்கால் இஞ்ச்' ஜல்லிக் கலப்பதற்குப் பதிலாக, மண்ணைக் கூட்டி, சிமென்டைக் குறைப்பாராம். கான்கிரீட் கலவைக்காக சட்டப்படி நான்கு பெட்டி ஜல்லியும், இரண்டு பெட்டி மணலும், ஒரு மூட்டை சிமெண்டும் போட வேண்டும். என்றாலும், அவர் ஜல்லியையும் சிமென்டையும் சட்டமில்லாதபடி குறைப்பாராம். இதனால் அவர் வளர்ந்திருக்கிறாரே தவிர, குள்ளப்படவில்லையாம். அவரை மேய்க்கும் அதிகாரிகளோ அல்லது அவர் மேய்க்கும் அரசியல்வாதிகளோ இதனால் கூடித்தான் போனார்களாமே தவிர, குறைந்து போகவில்லையாம். கொட்டுவதை என்ன விகிதத்தில், யார் யாருக்குக் கொட்ட வேண்டும் என்று தெரிந்த மனிதராம்.

இந்த நாயகம், சப்-கான்டிராக்டர். மேஸ்திரி மூலம் கான்டிராக்டர். கொத்தனார் மூலம் கான்டிராக்டர், மாஸ்டர் ரோல், பீஸ்ரேட் என்று பல்வேறு விதவிதமான வகைகளில் தொழிலாளர்களிடம் வேலை வாங்கப்பட்டதால், எந்த தொழிலாளியாவது விபத்துக்கு ஆளானால் அவருக்கு நஷ்ட ஈடு என்பது. குதிரைக் கொம்பாம் அந்தத் தொழிலாளியே பணமிருந்தால் செயற்கைக்கால் பொருத்திக் கொள்ள யோசனை கூறுவாராம். கண்ணிழந்த தொழிலாளிக்கு வேண்டுமானால் அந்தக் கண்ணை மறைக்க ஒரு கருப்புக் கண்ணாடி வாங்கிக் கொடுப்பாராம். அதுவும் கைரேகைப் படாமல் இருப்பதற்காக மேஸ்திரி மூலமாகக் கொடுத்து அனுப்புவாராம்.

இந்தப் பின்னணியில் எப்போதோ முன்னணிக்கு வந்த மூர்த்தி மற்றும் மூர்த்தி லிமிட்டெட்டின் சார்பில், அங்கே வேலை நடந்து கொண்டிருந்தது. கற்குவியல்களும், மண்குவியல்களும், சிமென்ட் குவியல்களும் சேர்ந்து கான்கிரீட்டாகி விட்டன. மோல்டுகள் பொருத்தப்பட்டுக் கொண்டிருக்க, சித்தாள் பெண்கள். பூச்சு வேலை செய்யும் கொத்தனார்களுக்கு, சாரத்தில் ஏறி, சுண்ணாம்புக் கலவை கொடுத்துக் கொண்டிருந்தார்கள். 'பெரியாள்கள்' கதவுகளைத் தூக்கி நிறுத்திக் கொண்டிருந்தார்கள். ஒருவர் நீர்குழாயை அரைவட்டமாகத் தூக்கிக் கொண்டு, ஒரு சுவரை நனைத்துக் கொண்டிருந்தார். அத்தனை மனிதர்களும் அந்தக் கட்டிடத்தின் ஜன்னல்கள் போல, கதவுகள் போல, ஆங்காங்கே நின்று கொண்டிருந்தார்கள். அவர்கள்தான் அங்கே வசிக்கிறார்கள் என்பது போன்ற பிரமை, சாரங்களில் நின்ற சித்தாள் பெண்கள், திருஷ்டிப் பரிகார பொம்மைகள் போலத் தோன்றியதையும் மறைப்பதற்கில்லை.

பெயிண்டர் பெருமாள், வெளிச்சுவருக்கு டிஸ்டம்பர் அடித்துக் கொண்டிருந்தார். அன்னவடிவு, மேல் தளத்திற்கு செங்கல் ஜல்லிகளை சாரத்திற்கு மேல் சாரம் ஏறி சுமந்து கொண்டிருந்தாள், தனக்குப் பிறக்கும் பிள்ளைக்கு என்ன பெயரிடலாம் என்று நினைத்துக் கொண்டே சுமந்து போனாள். பெண் என்றால் தாயம்மா... ஆண் என்றால் குலதெய்வம் சுடலைமாடனோட பெயர்... சீ! சுடலைமாடன் என்னத்தக் கிழிச்சான்? ஊர்விட்டு ஊர் விரட்டுனதுதான் மிச்சம்... பேசாம கோவிந்தன் பெயரை வெச்சிடலாம்... அவன்தான் தாய்மாமன்... அவருகிட்டே ராத்திரிக்குக் கேட்கணும். பொல்லாத மனுஷன். எனக்கு ரெட்டப் பிள்ளை பிறக்குமுன்னு சொல்லுறார். நான், இந்த வ்யித்தோட படுறபாடு அவருக்கு எப்படித் தெரியும்... தெரியாமலா இருக்கும்? ஒரு முத்தம் கொடுக்க ஆசையோட வந்த மனுஷனுக்கு முத்தங்கொடுக்காத பாவி நான். கொடுத்துத்தான் இந்த கதி? இப்போ பிள்ளை எதுக்கு? பரவாயில்லை, என் பிள்ளை கொடுத்து வச்சது. பிறக்கும் முன்னாலேயே மூணு மாடி கட்டிடத்தில உச்சிக்கு வந்துட்டு... அப்பன மாதிரியே... துருதுருன்னு இருக்கும். இப்பவே வயித்தக் குடையுது பாரு. இது அப்பனும் அப்படித்தான்... பாவி மனுஷன், சொன்னால்தான் கேட்பாரா? நான்தான் சொல்லியிருக்கேனா?

அன்னவடிவு, பாண்டுக்கூடையுடன் இரண்டாவது மாடியில் நின்றபடி கணவனைத் திரும்பிப் பார்த்தாள். பிறகு வெட்கப்பட்டு முகத்தைத் திருப்பிக் கொண்டு மூன்றாவது மாடிக்குப் போய்க் கொண்டிருந்தாள்.

வேலு, மேஸ்திரியின் பொறுப்பில் வந்தாலும் அன்று 'கான்டிராக்டரின்' மஸ்டர் ரோலில் - அதாவது கம்பெனியின் ஆளாக வேலை பார்த்தான். அரசாங்கக் கட்டிடம் என்பதால் அரசே, காண்டிராக்டர் நாயகத்திற்கு ஆயிரக் கணக்கான சிமெண்ட் மூட்டைகளையும் டன் கணக்காக எஃகையும் கொடுத்திருந்தது நாயகத்திற்கு நாயாக அலைய வேண்டிய வேலை மிச்சம். மிச்சம் மட்டுமல்ல சொச்சம். மூட்டை ஒன்றுக்கு ரூ. 27.92 பைசா ரேட்டில் கிடைத்த சிமெண்ட் மூட்டைகளில் இருநூறு மூட்டைகளை இப்போது பட்டப்பகலில் நாற்பது ரூபாய் ரேட்டிற்கு 'பிளாக்கில்' விற்பதற்கு அட்வான்ஸ் வாங்கிவிட்டார். அவற்றை ஏற்றிப்போக லாரி வந்து விட்டது. லாரிக்கும் சிமெண்ட் ஸ்டோர் ரூமிற்கும் இடையேயுள்ள பாதை சமீபத்தில் பெய்த மழையால் புதை மண்ணாய் போய்விட்டது. வேலுவும் இன்னும் சிலரும் தலையில் சிமெண்ட மூட்டைகளை ஏற்றியபடி மாறிமாறிப் போய் வந்து கொண்டிருந்தார்கள். இவற்றை லாரியில் ஏற்றிவிட்டு, டன்னுக்கு நாலாயிரம் ரூபாய் ரேட்டில் கிடைத்த எஃகு பாளங்களில் சிலவற்றையும் ஏற்ற வேண்டும்.

வேலு, மற்றவர்களைவிட வேகமாக இயங்கினான். அவர்கள் இரண்டு தடவை போய் வந்தால் அவனோ மூன்று தடவை போய் வந்துவிட்டான். காண்டிராக்டரின் மஸ்டர்ரோலில் சேர்ந்துவிட்ட ஆனந்தம் அவனுக்கு. படிப்படியாக முன்னேறி விடலாம் என்ற நம்பிக்கை. அப்படி முன்னேறும்போது சகாக்களையும் கைதூக்கி விடவேண்டும் என்ற உறுதி.

குட்டி அறையில் இருந்து யதேச்சையாக வெளிவந்த நாயகம் வேலுவை விநோதமாகப் பார்த்தார். தயிர் மத்துப் போல் இயங்கிய அவன் கால்களைப் பார்த்தார். ஒரு மூட்டை சிமெண்டை அனாவசியமாகத் தூக்கி, அதை ஆட்டுக்குட்டி மாதிரி தோளில் போட்டபடி 'தம்' பிடித்த அவன் தோரணையைப் பார்த்தார். மூட்டையை துவளாமலேயே சுமக்கும் தோள்களைப் பார்த்தார். சுமை இருக்கும்போது மற்றவர்களைப் போல்

பற்களைக் கடிக்காமல், நாடி நரம்புகளை வெளிப்படுத்தாமல் தோள்மாலை அணிந்தவன் போல் காணப்பட்ட வேலுவை பிளாக் செய்து தன் கம்பெனி முத்திரையாகப் போடலாம் என்பது போல் பார்த்தார். எல்லோரும் அவனைப்போல் இருந்தால், கால்வாசி ஆட்களை நிறுத்தி பணம் பண்ணலாமே என்று ஏக்கத்தோடு பார்த்தார். அப்படி நிறுத்தினால் எவ்வளவு பணம் தேறும் என்பதுபோல் மனதில் கணக்குப் போட்டார். கூட்டல் கணக்கல்ல. பெருக்கல் கணக்கு. பிறகு தன் அந்தஸ்தையும் மீறி வேலையாட்களுடன் சுந்தரம் மூலமாகப் பேசும் நாயகம் இப்போது, சொந்தக் குரலில் பேசினார்.

'ஒன் பேரு என்னப்பா?"

"வேலுங்க."

"வேல் மாதிரி பாயாண்டாமா? ஒன் உடம்புக்கு ரெண்டு மூட்டையைத் தூக்க வேண்டாமா? தூக்கிப் பாரு பார்க்கலாம். ஏய்! இவன் தலையில் இன்னொரு மூட்டையை ஏத்துங்கடா. நல்ல பையன் மாதிரி தோணுது. நல்லா வேலை பார்த்தால் நல்லா முன்னுக்கு வரலாம். சீக்கிரமாய் ஏத்துங்கடா."

வேலு மறுக்கப் போனான். இன்னொரு மூட்டையை சுமப்பது அவனுக்கும் பெரிய காரியமல்ல. ஆனால் தன்னைக் காரணமாகக் காட்டி இதர தொழிலாளர்களை அவர் வற்புறுத்தக் கூடாதே என்ற எண்ணம். இதற்குள் நான்கு பேர் அவன் தலையில் மூட்டையை சுமைதாங்கிக் கல்லில் வைப்பது போல் வைத்துவிட்டார்கள். காண்டிராக்டர் சொன்னதற்காக அந்த ஒரு தடவையும் லாரிக்குள் போய்விட்டு, என்னால ரெண்டு மூட்டைய சுமக்க முடியலிங்க என்று சொல்லிவிடுவது என்று தீர்மானித்தான். சிறிது நேரத்திற்கு முன்புவரை மஸ்டர்ரோல் மூலம் முன்னேற நினைத்தவன் இப்போது, முன்னேற்றம் என்பது ஒட்டு மொத்தமாக எல்லோருக்கும் வந்தால்தான் முன்னேற்றம் என்றும் நினைத்துக் கொண்டான்.

கான்டிராக்டர், அவனை அங்கீகாரத்தோடு பார்த்தார் அவரைப் பார்த்ததும் பார்க்காதவன் போல் அவன் நடந்தான். கிராமத்தில் கூடையைத் தலையில் வைத்து மண்வெட்டியை தோளில் போட்டு அதற்குமேல் வட்டை வைத்து அதற்குமேல் புல்லுக்கட்டையும் வைத்து அனாவசியமாக நடப்பவனுக்கு

அந்தச் சுமை சிறிது அழுத்தியது கண்டு ஆச்சரியப்பட்டான். பிறகு விறுவிறுப்பாய் நடந்தான்.

திடீரென்று, ஒரே ஒரு நிமிடத்தில் புதைமண் போலிருந்த சகதிப் பாதையில் நடந்தவன் திடீரென்று மண்டியிட்ட நிலையில் அப்படியே நின்றான். ஒரு மூட்டை பிடரியில் விழுந்து திரும்பிய முகம் திரும்ப முடியாதபடி அழுத்திக் கொண்டிருந்தது. அவன்கைகளையும் கால்களையும் உதறுவது போலிருந்தது. வாயில் வெள்ளை வெள்ளையாக நுரை வந்துகொண்டிருந்தது. கம்பீரமான யானை அங்குசக் குத்தலால் அதிர்ந்து மண்டியிட்டது போன்ற நிலை; முதலையின் வாயில் தன்னை விடுவிக்க முடியாமல் மதயானை ஒன்று தவிப்பது போன்ற தவிப்பு. மனைவியை பாசத்தோடு பார்க்க விரும்புகிறவன் போல் முகத்தைத் திருப்பப்போனான். முடியவில்லை. மரணத்தின் முன்னால் மண்டியிட விரும்பாதவன் போல் முடங்கிய காலை எடுக்கப் போனான். இயலவில்லை.

எல்லோரும், அங்கே வந்தார்கள். சித்தாள்களும் பெரியாட்களும் தாவி வந்தார்கள். மேஸ்திரிகள் ஓடி வந்தார்கள். காண்டிராக்டர் நாயகமும் சூப்பர்வைசர்களும் வேகமாக நடந்து வந்தார்கள்.

யாரோ 'அன்னம் அன்னம்' என்று கத்துவது கேட்டு, பாண்டுக் கூடையுடன் இரண்டாவது மாடியில் நின்ற அன்னவடிவு திரும்பிப் பார்த்தாள். சுற்றி நின்ற கூட்டத்திற்கு மத்தியில் நிலைகுலைந்து நின்றவனை நான்குபேர் தூக்குவது தெரிந்தது. அனிச்சையாகக் குதிக்கப் போனவளை ஒரு கொத்தனாரும், சித்தாள் பெண்களும் அசைக்க முடியாதபடி பிடித்துக் கொண்டார்கள். அவளைக் கைத்தாங்கலாகக் கீழே கொண்டு வந்தார்கள். அன்னவடிவு கத்திக்கொண்டே திமிறினாள்.

"என் சாமி! என் ராசா! என் தெய்வமே! ஒமக்கு என்ன ஆச்சு, ராசா?"

அன்னவடிவு தளத்திற்கு வந்ததும் அவளை விட்டார்கள். அவள் தலையில் அடித்தபடி முகத்தில் அறைந்தபடி ஓடினாள்.

வேலு, தார்ப்பாயில் கிடத்தப்பட்டிருந்தான். யாரோ ஒருவர் விசிறியால் வீசிக்கொண்டிருந்தார். அன்னவடிவைப் பார்த்ததும் அவன் கண்களில் நீர் பெருகியது. பேசுவதற்காக வாயைத் திறந்தான்; நுரைதான் வந்தது. அவள் முகத்தைப் பார்த்தபடி தன் மார்பைப் பிடித்தான். முதுகை வளைத்தான். கைகால்கள் வெட்டின. வாய் கோணியது. கண்கள் அவளை நோக்கியே நிலைகுத்தி நின்றன.

அன்னவடிவு அவனைத் தன் மடியில் இழுத்துப் போட்டுக்கொண்டாள். அவன் கேட்டுக் கொடுக்காத முத்தங்களை, அவன் வாயிலும் முகத்திலும் மாறி மாறிக் கொடுத்தபடி "என் ராசா, நீ முழிக்கதப் பார்த்தா பயமா இருக்கே! நீரு துடிக்கதப் பார்த்தால் எப்படியோ இருக்கே! என்னைவிட்டுப் போயிடாதே ராசா. என் ராசா. என் தெய்வமே! என்னை மடியில வச்சு கொஞ்சி விளையாடுன மவராசா! நாம் இதுக்காகவா மெட்ராஸ் வந்தோம்? ஒன்னை இந்தக் கோலத்தில் பார்க்கவா நான் பாவி பிறந்தேன்... பேசு ராசா... ஒன் செல்லக் கிளிகிட்ட ஒரு வார்த்தை பேசு ராசா. 'நீ ஒருத்தியே போதும்... எனக்கு சொத்தும் சுகமும் வேண்டாமு'ன்னு சொன்ன என் துரையே... என்னை விட்டுட்டுப் போயிடாதே. போறதாய் இருந்தால் என்னையும் கூட்டிக்கிட்டுப் போயிடு... போயிடு..."

வேலு, தனியாகப் போக விரும்புகிறவன் போல் அவளைப் பார்த்தான். பிறகு அவளை விட்டு அகல விரும்பாதவன் போல் தன் கையை அங்குலம் அங்குலமாகச் சிரமப்பட்டுத் தூக்கி அவள் கையோடு இணைத்தான். அன்னவடிவு கூப்பாடு போட்டாள். சித்தாள் பெண்கள் அவளைக் கட்டிப் பிடித்துக் கொண்டு கத்தினார்கள்.

இதற்குள் டாக்ஸி வந்தது. வேலு பின் இருக்கையில் கிடத்தப்பட்டான். அவன் தலையை மடியில் வைத்தபடி அன்னவடிவு விக்கித்து உட்கார்ந்திருந்தாள். அவளோடு, இன்னொரு சித்தாள் பெண்ணும், பெயின்டர் பெருமாளும் உட்கார்ந்திருந்தார்கள். முன்னிருக்கையில், இன்னொரு பெரியாளும், நாயகத்தின் வலது கையான சுந்தரமும் அமர்ந்திருந்தார்கள். சுந்தரத்தைத் தனியாகக் கூப்பிட்டு நாயகம் ஏதோ சொன்னார். அவன் தலையாட்டினான். 'சீக்கிரம்,

ஒவ்வொரு நிமிஷமும் முக்கியம்' என்று அதட்டினார் பெருமாள்.

டாக்ஸி புறப்படப் போனபோது, சுற்றி நின்ற வேலைப் பட்டாளத்தைப் பார்த்து 'உம்... போய்... ஒங்க வேலயப் பாருங்க" என்றார் நாயகம்.

டாக்ஸி சென்னை மாநகரின் பல சாலைகளைக் கடந்து குறுக்காக நெடுக்காக விரைந்து கொண்டிருந்தது. வேலு, அன்னவடிவின் மடியில் ஆகாயக் கப்பல் போல் மிதந்து கொண்டிருந்தான். அவள், அவன் முகத்தைப் பார்ப்பதும் தன் முகத்தைத் துடைப்பதுமாய் இருந்தாள். ஆஸ்பத்திரியின் நுழைவாயிலுக்குள், டாக்சி போனபோது திடீரென்று வேலுவின் கால்கள் வெட்டின. கைகள் உதறின. மூச்சு விடமுடியாமல் வாயைப் பிளந்தான். அன்னவடிவு 'என் ராசா!" என்று சொல்லி அவனைப் பார்த்துக் குனிந்தபோது, அவள் கண்ணில் நின்ற நீர் அவன் வாயில் விழுந்தது.

கண்ணீரே பாலானது போல் அவன் பார்த்தான். பார்த்துக் கொண்டே விறைத்துப் போனான். அன்னவடிவு அழுகையின் உந்துதலால் வாயைத் திறந்தாள். ஒலி வரவில்லை. அப்படியே அவன் மீது சாய்ந்தாள். டாக்ஸி நின்றது. சித்தாள் பெண். அவளைத் தூக்கி அணைத்து, தன் மடியில் சாய்த்த போது, பெயிண்டர் ஒரு சோடா வாங்கிக் கொண்டு வந்து அதை அவள் முகத்தில் தெளித்தார். அவள் மலங்க மலங்க விழித்தபடி கணவனைப் பார்த்தாள். பிறகு காதோடு சேர்த்து தன் தலையைப் பிடித்துக் கொண்டாள்.

எமர்ஜென்சி வார்டுக்கு வேலு எடுத்துக் கொண்டு போகப்பட்டான். அவன் செத்துப் போனதை டாக்டர்கள் ஊர்ஜிதப் படுத்தினார்கள். பிறகு, "இது வேல செய்யும்போது ஏற்பட்ட மரணம். போலீஸ்ல போய் ஒரு சர்டிபிகேட் வாங்கிட்டு வாங்க. பரிசோதனை பண்ணலாம்" என்றார்கள்.

அந்த டாக்ஸி, பிணத்துடனும், பிணம்போல் இருந்த அன்னவடிவோடும், போலீஸ் நிலையத்தைப் பார்த்து ஓடியது. வழியில், சுந்தரம் இறங்கிக்கொண்டான். முப்பது வயதில் ஐம்பதைத் தாண்டியவன் போல் பேசினான். "நீங்க போலீஸ் ஸ்டேஷனுக்குப் போங்க. நான் இதோ பின்னாலேயே ஒரு ஆட்டோவுல வந்துடுறேன்" என்று சொல்லிவிட்டு, பதிலுக்குக்

காத்திராமல், ஒரு டெலிபோன் கூண்டைப் பார்த்துப் போனான்.

போலீஸ் நிலையத்திற்குள் டாக்ஸி நின்றதும், அன்னவடிவை, சித்தாள் பெண் கைத்தாங்கலாகப் பிடித்தபடி உள்ளே கூட்டிக்கொண்டு போனாள். "இந்தம்மாதான் அன்னவடிவா?" என்று சொன்ன கான்ஸ்டேபிளைப் பார்த்து, இன்ஸ்பெக்டர் கண்களால் எரித்தார்.

இன்ஸ்பெக்டர் எந்தவித சலனமும் இல்லாமல் பேசினார்.

"என்ன நடந்தது?"

பெயின்டர் பெருமாள் விளக்கினார்.

இன்ஸ்பெக்டர் தீவிரமாகச் சிந்திப்பதுபோல் முகத்தைச் சுழித்தார். பேப்பர் வெயிட்டை உருட்டினார். தோள்பட்டையில் மின்னிய ஸ்டார்களை ஊதிவிட்டுக் கொண்டார். பிறகு ஒரு காகிதத்தை எடுத்து "இந்தாம்மா இதுல ஒரு கையெழுத்துப் போடு. போடத் தெரியுமா?" என்றும் கேட்டார். அவர் நீட்டிய காகிதத்தை ஒன்றும் புரியாமல் அன்னவடிவு பார்த்தபோது, ரைட்டர், அவள் கையில் பேனாவைத் திணித்தார். அவள் ஏதோ கோடுகள் போட்டாள். இன்ஸ்பெக்டருக்குத் திருப்தி. பிறகு ரைட்டரிடம் எதையோ சொன்னார். அவர், எதையோ சொல்லச் சொல்ல அவர் அதையே எழுதினார். எழுதியதில் கையெழுத்துப் போட்டு இன்ஸ்பெக்டர் கான்ஸ்டபிளிடம் நீட்டினார்.

வேலு என்ற பெயரிழந்த பிணத்தோடு போன டாக்ஸி, கான்ஸ்டபிளோடு அருகே உள்ள ஆஸ்பத்திரிக்கு விரைந்தது. யார் யாரிடமெல்லாமோ கையெழுத்து வாங்கினார்கள். அத்தனையும் முடிந்த பிறகு வேலு என்ற பிணம் பிணக் கிடங்கிறகுக் கொண்டு போகப்பட்டது. அவனைத் தூக்கும்போது மட்டும் அன்ன்வடிவு மெல்ல முனங்கினாள்.

"என் ராசா. காலையில்தான ஒனக்காக என்னை ஏங்க வைப்பேன்னு சொன்னியே! அசையாம இருப்பேன்னு சொன்னே. அது மாதிரி ஆயிட்டே.... ஆயிட்டே."

அன்னவடிவின் ஒப்பாரிக்கு ஒத்துப்பாட ஆஸ்பத்திரியில் யாருமில்லை. வாழ்நாள் முழுவதும் உழைப்புத் தவிர ஒன்றும் புரியாமல் போன ஒரு மனிதப் பிணத்திற்கு அங்கே மரியாதை

இல்லை. மரியாதை கிடக்கட்டும்; அவமானமாவது இல்லாமல் இருக்கலாம். ஏதோ கரிமூட்டையைத் தூக்கிப் போடுவதுபோல் அவனைத் தூக்கிப்போட்டு விட்டு, "நாளைக்கு வந்து பிணத்தை வாங்கலாம்'' என்றார்கள். பிரியும் போது கான்ஸ்டபிள் கையைச் சொறிந்தார். பெயின்டர் பெருமாள் என்ன நினைத்தாரோ தெரியவில்லை. அவர் கைக்குள் ஒரு ஐந்து ரூபாய் நோட்டைத் திணித்துவிட்டு 'ஒங்க சகாயத்துக்காகக் கொடுக்கல சார். ஒரு தொழிலாளி சாகும் போது ஒருவனுக்குக் கஞ்சி ஊத்துவான்னு காட்டுறதுக்காகத்தான் கொடுத்தேன் பேஷா வச்சுக்கோ" என்றபோது போலீஸ்காரர் சிரமப்பட்டார். வாங்கியதை வைக்கவும் முடியவில்லை. கொடுக்கவும் இயலவில்லை.

அந்தப் பிணத்தைப் போட்டுவிட்டு டாக்ஸி திரும்பியது. கான்ஸ்டபிள் இறங்கிக் கொண்டார். சிறிது நேரம் போனதும் பெயின்டர் பெருமாள் இறங்கப் போனார். சிறிது யோசித்துவிட்டு, கையில் இருந்த ஐம்பது ரூபாயை சித்தாள் பெண்ணிடம் கொடுத்துவிட்டு, 'இன்ஸ்பெக்டர் அன்னவடிவான்னு கேட்டதில் இருந்தும், அவசர அவசரமாய் கையெழுத்து வாங்குனதில் இருந்தும் ஏதோ சூழ்ச்சி நடக்கிற மாதிரி தெரியிது. வழில இறங்குன சுந்தரம் வரவே இல்லை. நான் நம்ம சங்கத்துக்குப் போயிட்டு வாரேன். அன்னவடிவை பத்திரமாய் இறக்கிவிடு. அன்னம், கவலைப்படாதேம்மா! நம்ம காலம் வாரது வரைக்கும் நமக்கு காலன் எப்போ வேணுமுன்னாலும் வரலாம்.' என்று சொல்லியபடியே கண்களைத் துடைத்தபடி நகர்ந்தார்.

அன்னவடிவு, வேலு கிடந்தது மாதிரியே சித்தாள் பெண் மடிமீது கிடந்தாள். நிலை குத்திய பார்வை; மூச்சற்ற நிலைமை; ஏங்கி ஏங்கி விம்மும் மார்பு.

அந்தக் குடிசைப் பகுதிக்கு டாக்ஸி வந்ததும் எல்லோரும் சூழ்ந்து கொண்டார்கள். தாயம்மா வீட்டில் சொல்ல முடியாத கூட்டம். அன்னவடிவை பல பெண்கள் கைத்தாங்கலாக இறங்கியபோது, எங்கிருந்தோ வந்தவன் போல் தாயம்மாவின் மகன் கோவிந்தன் ஓடி வந்தான். அன்னவடிவின் கைகளைப் பிடித்துக் கொண்டு "அக்கா! அக்கா... மாமா போனவரு வரமாட்டாருக்கா, நானு ஒன்ன கூடப்பிறந்த பொறப்பா

ஒருநாள் போதுமா?

கவனிச்சுக்கிறேன். அக்கா! என்று சொல்லிவிட்டு டாக்சியிலேயே தன் தலையை வைத்து மோதினான்.

அன்னவடிவு அந்த உடன்பிறவாப் பிறப்பை உற்றுப் பார்த்தாள். துக்கம், இயலாமை கரைகளை உடைத்து, வெள்ளப் பெருக்கோடு வெளிப்பட்டது. அவள் ஒப்பாரியாய் ஓலமிட்டாள்.

"என் ராசா! என் சீமைத்துரையே! ஓம்ம மச்சினன் சொல்லுறதை ஒருதடவை வந்து கேட்டுட்டுப் போவும். ஒரு தடவையாவது வந்துடும்! வரமாட்டீரா? வரமாட்டீரா?

7

இரவு எட்டு மணி இருக்கும்.

காண்டிராக்டர் நாயகம் சுழல் நாற்காலியில் உட்கார்ந்திருந்தார். இன்னும் இரண்டு மூன்று பேர் ஸோபா செட்டில் ஒடுங்கிப் போய் உட்கார்ந்திருந்தார்கள். 'வலதுகை' சுந்தரம் பௌவ்வியமாக ஒரு நாற்காலியில் சாயாமல், அதன் முனையில் உட்கார்ந்திருந்தான். அவனைப் பார்த்து ''அவ்வளவு ரூபாய் செலவாயிட்டா?'' என்று நோட்டம் போட்டு நாயகம் கேட்டபோது, "நாங்க உள்ளே வரலாமா?" என்ற குரல் கேட்டது. பெயிண்டர் பெருமாளுடன் நான்கைந்து பேர் வந்திருந்தார்கள். அவர்களில் ஒருத்தி பெண். முப்பது வயதிருக்கலாம். கழுத்திலும் காதிலும் அணிகலம் ஏதும் இல்லாதவள். அதுவே அவளுக்கு அணியாக இருந்தது.

நாயகம் அவர்களை உட்காரச் சொல்லுமுன்னாலேயே, அவர்கள்

உட்கார்ந்தார்கள். பிறகு அந்தப் பெண் "நாங்க கட்டிடத் தொழிலாளர் சங்க நிர்வாகிகள்" என்று சொன்னபோது "அடடே, அப்படியா?" என்று சொல்லிவிட்டு பிறகு, "சுந்தரம், ஏதாவது காபி, கீப்பி வாங்கிட்டு வா" என்று கண்ணடித்துப் பேசினார். அதை அந்தப் பெண் கவனித்தாலும், கேட்கவில்லை. எப்படிக் கேட்பது? கண்ணடிப்பது அவர் உரிமை; காபி வாங்கப்போவது அவன் கடமை.

அந்தப் பெண் எடுத்த எடுப்பிலேயே பேச்சைத் துவக்கினாள்.

"இன்னைக்கு, ஒங்களிடம் வேலை பார்த்த வேலு இறந்ததுக்கு நஷ்ட ஈடு பற்றிப் பேச வந்திருக்கோம்."

விநாயகம் குழைந்தார்.

"மொதல்ல... காபி சாப்பிட்டுப் பேசலாமா?"

"இழவு நடந்திருக்கும்போது நாங்க எதுவும் சாப்பிட விரும்பல. வேலுவோட மனைவி கர்ப்பிணிப் பெண். இன்னும் இரண்டு மாதத்துல அவங்களால வேலை பார்க்க முடியாது. தகப்பன் இல்லாமப் பிறக்கப்போற பிள்ளைக்கு ஒருவழி பண்ணணும். அந்த அம்மா வாழறதுக்கும் ஒருவழி பண்ணணும்."

விநாயகம் சுழல் நாற்காலியில் இருந்து எழுந்து அவர்களுக்கு அருகே இருந்த நாற்காலியில் உட்கார்ந்து கொண்டார். பிறகு கண்களை எப்படியோ கலங்கவைத்துக் கொண்டார். தலையைக் கவிழ்த்துப் போட்டுக்கொண்டார். மெல்ல துக்கம் தாளாமல் விக்கிப் பேசினார்.

"ஒங்களுக்குப் பணம் வேணுமேன்னு கவலை. எனக்கு அநாவசியமாய் ஒரு உயிரு போயிட்டேன்னு கவல. எப்படி வேல பார்க்கிற வாலிபன் தெரியுமா? நீங்க நம்புனாலும் சரி. நம்பாட்டியும் சரி, என்னால மத்தியானம் சாப்பிட முடியல. மனுஷன்னா அவனுல்லா மனுஷன். அந்த மாதிரி வாலிபனை இனிமேல் பார்க்கவே முடியாது."

"பார்க்கமுடியாதுன்னு எங்களுக்கும் தெரியும். அதனால்தான் நீங்களும் துக்கம் தாங்கமுடியாமல் தவித்து கட்டிட வேலை நடக்கறதப் பார்த்தாவது கவலய மறக்கலாமுன்னு எல்லாத் தொழிலாளிங்களையும் வேல பார்க்கச் சொல்லி இருப்பீங்க!

இதோ இப்போ கூட, மின்சார வெளிச்சத்தில் பலர் வேல பாக்கிறாப்போல இருக்கு. அதுகூட.... வேலு செத்த கவலயில... ராத்திரிக்குத் தூக்கம் வராமத் தவிக்காமல்... இப்படியாவது வேல நடக்கறதப் பார்த்து, கவலய மறக்கத்தான் அப்படி ஏற்பாடு செய்திருக்கீங்கன்னு நினைக்கேன்."

திடீரென்று, போலீஸ் வேன் உள்ளே வந்தது. ஏழெட்டு ஜவான்கள் லத்திக் கம்போடு, உள்ளே வந்தார்கள். என்னமோ ஏதோவென்று வந்தவர்கள், சுமூகமான நிலையைப் பார்த்துவிட்டு, தங்கள் முகத்தை சுருக்கிக் கொண்டார்கள். விநாயகத்தின் முகம் இப்போது இறுகியது. சுந்தரம், ஏதும் தெரியாதவன் போல், சர்வர் கொண்டு வந்த காபி டம்ளர்களை நீட்டினான். அந்தப் பெண் அமைதியாகப் பேசினாள்.

"நாங்க... வன்முறைக் கூட்டமில்லை... இந்த சமூக அமைப்பை உதைக்காமல், உங்களை உதைக்கிறதுல அர்த்தமில்ல என்கிறத தெரிஞ்சவங்க. போலீஸ கூப்பிட்டிருக்கவேண்டாம். அவங்க வந்ததுனால தப்புமில்ல... ஒங்ககிட்ட இருந்து எங்களுக்கும் பாதுகாப்பு வேண்டாமா?"

விநாயகம் அதட்டலாகக் கேட்டார்:

"இப்போ என்ன வேணும்?"

"அதுகூட சொல்லித்தான் தெரியணுமா? இறந்தவர் குடும்பத்துக்கு நஷ்டஈடு தரணும்... பிளேன்ல இறங்கிறவனுக்கு ஒரு லட்சம் ரூபாய் நஷ்ட ஈடு... ஆனால் பிளேன் மாதிரி அந்தரத்தில் நின்று வேலை பார்த்து, கீழே விழுந்தவனுக்கு எதுவுமில்லன்னா... அது அனர்த்தம். இதுக்கு அர்த்தம் கண்டுபிடிக்கத்தான் வந்திருக்கோம்."

"முதல்ல... நீங்க ஒண்ணு தெரிஞ்சுக்கணும்... வேலு என்னுடைய எம்பிளாயி இல்ல..."

பெயிண்டர் பெருமாள் இடைமறித்தார் :

"மஸ்டர்ரோல்ல... அவரோட பேரு இருந்துதே? பெயிண்ட் எடுக்க வந்தப்போ நானே பார்த்தேன்."

"நீங்க ஆயிரம் பார்ப்பீங்க. அதுக்கு நான் பொறுப்பில்ல. இந்தாப்பா சுந்தரம், மஸ்டர்ரோல எடு... உம் இந்தாங்க. நீங்களே பாருங்க."

மஸ்டர்ரோலில், வேலுவின் பெயரைக் காணவில்லை. அந்தப் பெயரை அடித்து எழுதிய அடையாளம் கூட இல்லை. பெருமாள் கோபத்தில் துடித்தார். அந்தப் பெண் சற்று காரமாகப் பேசினாள்.

"ஒங்களால... எது வேணுமின்னாலும் செய்ய முடியுமுன்னு எங்களுக்குத் தெரியும்... எல்லாக் கட்சிக்கும் நீங்க நன்கொடை கொடுக்கிறவங்கன்னும் ஊர் உலகத்துக்கே தெரியும். எங்களுக்கு அதைப் பற்றிக் கவலையில்லை. அந்தக் குடும்பத்துக்கு நஷ்ட ஈடு தரணும் அவ்வளவுதான்."

"ஏதோ பெண்ணாச்சேன்னு இரக்கப்பட்டுக் கேட்டால், ஒரேயடியாகப் பாயுறீங்களே! அவன் என்னோட எம்பிளாயி இல்ல. எந்த மேஸ்திரி கூட்டிட்டு வந்தானோ எனக்குத் தெரியாது. இன்னும் சொல்லப்போனால், லட்சக்கணக்கான முதல் போட்ட என் வேல நின்னுப் போனதுக்கு செத்தவன்தான் நஷ்டஈடு தரணும். ஏதோ போனால் போகுது. இழவுச் செலவுக்கு நூறு ரூபாய் தர்மம் பண்ணலாமுன்னு நினைச்சால், ஒரேயடியாய்க் குதிக்கிறீங்க! ஒங்களால ஆனதைப் பாருங்க!"

"இதை எதிர்பார்த்துதான் நாங்க வந்தோம். எங்கே சந்திக்கலாமோ அங்கே சந்திக்கலாம்."

"ஊரில் இருக்கவன் எல்லாம் மாரடைப்பால் சாவான். அதுக்கெல்லாம் நான் பொறுப்பேற்கணுமா?"

"நாட்ல அரசாங்கம் இருக்குகுதுன்னு, ஒங்களுக்கு தெரியுமோ தெரியாதோ எங்களுக்குத் தெரியும். வேலு மாரடைப்புல சாகல; சிமெண்ட் மூட்டைய அளவுக்கு மீறி தூக்குனதால் கழுத்துப் பிசகி, தொண்டை நரம்பு அறுந்து இறந்திருக்கார். நாளைக்குப் பிரேத பரிசோதனை ரிப்போர்ட்ல எல்லா சமாச்சாரமும் தெரியும். ஓங்க சுந்தரம், டாக்ஸியிலிருந்து இறங்கி உங்களிடம் கள்ளத்தனமாக போன் பேசியதும், நீங்க இன்ஸ்பெக்டருக்கோ அல்லது உள்ளூர் தலைவருக்கோ போன் போட்டதும் தெரியும். எங்க ஆட்கள் எல்லா இடத்துலயும் இருக்கிறதை மட்டும் மறந்துடாதீங்க."

"சரி, இப்போ என்ன பண்ணணுமுன்னு நினைக்கீங்க?"

"அது உங்க கையில இருக்கு."

"என் கையில இருந்து நயாபைசா புரளாது. வேணுமுன்னால் தர்மமாய்..."

அந்தப் பெண் எழுந்தாள். அவளைத் தொடர்ந்து, கூட வந்தவர்களும் எழுந்தார்கள். நாயகம், பெயின்டரைப் பார்த்து 'நாளைக்கு வேலைக்கு வந்தால் ஒன் காலை ஒடிச்சுடுவேன்', என்று மிரட்டப்போனார். பிறகு இது சொல்லாமல் செய்யவேண்டிய காரியம் என்று நினைத்து, மழுப்பலாகச் சிரித்தபடி வழியனுப்பி வைப்பவர் போல் எழுந்தார்.

அந்தப் பெண்ணும், இதர ஆடவர்களும், வெளியே வந்தார்கள். அவள் பெயிண்டரைப் பார்த்து, "நாங்க நேராய் போலீஸ் ஸ்டேஷனுக்குப் போய் வெள்ளைக் காகிதக் கையெழுத்து விவகாரத்தைக் கவனிக்கப் போகிறோம். நீங்க அன்னவடிவை டாக்ஸியில் கூட்டிக்கிட்டு ஸ்டேஷனுக்கு வாங்க. சீக்கிரமாய் வாங்கோ" என்றாள்.

போலீஸ் நிலையத்தில், இரண்டு கான்ஸ்டபிள்களையும் ரைட்டரையும் தவிர, வேறு யாருமில்லை. 'லாக்கப்பில்' நான்கைந்துபேர் வேர்க்க விறுவிறுக்க நின்றார்கள்.

படியேறி வந்தவர்களைப் பார்த்து, ரைட்டர், "ஒங்களுக்கு என்ன வேணும்?" என்றார் அதட்டலாக. இப்போது அந்தப் பெண் பேசவில்லை. அவருடன் வந்த ஒரு இளைஞர் பேசினார்:

"நான் அட்வகேட்... ஒங்க இன்ஸ்பெக்டரைப் பார்க்கணும். எப்போ வருவார்?"

"எப்போன்னு சொல்ல முடியாது. ஒங்களுக்குத்தான் தெரியுமே சிட்டில போலீஸ்காரன்பாடு. என்ன விஷயம்?"

"ஒண்ணுமில்ல. மத்தியானம் புருஷனைப் பறிகொடுத்த பெண் கிட்ட ஒங்க இன்ஸ்பெக்டர் துக்கம் விசாரித்தாராம். அதாவது ஒரு வெள்ளைக் கடுதாசில கையெழுத்து வாங்குனாராம். என்ன விபரமுன்னு கேட்க வந்தோம். இப்பத்தான் அவரு இல்லியே. நேரா கமிஷனர் கிட்டப் போகப் போறோம்."

ரைட்டர் யோசித்தார். தனிப்பட்ட முறையில் 'இன்ஸ்பெக்டர் நல்லா மாட்டிக்கிட்டான்' என்று மகிழ்ந்தவர் போல் காணப்பட்டார். பிறகு வேலூரில் எடுத்த பயிற்சி நினைவுக்கு

வந்து, இலாகா விசுவாசம் மேலோங்க "இருங்க. போன்ல செக்கப் பண்றேன்" என்றார்.

வந்தவர்கள் உட்கார்ந்தார்கள்.

ரைட்டர் எங்கேயெல்லாமோ தொடர்பு கொண்டார். கால் மணி நேரத்திற்குப் பிறகு "இதோ வந்து விடுவார். உட்காருங்க..." என்றார்.

"நிச்சயமாகவா?" என்றார் அட்வகேட்.

"நிச்சயமாய்... கனமான பார்ட்டின்னு சொல்லியிருக்கேன்."

"கனமான பார்ட்டின்னா? பார்ட்டிங்களெல்லாம் வித்தியாசமா? குற்றங்கள்ளதான் வித்தியாசம் இருக்கும்."

ரைட்டர் சங்கடத்தோடு சிரித்தார். ஒரு மணி நேரத்திற்குப் பிறகு, இன்ஸ்பெக்டர் மோட்டார் பைக்கில் வந்து இறங்கினார். வேகமாக உள்ளே வந்து தன் இருக்கையில் அமர்ந்தார். பிறகு லாக்கப்பில் இருப்பவர்களைப் பார்த்து, "வேட்டியை இழுத்து நேராய்ப் போடேண்டா சோமாறி" என்றார். ரைட்டரைப் பார்த்து, "அந்தப் பாவி எங்கேய்யா போயிட்டான்" என்று கத்தினார். ஒருவித பயப் பிரம்மையைத் தோற்றுவிக்கும் அந்தப் போலீஸ் டெக்னிக்கைப் புரிந்து வைத்திருந்த அட்வகேட் சிரித்தபடி, தன்னை அறிமுகப்படுத்திக் கொண்டார். அட்வகேட் என்றதும் இன்ஸ்பெக்டருக்கு சிறிது நாடி தளர்ந்தது.

"என்ன விஷயம் சார்?"

"மத்தியானம் அன்னவடிவு என்கிற சித்தாள் பெண்கிட்ட வெள்ளகாகிதத்தில் ஒரு கையெழுத்து வாங்கினீங்களாம். இதோ அந்தம்மாவே வந்துட்டாங்க."

டாக்ஸியில் இருந்து இறங்கிய அன்னவடிவை இரண்டு பெண்கள் கிட்டத்தட்ட தூக்கிக் கொண்டே வந்தார்கள். ஒருவர் தன் நாற்காலியில் இருந்து எழுந்தார். அன்னவடிவை கூடவந்த சித்தாள் பெண்கள் அதில் உட்கார வைத்தார்கள். அவள் அங்கு இருப்பவர்களையோ, தான் இருப்பதையோ கவனிக்காதது போல், சூன்யத்தைக் காட்டுவது போல் கண்கள் சுடரிழந்து தோன்ற, நாற்காலியில் சாய்ந்து கொண்டாள்.

அட்வகேட், விஷயத்தோடு கேட்டார்.

“இந்தப் பாவப்பட்ட அம்மாவப் பாருங்க. இன்ஸ்பெக்டர்! நீங்க கூட இப்படிக் கஷ்டப்பட்ட அம்மா வயித்துலேதான் பிறந்திருப்பீங்க. இந்த அம்மாகிட்ட வெற்றுக் காகிதத்தில் கையெழுத்து வாங்கலாமா?”

இன்ஸ்பெக்டர் மழுப்பினார்.

“எனக்குத் தப்புப் பண்றதா தோணல. இந்தம்மா ஹஸ்பெண்ட மாரடைப்பில் செத்துட்டதா பஞ்சாயத்தார் முடிவு பண்ணுனாங்க. அதை கன்பர்ம் பண்ண, கையெழுத்து வாங்குவேன். அது என் டூட்டி...”

“டூட்டின்னா விஷயத்தை விளக்காமல் மொட்டக் கையெழுத்து வாங்கறதா?”

“அந்தம்மா இருந்த துக்கத்துல அவங்களுக்குத் தெரிஞ்சதையே சொல்லி மேலும் துக்கப்படுத்தாண்டாமுன்னு வாங்கினேன். மொதல்ல பிணத்த எடுத்து அடக்கம் பண்ணுங்க ஸார். அது ஒரு மனிதனோட பிணமுன்னு நினையுங்க. மற்ற விவகாரம் அப்புறம்.”

இப்போது அந்தப் பெண் வெடித்தாள் :

“இந்த விவகாரத்துலதான் மற்ற விவகாரமே இருக்கு. அந்தம்மா புருஷன் மாரடைப்புல சாகல; சிமெண்ட் மூட்டை பிடறி நரம்புல பட்டதுல இறந்துட்டார். இதுக்கு, நீங்க உதவாட்டாலும் உபத்திரவம் செய்யாமயாவது இருக்கணும்.”

“நீங்க பேசறது நல்லா இல்ல மேடம்.”

“நீங்க வெறுங்காகிதத்தில் கையெழுத்து வாங்குனதுதான் நல்லா இல்ல. வேலுவை மாரடைப்புல இறந்ததாய் முடிவு பண்ணூன பஞ்சாயத்தார் கையெழுத்த நாங்க பார்க்கலாமா?”

“நீங்க கேட்டதை எல்லாம் காட்ட முடியுமோ? எங்களுக்கும் ரூல்ஸ் அண்ட் ரெகுலேஷன்ஸ் இருக்கு.”

“நாட்ல எல்லாப் பிரிவுக்குமே இருக்கு. ஆனால் இந்தப் பாவப்பட்ட கட்டிடத் தொழிலாளருங்களுக்குத்தான் ஒன்றுமில்ல. அனாதைய்யா உழைத்து, அனாதையா விழுந்து...”

“இது என்னோட இலாகா இல்ல மேடம்... தொழிலாளர் நலத்துறை கவனிக்க வேண்டிய விவகாரம்.”

"ஓங்க இலாகாவையே நீங்க ஒழுங்காய் கவனிச்சால் போதும் சார். இதோ... இந்த... இரண்டு லேடீஸும் விபத்து நடந்த இடத்துல இருந்திருக்காங்க. இதோ... இவர் பெயர் பெருமாள். இவரும் இருந்திருக்கார். இந்தப் பஞ்சாயத்தார் கிட்டேயும் கேளுங்க சார்..."

"என்ன மேடம் இது? நாயகம் ஒரு பஞ்சாயத்தாரைச் சொல்றார். நீங்க ஒண்னச் சொல்றீங்க. கடைசில எனக்குத்தான் பஞ்சாயத்து இல்ல. பேசாம மொதல்ல பிணத்த எடுத்து நல்லவிதமாய் அடக்கம் செய்யுறதை விட்டுப்புட்டு... நான் இதுல என்ன பண்ண முடியும்?"

"நீங்க என்ன பண்ணுறீங்களோ தெரியாது. நாங்க என்ன பண்ணுவோம் என்கிறதை மட்டும் சொல்லிடுறோம். நாங்க பயாப்ஸி ரிப்போர்ட் சரியா கிடைக்குமுன்னால பிணத்தை எடுக்கப் போறதில்லை. நாளைக்குக் கட்டிடத் தொழிலாளர் ஆயிரக்கணக்கில் இங்கே வந்து நியாயம் கிடைக்கும்வரை அமைதியாய் போராடப் போகிறோம். சாகும்வரைகூட உண்ணாவிரதம் இருந்தாலும் இருக்கலாம்..."

இன்ஸ்பெக்டர் தீவிரமாக யோசித்தார். முன்விளைவுகளையும் பின்விளைவுகளையும் சீர்தூக்கிப் பார்த்தார். இறுதியில் "ஆல்ரைட்! பயாப்ஸி ரிப்போர்ட் வரட்டும். அதன்படி ஆக்ஷன் எடுக்கலாம்" என்று சொல்லிவிட்டு ரைட்டரைப் பார்த்தார். அவர் வெள்ளைக் காகிதத்தை அவர்களிடம் காட்டிவிட்டுக் கிழித்துப் போட்டார்.

நிர்வாகிகளும் இதர தொழிலாளர்களும் அன்னவடிவை அனுதாபமாக நோக்கியபடியே காம்பவுண்டுக்கு வெளியே வந்தார்கள். திடீரென்று பெயிண்டர் பெருமாள் ஒரு யோசனை சொன்னார்.

"நம்ம தொகுதி எம்.எல்.ஏ.யையும் கட்சித் தலைவர்களையும் பார்த்து நியாயம் கேட்கலாம்."

எல்லோரும் அவர் சொன்னதை ஒப்புக் கொண்டு முதலில் எம்.எல்.ஏயைப் பார்த்தார்கள். அவர் அன்னவடிவைப் பார்த்ததும் அழுதுவிட்டார். கண்களைக் கூடத் துடைத்துக் கொண்டார். பிறகு "அடடே! நாயகமா? நல்ல மனுஷனாச்சே, நான் சொல்லி நஷ்ட ஈடு வாங்கித் தாறேன்" என்று சொல்லிக்

சு. சமுத்திரம்

கொண்டே நாயகத்தை அப்போதே பார்க்கப் போகிறவர்போல் காரில் ஏறினார். கார் நாயகம் வீட்டுக்கு எதிர்த்திசையில் போனது.

நிர்வாகிகள் சளைக்கவில்லை. ஒருசில தலைவர்களைப் பார்த்தார்கள். ஒரு சிலர் 'தனி மனித விவகாரம், தலையிட முடியாது' என்றார்கள். இன்னும் சிலர் தட்டிக் கழித்தார்கள். ஒருவர் நாயகத்துக்கே வக்காலத்து வாங்கிப் பேசினார். நாயகம் கொடுத்த நன்கொடைகளின் கனபரிமாணத்திற்கு ஏற்ப, அவர்களின் சுருதியில் ஏற்ற இறக்கம் இருந்தாலும், அந்த சுருதி போட்ட அனுபல்லவி நாயகத்திற்கு உதவுவது மாதிரியே இருந்தது. கட்சிக்காரன் என்று ஒருவர் நழுவ, சக காண்டிராக்டர் என்று இன்னொருவர் நழுவ, நள்ளிரவு நழுவியது தான் மிச்சம். அவர்களைப் பார்த்து தெருநாய்கள் குலைத்ததுதான் சொச்சம். 'என்ன விபரம்' என்று பொறுமையாய்க் கேட்க மனமில்லாதவர்களாய், ஏதோ தலைபோகிற அவசரத்தில் துடிப்பவர்கள் போல், அவசர அவசரமாகக் கேட்கும் தலைவர்களிடம் எதைச் சொல்வது? வாய்தான் வலிக்கும். கால்தான் நோகும்.

வாய் வலித்தது. கால் நோவெடுக்க, தொழிலாளர்கள் அன்னவடிவை, அவள் குடிசையில் கொண்டு வந்து விட்டார்கள். "கவலைப்படாதீங்கம்மா. நீங்க அனாதையில்ல... நாங்க இருக்கிறோம்" என்று எல்லோருக்கும் சேர்த்துச் சொல்வது போல், அந்தப் பெண் சொன்னாள்.

அன்னவடிவு, அவர்களையே பார்த்தாள். கட்டிடத் தொழிலாளர் சங்கத்தில் உறுப்பினராக உள்ள அவளுக்குப் பரிச்சயமான அத்தனை பேரும் இருந்தார்கள். ஆனால் வேலுவைத்தான் காணவில்லை.

அன்னவடிவு, அந்தக் கூட்டத்தில், அவனைத் தேடுவது போல் உற்றுப் பார்த்தாள். ஓயாது பார்த்தாள். பிறகு யதார்த்தத்தை உணராமல் தேடிய கண்களைத் தண்டிப்பவள் போல் அவற்றை மூடிக்கொண்டாள்.

173

8

எல்லோருக்கும் பொதுவாகத்தான் பொழுது விடிந்தது. ஆனால், தினமும் விடியும் அந்தப் பொழுது அன்னவடிவுக்கு வேறு விதமாகத் தோன்றியது. கோழிகள் மாரடித்தன. குழாய்ச் சத்தம் ஓலமாயின. அந்தக் குடிசையே மயானமானது.

அன்னவடிவு நிலையிழந்ததால், நினைவு இழந்து, கிடந்தாள். சில பெண்கள் அவள் காதில் சுக்கு வைத்து ஊதினார்கள். ஒருத்தி, வலுக்கட்டாயமாக அவள் வாயில் கஞ்சியை ஊற்றினாள். இன்னொருத்தி, அவிழ்ந்த புடவையைக் கட்டி விட்டாள்

அன்னவடிவு படுத்துத்தான் கிடந்தாள். 'எழுந்திரு பிள்ள என்று சொல்பவன் எழமுடியாமல் போய்விட்டான். 'என் ராசாத்தி! நான்தான் ஒன்னை தூக்கி விடுவேனாம்' என்று படுத்துக் கிடந்தவனைத் தூக்கி விடுபவனைத் தூக்கி வர, ஆட்கள் போய்விட்டார்கள்.

'டாக்ட்ருங்க, கழுத்து பிசகனுதுலதான் இறந்திருக்கார். மாரடைப்பு கிடையாதுன்னு ரிப்போர்ட்ல எழுதியிருக்காங்களாம். நம்ம சங்கத்துக்கு பயந்துதான் டாக்டருங்க நியாயமா எழுதியிருக்காங்க. இந்த காண்டிராக்டர் பயல சும்மா விடப்படாது' என்று வெளியே அடிப்படும் பேச்சு அவள் காதில் விழுந்தது. 'என்ன எழுதி என்ன செய்ய? என் ராசா போனவர் போனவர்தான். அவர ஆரால கொண்டு வர முடியும்?"

நீர் கோர்க்கும் கண்களோடு, நினைவுகள் கலக்கும் நெஞ்சோடு அவள், நெடுஞ்சாண்கிடையாய்க் கிடந்தபோது, ஒருவர் உள்ளே வந்தார். முதலில் பிளாட்பாரத்தில் அவளையும் அவள் கணவரையும் உதறிவிட்டபடி நடந்தாரே அந்த 'உள்ளூர் மாமா'தான் - நாயகத்தின் நண்பர். விவகாரம் பெரிதாகலாம் என்பதை இன்ஸ்பெக்டர் நடுநிலையோடு இருக்க விரும்புவதில் இருந்து புரிந்து கொண்ட நாயகம், அன்னவடிவுக்கு சொந்தக்காரர் யாராவது உண்டா என்று 'ஆய்வு' செய்தார்.

நல்ல வேளையாக, அன்னவடிவின் மாமாவே அவருக்கு நண்பர். பலவிதத்தில் பிளாக் மார்க்கெட்டுகளில் இருந்து பிராஸ்டிடூட்டுகள் வரைக்கும் இருவருக்கும் உறவுண்டு. கோர்ட்டுக்கு வேலுவின் விவகாரம் போனால் கள்ளத்தனமாக சிமெண்ட் மூட்டைகளை 'பிளாக்கில்' விற்றது வெளிச்சத்துக்கு வரலாம். நாயகம் பயந்து நண்பரை நாடினார். இந்த நண்பருக்கும் ஒரு ஈடுபாடு நாயகத்திடம் இருந்தது. 'பிளாக்கில்' சிமெண்ட் வாங்கி, 'டார்க் பிளாக்கில்' விற்கும் வாடிக்கையாளர்களில் அவரும் ஒருவர். அந்த லாரியில் விழுந்த மூட்டைகளில் இருபது இவருடைய வீட்டிற்குள் இருக்கிறது. விவகாரம் தனக்கும் தலைவலியாகிவிடக் கூடாதென்று, அவர் உபதேசியாகவும் உபகாரியாகவும் வந்தார்.

அன்னவடிவு, தலையைத் தூக்கி அவரை ஏறிட்டுப் பார்த்துவிட்டு, மீண்டும் தன் தலையைத் தரையில் போட்டபோது, அவர் பக்குவமாகப் பேசினார். அவளை ஓரக்கண்ணால் பார்த்தபடி, தேள் கொட்டுவதுபோல சூள்கொட்டிப் பேசினார்.

"விஷயத்தைக் கேள்விப்பட்டதும் மாமாவுக்கு கையும் ஓடல காலும் ஓடல. ஒன்னை எப்படி தேத்துறதுன்னும் புரிய

மாட்டக்கு. நேரா அந்த நாயகத்துக்கிட்டே போனேன். நாயப் பேசுனது மாதுரி பேசினேன். "யாரோட பிள்ளன்னு நினைச்சடா?" கோர்ட்டுக்கு என் மருமகள் வரமாட்டாள். நான்தான் வருவேன்னு மிரட்டுனேன். பயந்துட்டான். 'ஆயிரம் ரூபாய் கொடுத்துடுறேன். விஷயத்த விட்டுடுங்கன்'னு கெஞ்சினான். அதோட ஒன்னத் தூண்டி விடுறவங்க தின்னிப் பயலுவ. ஒன்னை ஏவிவிட்டு அதுல பணம் பண்ணப் பாக்காங்க. அதனால நாயகமும் யோசிக்கான். ஆயிரம் ரூபாய் தந்துடுவான். ஆனால் ஒரு கண்டிஷன். நீ இந்த மெட்ராஸ்ல இருக்கப்படாதாம். ஒன்ன இந்தப் பயலுவ தூண்டிக்கிட்டே இருப்பாங்கன்னு பயப்படுறான். அவன் சொல்றதும் நியாயம் மாதுரிதான் எனக்குப் படுது."

அன்னவடிவு, தலையை சிறிது உயர்த்தி, சுவரில் சாய்ந்தபடி அவரையே பார்த்தாள். மாமாவுக்கு மகிழ்ச்சி. சிறிது சத்தம் போட்டே பேசினார்.

"நம்ம நிலையையும் யோசிக்கணும். நீ அறியாப்பொண்ணு, சின்னஞ்சிறு வயசு. நாயகம் பொல்லாதவன். அடியாள் வச்சிருக்கான். பணம் வச்சிருக்கான். ஒன்னைக் கொலை பண்ணிவிட்டால்... கொலைகூட பரவாயில்லை. எங்கேயாவது தூக்கிட்டுப்போய் ஏதாவது பண்ணிவிட்டால் மாமாவால தாங்கமுடியுமா? இல்லன்னா இருபத்து நாலு மணிநேரமும் ஒனக்குக் காவலுக்குத்தான் இருக்க முடியுமா? உன் இஷ்டம்... பணம் வேணுமுன்னால் இப்பவே மாமா தாரென். அப்புறமாய் அவன்கிட்ட வாங்கிக்கிறேன். என்ன சொல்றே?நாமும் காலத்த அனுசரித்து நடந்துக்கணும் பாரு. என்ன சொல்றே?"

அன்னவடிவு எதுவும் சொல்லவில்லை. அவள் அருகே நின்ற ஒரு பெண்ணை தன்னருகே வரச் சொன்னாள். அவள் காதில் எதையோ சொல்லிவிட்டு, தலையைத் தரையில் சட்டென்று போட்டுவிட்டு, அவருக்கு முதுகைக் காட்டியபடி, சுவரோடு முகம் உரச, திரும்பிப் படுத்துக் கொண்டாள். அந்தப் பெண் அவரைப் பார்த்துக் கத்தினாள்.

"யோவ்! நீயும் ஒன் முகரக்கட்டயும், பேரமா பேசவந்தே? ஒன்னை மரியாதியா இடத்தக் காலி பண்ணும்படி அன்னவடிவு சொல்லச் சொன்னாள். இன்னுமா உட்கார்ந்திருக்கே?"

ஆனானப்பட்ட 'உள்ளூர் மாமா', திடுக்கிட்டு எழுந்தார். அந்தப் பெண்ணையே பார்த்துவிட்டு, பின்னர் வேகமாக வெளியேறினார்.

அரைமணி நேரத்திற்குப் பிறகு, சத்தம் கேட்டு, அன்னவடிவு திரும்பிப் பார்த்தாள்.

கோவிந்தன், செந்தழல் கண்களோடு, சிந்தும் மூக்கோடு, அவளையே பார்த்தபடி நின்றிருந்தான். அன்னவடிவு மெல்லக் கேட்டாள்.

"ஆஸ்பத்திரிக்குப் போனீயா? அம்மாவுக்கு எப்படி இருக்கு? விஷயத்தை சொன்னீயா?"

கோவிந்தன் சலிப்போடு சொன்னான்:

"போனேன். அம்மா சொல்றத வாங்குற நிலையில் இல்ல. இப்போ, தம்பி, அக்காவுக்கு ஆறுதல் சொல்றான். இன்னும் இரண்டு நாளையில, அக்கா, தம்பிக்கு ஆறுதல் சொல்றது வரும்."

அன்னவடிவு, கண்களை அகல விரித்தாள். கோவிந்தன் படபடவென்று பேசினான் :

"ரெண்டு நாளைக்கு மேல தாங்காது, வீட்டுக்கு தூக்கிக்கினு போன்னு ஆஸ்பத்திரில சொன்னாங்க. நானுதான் 'எங்க குடிசையில ரெண்டு பிணத்தை வைக்க இடமில்ல'ன்னு சொல்லிட்டு வந்துட்டேன்."

கோவிந்தன், அவளின் துக்கத்தைப் பகிர வேண்டிய சமயத்தில்தன் துக்கத்தை சுமத்தக்கூடாது என்று நினைத்தவன் போல் தன்னைக் கட்டுப்படுத்த முடியாதவனாய் வெளியே ஓடினான். அன்னவடிவு குப்புறப் படுத்தாள். இரண்டு கண்களில் ஒன்று இறந்தவனுக்காகவும், இன்னொன்று எப்போது எந்தச் சமயத்திலும் இறக்கப் போகிறவளுக்காகவும் குடமெடுத்தன. நெஞ்சு கொள்ளி போல் எரிந்தது. உடம்பு அஸ்திபோல் குழைந்தது.

அரைமணி நேரத்திற்குப் பிறகு அங்குமிங்குமாக வந்து போன கூட்டத்தில் பெயிண்டர் பெருமாள் வந்தார். அவள்

ஒருநாள் போதுமா?

எழுந்திருக்கப் போனபோது அவளைப் படுத்துக்கொள்ளும்படி கையசைத்தார். பிறகு எல்லோரையும் வெளியே போகச் சொல்லிவிட்டு தழுதழுத்த குரலில் பேசினார்.

“ஒன்கிட்ட ஒரு சமாச்சாரம் பேச வந்தேன் அன்னம். இந்தச் சமயத்துல பேசறது தப்புத்தான்; என்ன பண்றது, ஏழை எளியவங்களால கால நேரத்தப் பார்க்க முடியாது. தக்கபடிதான் நாம நடந்துக்கணும்.”

“ஒன்னோட சொந்தக்காரர் வந்து ஒனக்கு ஆயிரம் ரூபாய் தாரதாய் சொன்னதாய்க் கேள்விப்பட்டேன். விட்டுப் பிடிச்சால் ரெண்டாயிரமும் கிடைக்கும். நாட்ல அனாதையா இருக்கிறவங்க கட்டிடத் தொழிலாளர்களும் விவசாயக் கூலிகளுந்தான். இதுல நம்ம பொழப்பு சர்க்கஸ் பொழப்பு. நமக்கு இ.எஸ்.ஐ ஆஸ்பத்திரி இல்ல. அப்படி இருந்தா, இருந்தால் தாயம்மா அப்படி ஆகியிருக்கமாட்டாள். நமக்குன்னு சரியான சட்ட திட்டம் இல்ல. வேலைக்கு தக்கபடி நாம இயங்கணும். நமக்குத் தக்கபடி வேலை இயங்காது. சம்பளத்துலயும் விதிமுறை இல்ல. ஒன் புருஷன் மாதுரி விபத்துல இறந்தால் கேட்க நாதியில்ல. நாய் இறந்தாக்கூட கார்ப்பரேஷன் புதைக்கும். ஒடம்பை விக்கிற தாசியை விட உழைப்பை விற்கிற நம்ம பிழைப்பு மோசமான பொழப்பு.”

“இந்தப் போக்குக்காகத்தான் சங்கம் வச்சோம். ஒன் புருஷனோட சாவுல காண்டிராக்டர், சப்-காண்டிராக்டர், சர்க்கார் எல்லோருமே சம்பந்தப்பட்டிருக்கு. இப்போ டாக்டருங்களும் விபத்துல இறந்ததாய் எழுதிட்டாங்க. நாங்களே காண்டிராக்டரை மிரட்டி உருட்டி நஷ்ட ஈடு வாங்கித் தந்துடலாம்; அது பெரிய காரியமல்ல. ஆனால் இது ஒரு முன்னுதாரண கேஸாய் இருக்கதுனால... லேபர் கோர்ட்ல போய் வழக்கு போடலாமான்னு நினைக்கோம். இதுல ஒரு நல்ல தீர்ப்புக் கிடைச்சால் பலருக்குப் பலன் கிடைக்கும். எந்தத் தொழிலாளி குடும்பமும் அனாதையாகாது. ஒருவேளை கேஸ் தோற்றுப் போய்விட்டால் மேலும் பலமா போராடலாம்; விடப்போவதில்லை.

சங்கம் எடுத்த முடிவைத்தான் ஒன்கிட்ட சொல்றேன். நாங்களே மறியல் செய்து ரெண்டாயிரம் மூவாயிரம் ஒனக்கு

வாங்கித் தரட்டுமா? இல்ல லேபர் கோர்ட்டுக்குப் போகலாமா? இதுல ஒன் இஷ்டம் தான் முக்கியம். ஒனக்கு எந்த வகையிலும் உதவத் தயார். மறியலா, கோர்ட்டான்னு நீதான் உத்தரவு போடணும். இன்னொன்றையும் சொல்லிடுறேன். கோர்ட்டு, வழக்குன்னு முடிவெடுத்தா நீ மாசம் ஒரு தட, அப்புறம் வாரம் ஒரு தடவன்னு அலைய வேண்டியிருக்கும். ஏழைங்களுக்கு தீர்ப்பவிட வாய்த்தாக்கள்தான் எதிரிங்க. இப்படிப்பட்ட சிரமத்த சகிச்சாகணும். உனக்கு நஷ்டஈடு கிடைத்தாலும் உண்டு. கிடைக்காவிட்டாலும் உண்டு. அதே சமயத்தில் ஒன்னை நாங்க அனாதையா விடமாட்டோம். என்ன சொல்றே?"

அன்னவடிவு விம்மினாள் பெயிண்டர் பதைபதைத்து அவள் அருகே போனார். "என்னம்மா, என்ன சொல்லிட்டேன்? ஏன் அழுகிறே?" என்றார்.

அன்னவடிவு, விம்மலுக்கிடையே கேவிக் கேவி சொன்னாள்:

"என்னை பணத்துக்கு ஆசைப்படுபவள்னு நினைச்சிட்டியரே அண்ணாச்சி! ஒங்க சொல்லுக்கு உசத்தியா எது இருக்க முடியும்? எங்க ஊர்க்காரன் ரூபாய் ஆசையைக் காட்டினான். அவனைத் துரத்தினது தெரிஞ்சும் உங்க வாயில இருந்து இந்த மாதிரி வார்த்த வரலாமா? என்னை சுயநலக்காரியா நினைக்கலாமா? பிளாட்பாரத்துல நின்ன என்னை கருணையோடு பார்த்த உங்களை மறக்கமுடியுமா? என்னக் காணாதவள் மாதிரி போன ஊர்க்காரன நினைக்க முடியுமா? என் புருஷனோட சாவில எனக்கு என்ன வரும் என்கிறது முக்கியமல்ல அண்ணாச்சி. நீங்க எந்த முடிவு எடுத்தாலும் எது எனக்காக மட்டும் இருக்கப்படாது. எல்லோருக்காவும் இருக்கணும். அப்படி எல்லோருக்குமே ஒரு நன்மை ஏற்பட்டால் என் புருஷன் சாவிலயும் ஒரு அர்த்தம் இருக்குன்னு நினைப்பேன். அவுக செத்தது இப்பப் பெரிசில்ல; அவுகள மாதிரி நம்ம ஆளு இனிமேலும் சாகாம இருக்கதுதான் பெரிசு. கோர்ட்டுக்குப் போறதுக்கு எதுலயாவது கையெடுத்துப் போடணுமா அண்ணாச்சி?"

ஒருநாள் போதுமா?

பெயிண்டர் பெருமாளால் பேச முடியவில்லை. அவளை நோக்கிக் கையெடுத்துக் கும்பிட்டார். "நீ விதவையாக அல்ல. எங்களுக்குத் தாயாய் மாறிட்டே... வெந்தத தின்னு விதி வந்தா சாகுறதுன்னு மட்டுமே நினைக்கிற நம்ம வர்க்கத்துக்கு ஒரு மரியாதையை, ஒரு அந்தஸ்தை கொடுத்திட்ட தாயே."

பெயிண்டர் பெருமாளால் மேற்கொண்டு பேச முடியவில்லை. அவள் முன்னால் அழுது, அப்போதுதான் அழுது ஓய்ந்த அவளை மீண்டும் அழவைக்க விரும்பாமல் கண்ணீர்த் துளிகள் தரையில் தெறிக்கும்படி வெளியே ஓடினார்.

9

திடீரென்று ஒரு பரபரப்பு.

பெண்கள் கூப்பாடு போட்டார்கள். கோவிந்தன் வாயிலும் வயிற்றிலும் அடித்துக் கொண்டான். அன்னவடிவு நிமிர்ந்து பார்த்தாள்.

முகமோ அல்லது உடம்பின் எந்தப் பகுதியோ தெரியாதபடி வெள்ளை வெள்ளையான கட்டுக்களோடு பிணம் வந்தது. உடம்பின் ஒவ்வொரு உறுப்பும் அறுக்கப்பட்டு, அப்புறம் தைக்கப்பட்டிருந்தது. இந்தப் பிணத்தை எடுப்பதற்கு தொழிலாளிகள் கிட்டத்தட்ட, அறுபது ரூபாய் வரைக்கும் அழுதார்களாம். மனிதாபிமானம், அறுபது ரூபாய்க்கு மேல் விற்கப்படவில்லை.

வேலு, மூலையில் சாத்தி வைக்கப்பட்டான். பெண்கள் ஓலமிட்டார்கள். வாய் நிறையச் சிரித்து, ஒவ்வொருவரையும் அக்கா என்றும் தங்கச்சி என்றும் பாட்டி என்றும் வயதுக்குத்

தக்கபடி அழைக்கும் அந்த வாலிபன், வயதாகும் முன்னாலேயே இறந்துவிட்ட சோகத்தில் எல்லாப் பெண்களும் தாய்மையின் தவிப்பால், தாங்கள் பெற்ற பிள்ளைகளைப் பறிகொடுத்தது போல் புலம்பினார்கள்.

அன்னவடிவால் எழுந்திருக்க முடியவில்லை. கைகளை ஊன்றியபடி தவழ்ந்தாள். உடனே இரண்டு மூன்று பெண்கள் அவளைத் தூக்கிக் கொண்டு போய்ப் பிணத்தின் அருகே வைத்தார்கள். அவள் வீறிட்டுக் கத்தினாள்.

"என் ராசா! உன்னை உயிரோட இருக்கையிலே உடம்பு முழுவதும் வெள்ள வேட்டியும் வெள்ளைச் சட்டையுமா இந்தப்பாவி அழகு பார்க்கலேன்னு நினைச்சு... ஆஸ்பத்திரிக்காரங்க உன்னை சிங்காரிச்சு விட்டிருக்காங்களோ? வாழும்போது மொட்டயா இருந்த ஒனக்கு, செத்தபிறகு சிங்காரமா? இந்த சிங்காரத்தப் பார்க்கவா, நான் பட்டணம் வந்தேன்! அய்யோ, என் ராசாவோட முகத்தை மறைக்கிற கட்டுக்கள எடுங்களேன்! யாராவது எடுங்களேன்!! என் ராசாவோட - என் வைரக்கட்டியோட மொகத்த ஒரு தடவையாவது பார்த்தாகணும்."

அவளுக்கு என்ன தெரியும்? அந்தக் கட்டுக்களை அவிழ்த்தால் கண்களுக்கு மோவாயும் நெற்றியும் தனித்தனியாக விழும் என்பதை அந்தப் பேதைக்கு எப்படிச் சொல்வது? எல்லோரும் தயங்கினார்கள். அன்னவடிவு, அவன் முகம் மறைத்த கட்டுக்களை ஆவேசத்தோடு அவிழ்க்கப் போனாள். தடுக்கப் போனவர்களை அடிக்கக்கூடப் போனாள். பிறகு பிணத்தோடு பிணமாக மயங்கிச் சாய்ந்தாள். யாரோ 'சோடா' என்றார். எவளோ 'சுக்கு' என்றாள். அன்னவடிவோ உடைந்துபோன சோடா பாட்டில் சிதறல்கள்போல, சுக்கு நூறாக சுக்குத்துண்டுகள் போல, பிணத்தின் மேல் சாய்ந்தபடி கிடந்தாள்.

தேர் வந்து விட்டது. பூமாலைகள் தொங்கவிடப்பட்டன. மேளதாளத்தையும், சிலம்பக் கம்பங்களையும், தொழிலாளர்கள் வேண்டாமென்று தடுத்து விட்டார்கள். யாரோ ஒருத்தி "இந்தத் தேர் திரும்பி வரும். ஆனால், வேலு அண்ணன்..." என்று விட்ட இடத்தைப் பூர்த்தி செய்ய முடியாமல் அழுதபோது, அத்தனை பெண்களும் அழுதார்கள். பெயிண்டர் பெருமாளுக்கு மயக்கம் ஏற்பட்டது. ஒரு தூணில் தன்னையிழந்து சாய்ந்து கிடந்தார்.

கோவிந்தன் அழுகையால் விழுங்கப்பட்டவன்போல், உழைத்து உழைத்து, சிறுநீரகங்களின் உழைப்பு நின்று உழலும், தன் தாயின் மரணத்திற்கு அழுகையை சேமித்து வைக்க நினைத்தவன்போல், பைத்தியக்காரன் போல் கூட்டத்தைப் பார்த்தபடி நின்றான்.

ஆயிரக்கணக்கில் திரண்ட சங்க உறுப்பினர்கள் - கட்டிடத் தொழிலாளர்கள், தத்தம் கிளைச் சங்கங்களின் சார்பில், வேலு என்ற முன்னாள் தொழிலாளிக்கு மாலை போட்டார்கள். அந்தப் பிணத்திற்கு முன்னால் வைக்கப்பட்டிருந்த தாம்பாளத்தட்டில் யாரும் சொல்லாமலே இரண்டு ரூபாய், ஐந்து ரூபாய் என்று போட்டுக் கொண்டிருந்தார்கள். நாணயங்கள் விழுந்து விழுந்து, தூங்காமல் தூங்குபவனை துயில் களைய முற்படுவதுபோல் தோன்றியது.

வேலு, ரதத்திற்குக் கொண்டு போகப்பட்டு, அங்கிருந்த சிம்மாசனத்தில் ஏற்றப்பட்டான். எளியவர்கள் சாகும்போதுதானே இப்படிப்பட்ட இருக்கைகளில் உட்காரமுடியும்? உட்கார்த்தி வைக்கப்பட்டவனைப் பார்த்து ஆண் பெண் அத்தனை பேரும் ஓலமிட்டனர். அன்னவடிவு தவிர அத்தனை பெண்களும் அழுதார்கள்.

தேர் நகர்ந்து கொண்டிருந்தது. தெருவே நகர்வது போன்ற தோரணை. தெரு முழுவதையும் மூடி மறைத்த மக்களின் மௌன ஊர்வலம். ஆலயத்தின் உற்சவ மூர்த்தியைச் சுமந்து செல்லும் தேருக்குப் பின்னால் போகும் உண்மையான பக்தர்கள்கூட. இந்த அளவிற்கு உணர்ச்சி வசப்பட்டிருக்கமாட்டார்கள். இந்த ‘சவ மூர்த்தியை’ ஏற்றிச் செல்லும் தேருக்குப் பின்னால் தொழிலாளர்களும், அவர்களின் தொழிலோடு சம்பந்தப்படாத பொதுமக்களும், நடக்கமுடியாமல் நகர்ந்து கொண்டிருந்தார்கள். அவசரத்தில் ஊர்வலத்திற்கு போலீஸ் முன் அனுமதி வாங்கவில்லை. ஆனாலும், அந்த ஊர்வலத்தின் நிசப்தத்திற்குக் கட்டுப்பட்டு, பல்லவன் பஸ்கள் வழிவிட்டு நின்றன. ஆட்டோக்கள் அடங்கின. பொதுமக்களில் பலர் மிகப்பெரிய அந்த ஊர்வலத்தின் காரண காரியங்கள் புரியாமல் ஏதோ ஒரு உந்துதலில், அந்த மக்கள் வெள்ளத்தில் துளித்துளியாய் - ஆறுகள் ஆறுகளாய்ச் சங்கமித்தார்கள்.

தேருக்குப் பின்னால் வந்த கட்டிடத் தொழிலாளர்கள், ‘விபத்தில் இறந்தால் பத்தாயிரம் கொடு’ என்றோ, அல்லது

ஒருநாள் போதுமா?

எங்கள் வேலையை மேலே மாடி கட்ட சாரம் கட்டி ஏறுகிறோம். தவறி விழுந்தால் சக்கையாவோம். தடுப்பதற்கு நாதியில்லை' என்ற பழக்கப்பட்ட பாடலையும் பாடவில்லை. அந்தப் பாடலையும் அவர்களின் முழக்கங்களையும், பிணமான வேலு, சொல்லாமல் சொல்லிக் கொண்டு இருந்தான். காட்டாமல் காட்டிக் கொண்டிருந்தான்.

இரண்டு குடிசைப் பெண்களின் தோள்களில், கைபோட்டுத் தொங்குபவள்போல் நொண்டியபடி நடந்த அன்னவடிவு, அந்த ஜனசமுத்திரத்தைப் பார்த்தாள். அத்தனை பேரும் - அவர்கள் எங்கே பிறந்தவர்களோ, என்ன சாதியினரோ, மதத்தினரோ - அங்கே கூடி, அவனுக்காக அழுவதை உணர்ந்தபோது, அவள் உள்ளம் லேசாகிக் கொண்டு வந்தது. இதுநாள்வரை, அம்மாவைக் கவனிக்காமல் இருந்துவிட்டு, இப்போது அதற்குப் பிராயச்சித்தம் செய்பவன் போல், தாய்ப்பாசத்தில் தவிக்கும் கோவிந்தன், தாயை மறந்து, தன் மச்சானை நினைத்து அழுகின்றான். அத்தனை பெண்களும் அழுகிறார்கள். ஏதோ ஒரு பாசம், அவர்களைக் குலுக்குகிறது. அதுதான் பாட்டாளி வர்க்கப் பாசமோ? அவளுக்குத் தெரியுமோ? தெரியாதோ?

ஆனால் ஒன்று மட்டும் தெரிந்தது.

அவள் அனாதையல்ல... பாட்டாளி வர்க்கத்தில் ஒருத்தி... அந்த பாட்டாளி இனத்திற்காகப் பாடுபட வேண்டிய ஒருத்தி, தனிப்பட்ட தனது சோகத்தை, அவர்களிடம் சுமக்கக் கொடுக்காமல், அவர்களின் சுமையை சுமக்கும் அளவிற்கு, வாங்கிக் கொள்ள வேண்டியவள், தனக்கு ஏற்பட்ட நிலைமை, பிறகுடும்பங்களுக்கு நேராமல் பார்த்துக் கொள்ள வேண்டியவள். இது ஒரு நாளில் தீரும் பிரச்னையல்ல. அவள், அது தீர்வது வரைக்கும், ஒருநாள் கூட ஓயப்போவதும் இல்லை.

அன்னவடிவு, சுற்றும்முற்றும் நோக்கினாள். ஓலத்தை உள்வாங்கி பாசத்தைக் கண்ணீராய்க் காட்டும் பாட்டாளிப் படையைப் பார்க்கிறாள். அவள் துயரத்தை எல்லோரும் பங்குபோட்டுக் கொண்டதால் தனது சுமை ஐயாயிரத்தில் ஒன்றாய்க் குறைந்ததுபோல் தோன்றியது. வாழ்ந்த காலத்தைவிட செத்தபிறகு பலவானாக - பல்லாயிரக்கணக்கான இதயங்களை ஒன்று கூட்டி - ஒருங்கே இணைப்பவனாகத் தோன்றும் - தன் கணவனின் சடலத்தை பெருமிதத்தோடு பார்க்கிறாள். அவள்

அழக்கூடாது. அவள் ஒரு போர் வீரனின் மனைவி. அவள் நடை தளரக்கூடாது; அவள் ஒரு வீராங்கனை.

அன்னவடிவு தனக்குத் தோள் கொடுத்த இரண்டு பெண்களையும் பாசம் பொங்கப் பார்த்துவிட்டு, கைகளை எடுத்து அவற்றை வீச்சாக்குகிறாள். தள்ளாடிய கால்களை சக்கரமாய் மாற்றுகிறாள். கம்பீரமாக நடக்கிறாள். கண்ணில் தெறிக்கும் நீர்த்துளிகளை எதையோ, யாரையோ, எந்த அமைப்பையோ சுண்டிவிடப் போகிறவள் போல் சுண்டி விடுகிறாள்.

"நான் என்பதும்... நீ என்பதும் விலகி, எல்லாமே பொது' என்பதுபோல் உறுதியாகி -

அவள் -

அந்த ஊர்வலத்தில் ஒருத்தியாகிறாள்.
அந்த ஒருத்தியே ஊர்வலமாகிறாள்.